கிழக்கு
பதிப்பகம்

ரமண சரிதம்

மதுரபாரதி

கிழக்கு பதிப்பகம்

ரமண சரிதம்

Ramana Charitam

A life sketch of Ramana Maharishi

written by Madhurabharathi ©

First Edition: January 2005

200 Pages, Price Rs.120

Printed in India.

ISBN 978-81-8368-051-6

Kizhakku - 53

Kizhakku, An imprint of
New Horizon Media Pvt. Ltd.,
No.33/15, Eldams Road,
Alwarpet, Chennai - 600 018.
Phone : 044 - 42009601/03/04
Fax : 044 - 43009701

Email : support@nhm.in
Website : www.nhm.in

Publisher
Badri Seshadri
Chief Editor
Pa. Raghavan
Editor
Marudhan
Sr. Asst. Editors
Mugil
Sa.Na. Kannan
R. Muthukumar
Balu Sathya
Chief Designer
T. Kumaran
Designers
S. Kathiravan
Muthu Ganesan
E. Anandan

All rights relating to this work rest with the copyright holder. Except for reviews and quotations, use or republication of any part of this work is prohibited under the copyright act, without the prior written permission of the publisher of this book.

Author's Email: madhurabarathi@yahoo.com

PRODN / 08 / 01-10

சமர்ப்பணம்

சாத்திரச் சடங்குகள் மட்டுமல்ல,
மனிதநேயமும் சேவையும்தான்
ஆன்மிகத்தின் அடிப்படை
என்பதை, வாழ்ந்து காட்டும் என்
தந்தை எம்.ஜி. சுப்பிரமணியத்
துக்கும், உழைப்பும் நேர்மையும்
எத்தனை துன்பங்களைக்
கொடுத்தாலும் அவற்றிலிருந்து
வழுவலாகாது என்பதை வாழ்ந்து
காட்டிய என் தாய் சரோஜா
வுக்கும் இந்நூலை அர்ப்பணிக்
கிறேன்.

என்னுரை

நல்ல பக்தி மிகுந்த குடும்பத்தில் பிறந்த நான் சுமார் இருபத்தாறு வயதாகும்போது நாத்திகன் ஆனேன். அதுவும் ஒரு தேடலின் விளைவே. 'கடவுள் இல்லை' என்ற கட்டத்தில் தேடல் முடிந்து விட்டதாக எனக்குத் தோன்றவில்லை. மனிதனுக்குள்ளே தேடுவதில் அளப்பரியவற்றைக் கண்டவர்கள் இருக்கிறார்கள் என்பதனாலே என் கதவுகளைத் திறந்தே வைத்திருந்தேன். அன்பு, கருணை, பரிவு, மனிதநேயம் இவையெல்லாம் மிக அவசியம்தான். ஆனால் இவற்றைச் செயல்படுத்த எண்ணும் போது ஒவ்வொரு மனிதனுக்கும் ஆற்றல் மாறுபடுகிறது. வெறும் கை முழம் போடாது என்றாலும், செல்வத்தின் மிகுதியால் மட்டுமே மனித இனத்துக்கு நன்மை செய்துவிட முடியவில்லை. சுமார் இருபதாண்டுக் காலம் நான் இவ்வாறு நாத்திகத்தின் பிடியில் இருந்தபடியே என் தேடலைத் தொடர்ந்த போது, 'கடவுள் இல்லை' என்னும் எதிர்மறையான ஒன்று என் தேவையைப் பூர்த்தி செய்யவில்லை என்பதை அறிந்தேன்.

'வல்லமை தாராயோ இந்த மானிலம் பயனுற வாழ்வதற்கே' என்ற பாரதியின் குரல் எனக்குள்ளும் வலுவாக ஒலித்தது. அந்தச் சமயத்தில்தான் பால் பிரண்டன் எழுதிய 'A Search in Secret India' என் கைக்குக் கிடைத்தது. என் போலவே அவனும் எழுத்தாளன், நாத்திகன். அந்த நாத்திகனின் தேடலில், கண்ட விடையில், இந்த நாத்திகனுக்கும் ஒரு புதிய கதவு திறந்தது. நான் ரமணரைக் கண்டுபிடித்தேன். காலக்கிரமத்தில் ரமணரை எனக்குள்ளும் கண்டேன்.

நானும் நண்பன் ஹரியும் இயன்றபோதெல்லாம் திருவண்ணா மலை சென்று வருவது வழக்கமாகிவிட்டது. நம்பர் 12, 2004 அன்று கனடாவிலிருந்து, வயதில் பெரியவரானாலும் உணர்வில்

ஒத்தவரான கவிஞர், ஓவியர், பாடகர் என்ற பன்முகம் கொண்ட ஆர்.எஸ். மணி அவர்களுடன் ரமணாச்ரமம் போனேன். மூன்று நாள்கள் அற்புதமாகக் கழிந்தது. அங்கிருந்து வழக்கம்போலப் பல புத்தகங்களுடன் திரும்பிவந்தேன். 'எப்போது நான் இங்கிருக்கும் எல்லாப் புத்தகங்களையும் வாங்கிப் படிப்பேன்?' என்றொரு ஆசையும் ஏற்பட்டது. என் ஆசையை விரைவிலேயே ரமணர் நிறைவேற்றினார்.

ரமணாச்ரமத்திலிருந்து திரும்பி வந்த சில நாள்களிலேயே கிழக்கு பதிப்பகத்திலிருந்து பா.ரா. என்னை அழைத்தார். ரமணரின் வாழ்க்கை மற்றும் தத்துவங்களைப் பற்றி ஒரு புத்தகம் எழுதித் தாருங்கள் என்றார். கரும்பு தின்னக் கூலியா? ரமணர் சம்பந்தப் பட்ட புத்தகங்களை வாங்கிக் குவித்தேன், படித்தேன். இதில் இன்னொரு பிரச்னையும் தீர்ந்தது. எந்த மனைவிதான் கணவன் வேதாந்தப் புத்தகங்களைப் படித்துவிட்டு விளக்கெண்ணெய் முகத்தோடு இருப்பதைச் சகிப்பாள்? நல்லவேளை, இது புத்தகம் எழுதுவதற்காக என்பதால், என் மனைவி மிக சந்தோஷ மாக எனக்கு இவற்றைப் படிக்க, எழுத ஒத்துழைத்தார்.

ரமணரைப் பற்றி எல்லாமும் எழுதியாகிவிட்டது. வெவ்வேறு புத்தகங்களில் தகவல்கள் உள்ளன. முக்கியமானவற்றைத் தொகுத்து ஒரே இடத்தில், பாமரரும் ரசிக்கும்படி எளிமையாக எழுதவேண்டும் என்பதும், அதிலும் ரமணரின் போதனைகள் எல்லோருக்கும் புரியும் மொழியில் இருக்கவேண்டும் என்பதும் இப்புத்தகத்தை எழுதத் துவங்கும்போது எனது நோக்கங்களாக இருந்தன. அதில் வெற்றி பெற்றிருந்தால் அது ரமண பகவானின் கருணையைக் காட்டுகின்றன.

தவிர, வழிகாட்டலுக்காகச் சென்னை ரமணகேந்திராவின் தலைவரான திரு. வெங்கட கிருஷ்ணன் அவர்களை அணுகிய போது சற்றும் தயங்காமல் ஆரம்பகால பக்தர்களில் ஒருவரான மனவாசி ராமசாமி அய்யர் அவர்கள் கைப்பட எழுதிய நோட்டுப் புத்தகத்தின் முன்னுரையைப் பிரதிசெய்துகொள்ள அனு மதித்தார். அதேபோல நாத்திகராக இருந்து ரமண பக்தராக மாறிய திரு என்.ஜி. முருகேசன் அவர்கள் தாம் மாறிய விதத்தை மனத்தைத் தொடும்படியாக எனக்கு விவரித்ததோடு சில புத்தகங்களும் கொடுத்தார். முருகனார் மற்றும் தண்டபாணி சுவாமிகளைப் பற்றியும் உற்சாகத்தோடு பல விஷயங்களைச் சொன்னதோடு, அப்பளப் பாட்டை மிக அழகாகப் பாடிக்

காட்டினார் எழுபத்தாறு வயது மூதாட்டியான ராஜலட்சுமி அம்மையார். இவர் தண்டபாணி சுவாமிகளின் பேத்தி ஆவார். பலமுறை ரமணரைச் சந்தித்தவர். ஆழ்ந்த பக்தி கொண்டவர்.

இவர்களுக்கெல்லாம் என் நன்றியைச் சொல்லியாக வேண்டும். வேறெதுவுமே செய்யாமல் இராப்பகலாக இருபதே நாள்களில் என்னால் இப்புத்தகத்தை எழுதமுடிந்தது என்றால் என் மனைவி மீனாட்சியின் அப்பழுக்கற்ற ஒத்துழைப்பே காரணம். நேரிடையாக நன்றி சொல்ல முடியாவிட்டாலும், இந்த இடத்தில் பதிந்துவிடுவது மிக அவசியம். நண்பர்கள் ஹரிகிருஷ்ணனும் வீரராகவனும் எல்லாவற்றிலும் எப்போதும் உறுதுணையாக இருப்பவர்கள். நன்றி என்ற சொல்லை என்னிடமிருந்து எதிர் பார்க்காதவர்கள். ஆனாலும் சொல்லாவிட்டால் என் மனம் உறுத்தும்.

இந்த நூலை வெளியிடும் கிழக்கு பதிப்பகத்துக்கும் என் மன மார்ந்த நன்றி. இறுதியாக, இப்படி ஒரு நூலை எழுதுவதைவிடச் சுகமான பணி எனக்கு வேறெதுவும் இருந்திருக்க முடியாது. என்னை இதில் ஒரு கருவியாய்ப் பயன்படுத்திக்கொள்ளும் என் குருவும், இறைவனுமான பகவான் ஸ்ரீ ரமணருக்கு என் எல்லையில்லாத நன்றி உரித்தாகட்டும்.

மதுரபாரதி
சென்னை-91

உள்ளே

1. திருச்சுழியில் அருணோதயம்

மார்கழி மாதத் திருவாதிரை. சிவபெருமானுக்கு உகந்த தினம். ஆருத்திரா தரிசனம் என்று சொல்வது வழக்கம். திருச்சுழியில் உறையும் பூமிநாதேஸ்வரர் உலாவந்து கொண்டிருகிறார். இரவு ஒரு மணியாகிறது. உற்சவமூர்த்தி கோவிலுக்குள் நுழையும் அதே நேரத்தில், அழகம்மாள் ஓர் ஆண் குழந்தையைப் பெற்றெடுக்கிறாள். உதவிக்கு வந்திருந்த பக்கத்து வீட்டு முதியவள் கண் தெரியாதவள். ஆனால் குழந்தை பிறந்த அந்தக் கணத்தில் அவள் கண்ணில் ஒரு மின்னல்வெட்டுப் போல் ஒளி. 'அழகம்மா, உன் குழந்தை ஏதோ தெய்வீகப் பிறவி' என்று சொல்கிறாள் அவள். அன்று 1879-ம் ஆண்டின் டிசம்பர் மாதம் 29-ம் தேதி இரவு, அல்லது ஆங்கில வழக்கப்படி 30-ம் தேதி காலை 1 மணி என்று வைத்துக்கொள்ளுங்களேன்.

திருச்சுழியில் சுமார் ஐந்நூறு வீடுகளே இருந்த காலம் அது. ஒரு ரயில் நிலையத்துக்குப் போகவேண்டுமென்றால் விருது நகருக்கோ (29 கி.மீ.), மதுரைக்கோ (48 கி.மீ.) போயாக வேண்டும். அதற்காக திருச்சுழியை கிராமம் என்றும் சொல்லி விட முடியாது. அங்கே காவல் நிலையம், சார்பதிவாளர் அலுவலகம், சப்-மாஜிஸ்டிரேட் அலுவலகம், ஒரு மருத்துவ மனை ஆகியவையும் இருந்தன.

மதுரையிலிருந்து ராமேஸ்வரம் போகும் வழியில் இருந்த திருச்சுழி அப்படி ஒன்றும் பிரபலமான ஊர் இல்லையென்றா லும், தலயாத்திரை போகும் யாத்திரீகர்கள் அங்கே தங்கக் காரணமாயிருந்தது அங்கிருந்த சத்திரம். தவிர, அங்கிருந்த பூமிநாதேஸ்வரர் திருக்கோவில், சுந்தரமூர்த்தி நாயனார் மற்றும் மாணிக்கவாசகரால் பாடப் பெற்றதாகும். சுழி என்றால் தண்ணீரில் ஏற்படும் சுழல். ஒருமுறை ஊழிவெள்ளத்தில் உலகம்

முழுகிவிட இருந்தபோது சிவன் தன்னுடைய திரிசூலத்தை அங்கே ஊன்ற, அதனால் ஏற்பட்ட துளைவழியே தண்ணீர் முழுதும் வடிந்து போனதால் பூமி தப்பித்ததாம். இதுதான் திருச்சுழியின் தலவரலாறு. பிரளய விடங்கரான சிவனுக்குப் பூமிநாத சுவாமி கோவிலில் ஒரு சன்னதி இருக்கிறது. இவ்வூரைத் திருச்சுழியல் என்று பதிகங்கள் குறிக்கின்றன.

அங்கிருந்த சப் மாஜிஸ்டிரேட் அலுவலகத்தில் பல பதிவுபெற்ற வழக்குரைஞர்களும், அனுபவத்தின் மூலம் தகுதி அடைந்த பதிவு பெறாத வழக்குரைஞர்களும் இருந்தனர். இரண்டாவது வகையைச் சேர்ந்தவர் சுந்தரமய்யர். நாம் முதலில் பார்த்த அழகம்மாள் இவரது மனைவி. மணியம் (கணக்குப்பிள்ளை) குமாஸ்தாவாகத் தொடங்கிப் படிப்படியாக, பத்திரம் எழுதுகிறவராகவும், பின்னர் பதிவுபெறாத வழக்கறிஞராகவும் உயர்ந்துவிட்டார். அதைவிட முக்கியம் என்னவென்றால் இவரது குணநலன்கள்தாம்.

சுந்தரமய்யயர் வீடு இரண்டு சமபகுதிகளாகப் பிரிக்கப்பட்டி ருந்தது. ஒருபகுதியில் குடும்பத்தினர் வசித்தனர். மற்றொரு பகுதி வருவோருக்காக. கட்சிக்காரர்கள் மட்டுமல்ல, யார் போனாலும் அவர் வீட்டில் நிச்சயம் உணவு உண்டு. அவரது இந்தப் பரந்தமனம் எவ்வளவு பிரசித்தமென்றால் ஊர்க்காரர்கள் அவரை மதித்ததோடல்லாமல், வழிப்பறிக் கொள்ளைக்காரர்கள்கூட அவரது மாட்டுவண்டி இரவுநேரத்தில் வந்தால் ஒரு தீங்கும் செய்யாமல் அனுப்பிவிடுவார்கள்!

வரமாகிப் போன சாபம்

இப்படி விருந்தோம்பிய சுந்தரமய்யரின் முன்னோர் ஒருவர் ஒரு சாபம் பெற்றாராம். ஏன் தெரியுமா? ஒரு துறவிக்கு உணவளிக்க மறுத்ததால்! கோபமுற்ற அந்தத் துறவி 'உன் குடும்பத்தின் ஒவ்வொரு தலைமுறையிலும் ஒருவர் துறவியாகிப் போய் விடுவார்' என்று சபித்துவிட்டார். சுந்தரமய்யரின் தந்தையின் சகோதரர் ஒருவர் சன்னியாசியாகிப் போய்விட்டார். அவரது அண்ணன் வெங்கடேசய்யர் ஒருநாள் திருப்பரங்குன்றத்துக்குப் போவதாகச் சொல்லிப் புறப்பட்டவர், திரும்பி வரவேயில்லை. அவரைச் சிதம்பரத்திலும் காசியிலும் சிலர் பார்த்ததாகச் செய்திகள் வந்தன. பின்னாளில் வெங்கடராமனும் துறவியாகப் போகிறான். அப்போது அந்தச் சாபம் இந்த பூமி பெற்ற வரமாகப் போகிறது!

சுந்தரமய்யர்அழகம்மைக்குப் பிறந்த இந்த இரண்டாவது குழந்தைதான் வெங்கடராமன். பின்னால் ஸ்ரீ ரமண மகரிஷி என்ற பெயரில் உலகுக்கு ஆன்மிக ஒளி பாய்ச்சப் போகிறவன். இவனுக்கு இரண்டு வருடம் மூத்த நாகசுவாமி என்ற அண்ணனும், ஆறு வருடம் இளைய நாகசுந்தரம் என்ற ஒரு தம்பியும், பின்னர் அலமேலு என்ற தங்கையும் இருந்தனர்.

வெங்கடராமனுக்கு அப்போது ஆறு வயது. வக்கீல் வீட்டில் காகிதத்துக்கா பஞ்சம். தேவைப்படும்போதெல்லாம் ஏதாவது முடிந்துபோன பழைய கேஸ் கட்டில் இருந்து தாளை உருவிப் பட்டம் அல்லது கப்பல் செய்து விளையாடுவது அவனுக்கு வழக்கமாக இருந்தது. ஒருநாள் பிடிபட்டுவிட்டான். கோபத்தில் அப்பா கன்னாபின்னாவென்று திட்டிவிட்டார். பொடியன் ரொம்ப ரோஷக்காரன். வெளியே போனவன் ஆளைக் காணோம். எங்கு தேடியும் கிடைக்கவில்லை.

சகாயவல்லித் தாயார் கோவிலில் பூஜை நேரம். பூசாரி உள்ளே வந்தால் கருவறையில் தாயார் சிலைக்குப் பின்னே ஏதோ நிழலாடியது. போய்ப் பார்த்தால் கண்ணை மூடி உட்கார்ந்திருக் கிறான் வெங்கடராமன்! அந்தச் சிறு வயதிலேயே மனப் புண்ணுக்கு மருந்து அன்னையின் சன்னதிதான் என்று அவனுக்குத் தெரிந்திருந்தது போலும்.

கோவில் குளத்தில் மணிக்கணக்கில் குதித்து நீந்துவது போதா தென்று, ஊருக்கு வெளியே இருந்த கவுண்டின்ய நதியில் நண்பர் களோடு குளிப்பான் வெங்கடராமன். பிறகு கரையில் இருக்கும் காளையார் கோவில் சிவலிங்கத்தின் தலையில் ஒரு பாத்திரம் நிரம்ப நீரைக் கொண்டுபோய் அபிஷேகம் செய்தபின், வீட்டி லிருந்து கொண்டுவந்த உணவையே நிவேதனமாகப் படைத்து விட்டு உண்பார்கள். பக்கத்து ஊரான பள்ளிமடத்துச் சிறுவர் களும் சேர்ந்துகொள்வார்கள். அங்கேயே சூரியன் மறையும் வரை எல்லோரும் விளையாடுவார்கள். இப்படி உற்சாகமாகத் தான் கழிந்தது வெங்கடராமனின் குழந்தைப் பருவம்.

வெங்கடராமனுக்கு எட்டு வயதாக இருக்கும்போது இது நடந்தது. மூன்றாவது வீட்டில் ஒரு குருக்கள் குடும்பம் இருந்தது. அவர்களுக்குக் குழந்தை இல்லை. வெங்கடராமனைக் கொண்டு போய் தம் குழந்தையாகவே கொஞ்சுவார்கள். பிறகு ஒரு குழந்தை பிறந்தது, அதற்கு தெய்வசிகாமணி என்று

பெயரிட்டார்கள். பொங்கல்விழா சமயத்தில் ஒருநாள் சுமார் மூன்று வயதே ஆன தெய்வசிகாமணி ஒரு கையில் ஒரு புதிய அரிவாள்மணையையும் இன்னொரு கையில் கரும்பையும் இழுத்துக்கொண்டு வெங்கடராமன் வீட்டுக்கு வந்தான். வெங்கடராமனும் சிறுபையன் அல்லவா, கரும்பை வெட்டிக் கொடுக்க ஆர்வமாக இருந்தான். அவசரமாகக் கரும்பை அரிவாள்மணையில் வைத்து அழுத்தி வெட்டப் பார்த்ததில் இடதுகைப் பெருவிரலுக்கும் ஆள்காட்டி விரலுக்கும் நடுவே ஓர் ஆழமான வெட்டு விழுந்து ரத்தம் கொட்டத் தொடங்கியது.

சத்தமில்லாமல் தெய்வசிகாமணியை வீட்டுக்குப் போகச் சொல்லிவிட்டு, டாக்டரிடம் ஓடிப்போய் வெங்கடராமன் கட்டுப் போட்டுக்கொண்டான். இந்த தெய்வசிகாமணிதான் செல்லா பட்டர் என்ற பெயரோடு திருச்சுழி கோவிலில் பின்னாளில் குருக்கள் ஆனார். அவருடைய மகன் கற்பூரசுந்தரம் திருச்சுழியில் இருக்கும் ரமண மந்திரத்தில் பூஜை செய்பவர் ஆனார்.

திருச்சுழியில் தொடக்கக் கல்வி முடிந்ததும், நாகசுவாமியையும் வெங்கடராமனையும் மேற்கொண்டு படிக்கத் திண்டுக்கல்லுக்கு அனுப்பினார் சுந்தரமய்யர். ஆனால் அங்கு அதிகநாள் இருந்ததாகத் தெரியவில்லை. அங்கே அவருக்கு ஓர் அத்தை இருந்தபோதும் அவர் வீட்டில் தங்கிப் படிக்கவில்லை என்றும் தெரிகிறது. எந்த ஆண்டில், எந்த வகுப்பில் படித்தார் என்பதிலும் மாறுபட்ட கருத்து உள்ளது.

சுந்தரமய்யர் தனது அந்திம காலத்தில் குழந்தைகளைப் பார்க்க விரும்பவே, திண்டுக்கல்லில் இருந்த நாகசுவாமியும், வெங்கட ராமனும் திருச்சுழிக்குப் போயினர். அவர்களைப் பார்த்த பின்னரே தந்தையின் உயிர் பிரிந்தது.

அருணாசலத்தின் அழைப்பு

தந்தை சுந்தரமய்யர் காலமாகும்போது வெங்கடராமனுக்கு வயது பன்னிரண்டு. தாராளமாகச் செலவழித்துப் பழகிய குடும்பத்தின் செல்வமும் மறைய வெகுநாளாகவில்லை. எனவே குடும்பம் இரண்டாகப் பிரிய வேண்டியதாயிற்று. அழகம்மை கடைசிக் குழந்தை அலமேலுவோடு மானாமதுரையில் மைத்துனர் நெல்லை யப்பய்யரோடு வசிக்க, நாகசுவாமியும் வெங்கடராமனும்

மதுரையில் இருந்த மற்றொரு மைத்துனர் சுப்பய்யரின் வீட்டுக்கு வந்தனர்.

பதினாலு வயதான அண்ணன் நாகசுவாமி படிப்பில் சுட்டி. அவன் ஒரு நல்ல வேலைக்குப் போய்த்தான் குடும்பத்தைக் கரையேற்ற வேண்டும். வெங்கடராமனைப் பற்றி ஒன்றும் சொல்லமுடிய வில்லை. மல்யுத்தம், குத்துச்சண்டை, நீச்சல், சிலம்பம், கால் பந்து என்று விளையாட்டில் ஆர்வம் அதிகம். நல்ல வலுவான தேகம். எல்லா விளையாட்டுகளிலும் முதலாக வருவதை வழக்கமாக வைத்துக் கொண்டிருந்தான். ஆனாலும் தந்தையை இழந்த ஒரு மத்தியதர அந்தணர் குடும்பத்துக்கு அது போதாதே. படிப்புதான் முக்கியம். பையன் ஒன்றும் அசடு அல்ல. ஒரு தடவை காதால் கேட்டால் போதும், அப்படியே பிடித்துக் கொண்டுவிடுவான். கேட்ட கேள்விக்குப் பதில் சரியாகச் சொல்லி விட்டு சுத்தமாக மறந்தும் போய்விடுவான். ஆனால் புத்தகத்தைக் கையால் தொட்டால்தானே! எப்போதும் விளையாட்டு, விளையாட்டு, விளையாட்டுத்தான்.

அப்துல் வகாப் அவனுடைய பள்ளித் தோழன். வெங்கடராமன் அவனையும் தன் கால்பந்து அணியில் சேர்த்துக்கொண்டு விட்டான். இருவரும் ஒன்றாகவே சாப்பிடுவார்கள். அது மட்டுமா, வெங்கடராமன், திருப்பரங்குன்றம் கோவிலுக்குத் தவறாமல் போகும்போது 'சாப்ஜான்' என்று அன்பாக அழைத்த அப்துல் வகாபும் உடன் இருப்பான். அதற்கு அப்போதே வெங்கடராமன் சொன்ன காரணம், 'கடவுளின் படைப்பில் எல்லாம் சமம். கடவுளும் ஒருவனே. பார்வையில் வேறாகத் தோன்றுகிற வித்தியாசங்களெல்லாம் மனிதனே உண்டாக் கியவை'.

விடுமுறைக்குத் திருச்சுழிக்குப் போகும்போதெல்லாம் சாப்ஜானும் போவார். இருவருக்கும் எந்த வித்தியாசமும் இல்லாமல் அழகம்மை சமைத்துப் பரிமாறுவார். பின்னாளில் போலீஸ் துறையில் பணிக்குச் சேர்ந்த சாப்ஜான், தன் நண்பன் வெங்கடராமன், ரமண மகரிஷி ஆனபின்னும் கூடத் திருவண்ணா மலைக்குப் பார்க்க வரும்போது இருவரும் அருகருகே உட்கார்ந்தே சாப்பிடுவார்களாம்.

★★★

என்னவென்று புரியாத ஒரு உட்குரல் எப்போதும் வெங்கட ராமனின் மனத்துக்குள்ளே 'அருணாசலம், அருணாசலம்' என்று ஒலித்துக்கொண்டே இருந்தது. யாரைக் கேட்பது, என்ன கேட்பது என்று தெரியவில்லை. ஒருநாள் வீட்டுக்கு ஓர் உறவினர் வந்தார்.

வெங்கடராமன் அவரைக் கேட்டான் 'எங்கிருந்து வரேள்?'

'அருணாசலத்திலிருந்து' என்றார் பெரியவர்.

'அருணாசலம்னா?'

'இதுகூடத் தெரியாதா கொழந்தே? திருவண்ணாமலைதான் அருணாசலம்.'

இதைப் பின்னாளில் அருணாசல அஷ்டகத்தில் இதை இப்படிக் கூறியிருக்கிறார்:

அறிவறு கிரியென அமர்தரும் அம்மா
அதிசயம் இதன் செயல் அறிவரிது ஆர்க்கும்
அறிவறு சிறுவயது அதுமுதல் அருணா
சலம் மிகப் பெரிது என அறிவின் இலங்க
அறிகிலன் அதன் பொருள் அது திருவண்ணா
மலையென, ஒருவரால் அறிவுறப் பெற்றும்
அறிவினை மருளுறுத்து அருகினில் ஈர்க்க
அருகுறும் அமயம் இது அசலமாக் கண்டேன்

ஜடப்பொருளான குன்றாக அது நிற்கிறது. ஆச்சரியமான அதன் செயலை அறிவது யாருக்கும் அரிது. எனது அறியாப்பருவம் முதலே அருணாசலம் ஏதோ மிகப் பெரியது என்பதை அறிந்தாலும், அதன் இயல்பு எனக்குத் தெளிவாகவில்லை. ஒருவர் 'அதுதான் திருவண்ணாமலை' என்று கூறியதும் அது என் அறிவை மயக்கித் தன்னருகில் இழுத்தபோதுதான் இதன் இயல்பை அசைவிலாது தெளிவாகப் புரிந்துகொண்டேன்.

ஓ! அது ஒரு இடமா? அங்கே மனிதர்கள் போகமுடியுமா? போயே ஆகவேண்டுமே! தன் உணர்ச்சிகளை ஆட்கொண்டு அழைப்பது யாரென்று வெங்கடராமனுக்குப் புரிந்தது. ஆனால் இன்னும் காலம் கனியவில்லை. எல்லாவற்றுக்கும் காரண காரியம் வேண்டுமே.

2. ‘தான்’ இறந்தது

வெங்கடராமன், மதுரையில் இருந்த சமயத்தில் ஒருநாள், வீட்டிலிருந்த சேக்கிழார் எழுதிய ‘பெரிய புராணம்’ புத்தகம் கையில் கிடைத்தது. அதில் விவரிக்கப்பட்டிருக்கும் சிவனடியார்களின் அற்புத வாழ்க்கையைப் படிக்கப் படிக்க அவனுக்கு வியப்பும் ஆர்வமும் பக்தியும், நாமும் இவர்களைப் போல ஆகமுடியுமா என்ற ஆவலும் ஒருசேர உண்டாயின.

ரமணர் பிற்காலத்தில் அவருக்கே உரிய நகைச்சுவை உணர்வோடு சொல்லுவார், ‘கையிலே புத்தகத்தைத் தூக்கிக்கொண்டு பள்ளிக்கூடம் போகும்போது, கடவுள் எங்கேயாவது தென்படுவாரோ என்று எதிர்பார்த்தபடியே வானத்தைப் பார்த்துக்கொண்டு போவேன். எனக்கு எப்படிப் படிப்பு வரும்?’

வெங்கடராமனுக்குப் பதினேழு வயது. அப்போது 1896-ம் ஆண்டு ஜூலை மாதத்தின் நடுப்பகுதி. அவனுக்கு ஒரு விசித்திர அனுபவம் ஏற்பட்டது. அந்த விசித்திர அனுபவத்தைப் பார்க்கும் முன் இன்னொரு பின்னணியையும் பார்க்கவேண்டும்.

விளையாட்டுகளிலும் குஸ்தியிலும் தேர்ந்திருந்த வெங்கடராமனை யாரும் கேலி செய்துவிட்டுத் தப்பிக்க முடியாது. சரியான உதை விழும். எனவே பயப்படுவார்கள். ஆனால், ஆசாமி தூங்கினால் கும்பகர்ணன்தான். எப்படித் தூங்குவான் என்பதை அறிய, திண்டுக்கல்லில் இருந்தபோது நடந்த நிகழ்ச்சி ஒன்றைப் பார்ப்போம். அவ்வூர்க்காரரைப் பார்த்ததும் பின்னாளில் ரமணர் இதை நினைவு கூர்ந்தார்:

‘உமது மாமா, எனது பெரியப்பா சேஷைய்யர், அப்போது திண்டுக்கல்லில் இருந்தார். ஒருநாள் அவர் வீட்டில் ஏதோ

விசேஷம். அது முடிந்ததும் எல்லோரும் இரவில் கோவிலுக்குப் போய்விட்டனர். வீட்டில் நான் மட்டும் தனியாக இருந்தேன். முன்னறையில் கொஞ்ச நேரம் படித்துக் கொண்டிருந்தேன். பின்பு வாசற்கதவையும் ஜன்னல்களையும் மூடித் தாளிட்டு விட்டுத் தூங்கிப்போய்விட்டேன். கோவிலில் இருந்து திரும்பிய வர்கள் 'கதவைத் திற' என்று கத்திப் பார்த்துவிட்டுக் கதவை இடிஇடியென்று இடித்திருக்கிறார்கள். நான் எழுந்தால்தானே! கடைசியில் எதிர் வீட்டிலிருந்து ஏதோ சாவிகளை வாங்கி முயற்சித்துத் தாழ்ப்பாளை நெம்பித் திறந்திருக்கிறார்கள்'.

அதுமட்டுமல்ல, உள்ளே வந்தபின்னும்கூட வெங்கடராமனை எழுப்ப முடியவில்லை. நையப் புடைத்திருக்கிறார்கள். ஊஹூம்... அதற்கும் எழுந்திருக்கவில்லை. இதையெல்லாம் அவர்கள் காலையில் சொன்னபின்தான் தெரிந்திருக்கிறது. இன்னும் வேடிக்கையைக் கேளுங்கள்:

'நான் விழித்திருக்கும்போது எந்தப் பயலும் கிட்டே வந்து என்னைத் தொட அஞ்சுவான். என்மேலே கோபம் என்றால் நான் தூங்கும்போது என்னை அலாக்காகத் தூக்கிகொண்டுபோய் இஷ்டப்படி அடித்து நொறுக்கிவிட்டு, மறுபடியும் படுக்கையில் கிடத்திவிட்டுப் போய்விடுவார்களாம். எனக்கெங்கே இதெல்லாம் தெரிந்தது. மறுநாள் காலையில் அவர்களே சொன்ன பின்னால் தான் தெரியும்.'

இப்படிச் சாதாரண மனிதர்களின் தூக்கத்துக்கு அப்பாற்பட்ட, தன்னை மறந்த நிலையை அப்போதே வெங்கடராமன் அடைந்த துண்டு என்பது வரப்போவதன் அறிகுறியாகத்தான் இருக்க வேண்டும். ஆனால், *1896*-ல் நடந்த அந்த விசித்திர, பூகம்ப அனுபவம், அதையும் ரமணரே பின்னாளில் நரசிம்ம சுவாமியிடம் இப்படி விவரித்தார்:

'மதுரையை முழுசா விட்டுப் புறப்படறதுக்கு சுமார் ஆறு வாரம் முந்தியிருக்கலாம். அப்போதான் அந்த மகத்தான மாறுதல் நடந்தது. திடீர் நிகழ்ச்சி அது! சித்தப்பா வீட்டின் முதல் மாடியில ஒருநாள் தனியா உக்காந்திருந்தேன். எப்பவும்போல சவுக்கியமாத் தான் இருந்தேன். வியாதின்னு எனக்கு எதுவும் வந்ததே கெடயாது. அன்னிக்கும் ஒண்ணுமில்லை. ஆனாலும் திடீர்னு ஒரு மரணபயம்! 'நான் செத்துடப் போறேன்' அப்பிடீன்னு வலுவான உணர்ச்சி. ஏன் தோணித்துன்னு சொல்லமுடியாது.

அந்தச் சமயத்திலே எனக்கேகூட அது விளங்கலே. அதுக்குக் காரணம் கண்டுபிடிக்கணும்னும் தோணலே. சாகப்போறோம்னு தோணினதும், அதைப்பத்தி மேலே என்ன செய்யணுங்கற திலேயே எண்ணம் போய்டுத்து. டாக்டரைக் கேக்கணும், பெரியவா இல்லேன்னா ஃப்ரெண்ட்ஸ்கிட்ட கலந்து ஆலோசிக்கணும்னு கொஞ்சமும் தோணல்லே. தனக்குத்தானே பிரச்னையை அங்கயே, அப்பவே தீத்துக்கணும்னு மட்டும்தான் தோணித்து.

'மரணபயத்தோட அதிர்ச்சியில மனசு உள்ளே பாத்துத் திரும் பிடுத்து. எனக்கு நானே சொல்லிக்கிறேன், மனசுக்குள்ளேயே, வார்த்தை கோர்வையா இல்லாம 'சரி, இப்ப சாவு வந்துடுத்து. வரட்டுமே! சாவுன்னா என்ன? சாகறது எது? இந்த உடம்புதான் மடியும்.' சாவுக்காட்சி அப்படியே ஒரு நாடகம் போல நடக்கிறது. கைகால்களை நீட்டி வெறப்பா வெச்சுண்டேன் ஒரு சவத்தைப் போலவே! இன்னும் தத்ரூபமா இருக்கணும்னு மூச்சையும் அடக்கிண்டுட்டேன். பிணமாவே என்னைப் பாவிச்சுண்டேன். தப்பித் தவறிக்கூடச் சத்தம் கிளம்பிடாம உதட்டை அழுத்தி மூடிண்டுட்டேன். 'நான்'கிற சொல்லோ வேறே வார்த்தையோ வந்துடக்கூடாதுன்னு உத்தேசம். எனக் குள்ளே மவுனமாச் சொல்லிண்டேன் 'சரி, இந்த உடம்பு செத்துப் போச்சு. வெறச்சுப்போன இந்தக் கட்டையை பாடையில் கட்டி மயானத்துக்குக் கொண்டுபோய் எரிச்சுச் சாம்பல் ஆக்கிடுவா. ஆனா இந்த உடம்பு செத்தா நான் செத்துடுவேனா? 'நான்'ங்கறது இந்த உடம்புதானா? உடல் மவுனமா, செயலில்லாத ஜடமா இருக்கு. ஆனால் இப்பக்கூட 'ஜீவஸ்வரூபம்' என்கிற ஒன்றின் முழுச்சக்தி வீச்சும் தெரியறதே! உடம்பு அல்லாமல், தனக்குள்ளேயே 'நான்'ங்கற சத்தம் கேட்குதே. ஆக, 'நான்' சரீரத்தைக் கடந்த உணர்வு. ஜடமான உடம்புதான் சாகிறது. அதற்கு அப்பாற்பட்ட ஜீவ ஆன்மாவைச் சாவு தொடமுடியாது. சாவில்லாத அந்த ஆன்மாவே 'நான்'என்று எனக்குத் தானே புரிஞ்சுபோச்சு.

'இது புத்திபூர்வமா எழுந்த எண்ண வரிசை இல்லை. உயிர்ப்புள்ள சத்தியம். ஒருவித வாதமும் இல்லாமல் உடனுக்குடன் கண்டு கொண்ட பரம சத்தியம்.'

இங்கே என்ன நடந்தது? முதலில் சாவைப்பற்றிய அச்சம் வந்தது. அதற்கு எந்தக் காரணமும் கிடையாது. அதுவும், வெங்கடராமன்

நோய் என்பதையே அறியாத, வலுவான தேகமுள்ள இளைஞன். இந்த அச்சம் முன்னறிவிப்பின்றி வந்தது.

சாதாரணமாக மனித மனம் தனது ஆசைகளை நிறைவேற்றிக் கொள்வதில் வெளியே இருக்கும் பொருள்களை அடைவதிலும், அதன் மூலம் திருப்தி கிடைக்குமா என்ற முயற்சியிலும் ஈடுபட்டபடியே இருக்கும். ஆசை நிறைவேறுவதாகக் கற்பனை செய்யும், திட்டமிடும் அல்லது நடந்த அனுபவத்தை அசை போடும். இதன் காரணமாக மேலும் மேலும் ஆசைகள் எழும். இப்படி எண்ணங்களும், அனுபவத்தின் பதிவுகளும் (இவற்றை 'விஷய வாசனை' என்று பெரியோர் சொல்வதுண்டு) ஆசை நிறைவேறுவதற்கான செயல்களில் நம்மை ஈடுபடுத்தியபடியே உள்ளது.

இப்போது வெங்கடராமனுக்கு காரணமில்லாமல் வந்த மரண பயம், அவன் மனத்தை வெளிப் பொருள்களைத் தேடி அலைவதை நிறுத்தி, உள்புறமாகத் திருப்பி நிறுத்திவிட்டது. இனிமேல் அவனது மனம் அலையாது. அசையாது. ஏனென்றால் நோய்க்கும் சாவுக்கும் ஆளாகிற இந்த உடல் 'நானல்ல' என்பது அவனுக்குப் புரிந்துவிட்டது. உடலின் வடிவம் அவனதல்ல, ஏனென்றால் அது அழியக்கூடியது; உடலின் செயல்கள் தனதல்ல, அவை தாற்காலிகமானவை; உடலுக்கு ஏற்படும் அவஸ்தைகள் தனதல்ல, அவை மாறக்கூடியவை; ஆகவே, உடல்தான் 'நான்' என்கிற பிரமை மாறிவிட்டது.

அவன் 'வெங்கடராமன்' அல்ல. அது அந்த உடலுக்கு இடப்பட்ட பெயர். அவன் முழுமையான, ஆனந்தமே உருவான, அழிவில்லாததொரு சத்தியம். அந்தச் சத்தியப் பொருளைப் பின்னாளில் காவியகண்ட கணபதி சாஸ்திரி என்பவர் 'பகவான் ஸ்ரீ ரமண மகரிஷி' என்று பெயரிட்டு அழைத்தார். உடலில் இருக்கும்வரை ஏதோ ஓர் அடையாளம் தேவையாக இருக்கிறதே!

காலிலே ஒரு முள் தைத்துவிட்டது. என்ன செய்கிறோம்? ஒரு ஊசியாலே அதை லாவகமாக அகற்றுகிறோம். ஊசி என்பது என்ன? ஓர் உலோகத்தாலான முள்தானே! அதைத்தான் 'முள்ளை முள்ளால் எடுப்பது' என்று சொல்கிறார்கள்.

அதைப்போல மரணபயத்தை, மரணபயத்தாலே வென்றான் வெங்கடராமன். அது ஒரு திட்டமிட்ட நிகழ்ச்சியல்ல. இந்த

அனுபவம் எவ்வளவு நேரத்தில் நிகழ்ந்தது என்பதைப் பற்றி ரமணர் ஒருமுறை, 'நான் ஞானம் அடைவதற்கு இருபத்தெட்டு அல்லது முப்பது நிமிடங்கள் ஆயின என்று சொல்கிறார்கள். அது தப்பு. ஒரு க்ஷணம் இருக்கலாம். அதுவும் சரியில்லை. டைம் எங்கே அதிலே?' என்று கூறினார். ஒருவர் பல பிறவிகள் தவம் செய்து அடைகிற ஆன்ம விடுதலை (முக்தி) வெங்கடராமனுக்கு கண நேரத்திலே கிடைத்தது என்றால் அது ஏதோ ஒரு விபத்து அல்ல. முற்பிறவிகளில் செய்த தவத்தின் பயனே என்று நாம் புரிந்துகொள்ள வேண்டியதாக இருக்கிறது.

இனி மனம் வெளியே எதையும் தேடி அலையாது. தன்னுள்ளே 'எல்லாம்' அடங்கியிருப்பதைப் புரிந்து கொண்டுவிட்டது. புலன்களும் இனி ஆன்மக் கேணியிலே தமது பசி, தாகத்தைத் தணித்துக் கொள்ளுமே அன்றி, வெளியே இரைதேடி அலையாது. ஒளிநிலை அடைந்துவிட்ட இந்த ஆன்மா, அந்தப் 'பெருங்கடவுட்சக்தி'யே தவிர வேறில்லை. இதைத்தான் இருமையற்ற 'அத்வைத நிலை' என்கின்றனர். இந்த நிலையை அடைந்த பிறகு மனிதன் வேறு, தெய்வம் வேறு அல்ல.

இந்த நிலையைச் சிந்திப்பதே சிரமம். புரிந்துகொள்வது அதனினும் சிரமம். உணர்வது கடினம். எய்துவதோ மிகமிக அரிது. இந்த உச்ச நிலையைப் பதினேழு வயதில் வெங்கடராமன் எய்தியாகிவிட்டது.

மரண அனுபவம் ஏற்படுத்திய விளைவுகள்

வெங்கடராமன் அதிகம் ஆன்மிக நூல்கள் படித்தவனல்ல. பள்ளிக்கூடத்தில் படித்த தேவாரம், திருவாசகம், சிறிதளவு பைபிள் தவிர, வீட்டில் படித்த 'பெரிய புராணம்'தான் அவனது ஆன்மிகக் கல்வி. ஆனால் இப்போது ஞானியாகிவிட்ட இந்த மாறுபட்ட நிலையை எப்படிச் சமாளிப்பது என்பதற்கான எந்தத் தயாரிப்பும் இல்லை.

சில நாள்கள் யாரிடமும் இதைச் சொல்லவே இல்லை. ஆனால் மறைக்கக்கூடிய விஷயமா இது! ஏற்பட்ட மாற்றங்களை ரமணரின் வாய்மூலமே கேட்கலாம்:

'இந்தப் புதிய விழிப்புணர்வின் விளைவுகளை நன்றாகவே பார்க்க முடிந்தது. கொஞ்சநஞ்சம் நண்பர்களிடமும் உறவினர் களிடமும் இருந்த வெளிப்படை ஈடுபாடு அற்றுப் போயிற்று.

படிப்பை எந்திரம்போலச் செய்தேன். மற்றவர்கள் திருப்திக் காகப் புத்தகத்தைக் கையில் சும்மா பிடித்துக்கொண்டுப் படிப்பது போல் உட்கார்ந்திருப்பேன்; ஆனால் என் கவனம் அத்தகைய அன்றாடச் செயல்களில் இல்லவே இல்லை. சாப்பாட்டிலிருந்த அக்கறையும் போய்விட்டது.

'மற்றவர்களுடனான உறவில் மிகவும் பணிந்து போகத் தொடங்கினேன். முதலிலெல்லாம் பிறரைவிட எனக்கு அதிகம் வேலை கொடுத்தால் புகார் செய்வேன். யாராவது என்னைச் சீண்டினால் நான் செமத்தியாகத் திருப்பிக் கொடுப்பேன். யாரும் என்னைக் கேலி செய்யத் துணிய மாட்டார்கள். அதெல்லாம் மாறிப்போச்சு. எவ்வளவு வேலை கொடுத்தாலும், எவ்வளவு கேலி செய்தாலும், வாய்பேசாமல் ஏற்றுக்கொண்டேன். புண் படுகிற, திருப்பி அடிக்கிற அகம்பாவம் காணாமல் போய் விட்டது.

'நண்பர்களோடு வெளியேபோய் விளையாடுவதை நிறுத்தி விட்டேன். தனிமையில் இருக்கத்தான் பிடித்தது. தியானத்துக்குச் சவுகரியமாக உட்கார்ந்துகொண்டு, தன்னந்தனியாக, எனக்குள் ளேயே, ஆன்மாவுக்குள்ளே, நானாக இருக்கிற அந்தச் சக்தியின் ஓட்டத்திலே கலந்துடுவேன்.'

இது மற்றவர்கள் பார்வையிலே இருந்து தப்பிக்கமுடியுமா? அண்ணன் நாகசாமிக்கு இதைப் பார்த்து எரிச்சல் வரும். அவர் கத்துவார். 'யோகீஸ்வரரே, ரிஷிகளாட்டம் காட்டைப் பாத்துப் போகவேண்டியதுதானே' என்று கேலியாகச் சொல்வார்.

எப்போதாவது மீனாட்சியம்மன் கோவிலுக்கு நண்பர்களோடு போகும்போது திருநீறு, குங்குமத்தை வாங்கி நெற்றியில் வைத்துக்கொண்டு, மனத்தில் எந்த நெகிழ்வும் இல்லாமல் திரும்புவது வழக்கமாக இருந்தது வெங்கடராமனுக்கு. இப்போதோ தினமும் மாலையில் கோவிலுக்குப் போகத் தொடங்கினான். அங்கே ஆலவாயழகன், அங்கயற்கண்ணி அம்மை மற்றும் அறுபத்து மூவர் முன்னிலையில் தானும் ஒரு சிலைபோலச் சமைந்துவிடுவான். 'அப்போது எனக்குள்ளே உணர்வுகள் அலைபாயும். 'நான்தான் உடல்' என்கிற எண்ணத்தைக் கைவிட்டுவிட்ட ஆன்மா உடலின் மீதான பிடிப்பை அகற்றிவிட்டது. அதற்குப் புதிதாக ஒரு பற்றுக்கோடு வேண்டும். அடிக்கடி கோவிலுக்குச் சென்றதும், ஆன்மா

கண்ணீராக உகுத்ததும் அதனால்தான்' என்று அந்த நிலையை விளக்கினார் ரமணர்.

அப்போது அவனுக்குப் பிரம்மம் (எங்கும் நிறைந்த இறைத் தத்துவம்), சம்சாரம் (உலக வாழ்க்கை) ஆகிய வார்த்தைகளே தெரியாது. முக்தி அடையவேண்டும் என்ற எண்ணமும் இருக்கவில்லை. 'திருவண்ணாமலைக்குச் சென்ற பின்னால், ரிபு கீதை போன்ற புனித நூல்களைப் படித்தபோது, அவை எனது உள்ளார்ந்த அனுபவத்தை வார்த்தைகளால் விவரித்துப் பெயர் கொடுத்தன. எனது புதியநிலையை 'சுத்த மனஸ்' (எண்ணங்களோ, ஆசைகளோ இல்லாத மனநிலை), 'விஞ்ஞானம்' (தூய அறிவுநிலை) என்று அந்தப் புத்தகங்கள் விவரித்தன.'

இது நடந்த இடம், மதுரை சொக்கப்ப நாய்க்கர் தெரு 11-ம் எண்ணுள்ள வீட்டின் மாடியறை. இந்த வீட்டை இப்போது 'ரமண மந்திரம்' ஆக்கிப் பராமரித்து வருகிறார்கள்.

★★★

வீட்டிலே பிரச்னை அதிகமாகிவிட்டது. ஆகாதா பின்னே? படிக்கும் காலத்தில் பையன் தன்னை மறந்து தியானத்தில் உட்கார்ந்துவிடுகிறான். எதிலும் கவனமே இல்லை. முன்னெல்லாம் இப்படி இல்லை. 'நான் எதைச் செய்தாலும் ரொம்ப நேர்த்தியாகச் செய்வேன். அதனாலே எனக்கு 'தங்கக் கை' அப்படீன்னு ஒரு பெயர் உண்டு. மதுரையிலே என்னுடைய சித்தி அப்பளம் இடறதுக்கு முன்னால் மாவை ஒருமுறை என் கையால தொடச்சொல்வார். அவருக்கு என்மேலே ரொம்ப நம்பிக்கை. ஏன்னா, அவர் விருப்பப்படியே நான் எல்லாத்தையும் செய்வேன், பொய் சொல்லவே மாட்டேன்.'

இந்தப் புதிய விழிப்புணர்வை வெங்கடராமனே ஒரு ஜுரம் தானோ என்று நினைத்ததுண்டு. 'இருந்துட்டுப் போகட்டும்னு விட்டுட்டேன். சுகமாத்தானே இருந்தது' என்றார் பின்னாளில் அதைப்பற்றி. வெங்கடராமனின் சித்தியும் இவனுக்கு ஏதோ மனக்கவலையோ என்று நினைத்தாராம். பின் ஒருமுறை அவர் திருவண்ணாமலைக்கு வந்திருந்தபோது. அவரிடம் ரமணர் சொன்னார்: 'நான் மதுரையை விட்டுப் புறப்பட ஒரு மாதம் இருக்கும். ஏதோ ஒரு மனக்குழப்பம், ஆனால் தலைவலியல்ல. அதை நான் சகிச்சிண்டு இருந்தேன். பார்க்கத் தலைவலி மாதிரி

இருந்தது. உங்களுக்கு ரொம்பக் கவலையாயிடுத்து. தினமும் எனக்குத் தைலமெல்லாம் தடவினேள். நான் இந்த ஊருக்கு வந்து சேர்ற வரைக்கும் அந்தக் குழப்பமான மனநிலை நீடிச்சுது.'

மதுரையைவிட்டுப் புறப்படுவதற்கான அந்த முக்கியச் சம்பவம் நடந்த தேதி ஆகஸ்டு *29, 1896*. ஆன்மவிழிப்புக்குப் பின் சுமார் இரண்டு மாதம் கடந்திருந்தது. ஆங்கில இலக்கணத்தைப் படித்துக் கொண்டு போகவில்லை என்று ஆசிரியர் மூன்றுமுறை பாடம் முழுவதையும் எழுதிக்கொண்டு வரச்சொல்லி தண்டனை கொடுத்திருந்தார்.

முற்பகல் வேளை. வெங்கடராமன் இலக்கணப் பாட்த்தை இரண்டுமுறை எழுதியாயிற்று. மூன்றாம் முறை எழுத வேண்டும். அண்ணன் நாகசுவாமி அதே அறையில் இருக்கிறார். இந்தச் செயல் எத்தனை பயனற்றது என்ற எண்ணம் திடீரென்று வெங்கடராமனைத் தாக்கியது. காகிதங்களை நகர்த்தினான். வேலையை நிறுத்தினான். தியானத்தில் முழுகினான்.

இதைப் பார்த்த நாகசுவாமிக்கு வந்ததே கோபம். 'இப்படியெல்லாம் இருக்கிறவனுக்கு இதெல்லாம் என்னத்துக்கு?' என்று ஒரு கூச்சல் போட்டார். 'சாமியார் மாதிரி இருப்பவனுக்கு வீடும் வசதியும் படிப்பும் எதற்கு?' என்பதே அவரது கேள்வியின் பொருள். உண்மைதானே. நாகசுவாமி தான் திட்டுவதாக நினைத்தாலும், வெங்கடராமனுக்கு அவன் சொல்வது உண்மையாகவே பட்டது. இதெல்லாம் எனக்கு என்னத்துக்கு? மனிதனின் இறுதி லட்சியத்தையே எட்டிவிட்டவன் எதற்காக இன்னும் இந்த இலக்கணத்தை வைத்துக்கொண்டு மாரடிக்கவேண்டும்? அறிய வேண்டுவது எல்லாவற்றையும் அறிந்தபின் இந்தக் கல்வியென்ன ஒரு தூசு!

உள்ளேயிருந்து மீண்டும் எழுந்தது ஒரு குரல் - 'அருணாசலம், அருணாசலம், அருணாசலம்'. அழைத்துவிட்டது அருணாசலம். இனிமே உலகின் வேறு எந்தப் பகுதியிலும் வேலையில்லை. புறப்பட்டாக வேண்டும்.

ஆனால், வீட்டில் நியாயமாகச் சொன்னால் விடமாட்டார்கள். பொய் சொல்லித்தான் ஆகவேண்டும். 'நான் பள்ளிக்கூடம் போகவேண்டும். 'மின்சாரம்' பாடத்தில் ஸ்பெஷல் கிளாஸ் இருக்கிறது' என்றான் வெங்கடராமன். தன்னிடம் வருவதற்குத்

தன் மகனுக்குப் பண உதவி செய்வதென்று அருணாசலத் தந்தை தீர்மானித்துவிட்டார். அதுவும் நாகசுவாமி மூலமே வந்தது. 'கிளாசுக்குப் போறவழியிலே என் காலேஜுலே ஃபீஸ் கட்டிட்டுப் போ. கீழே பெட்டியிலே அஞ்சு ரூபா இருக்கு பார். எடுத்துக்கோ' என்றார் அவர். சித்தி கூப்பிட்டுச் சாப்பாடு போட்டாள். அவசர அவசரமாகச் சாப்பிட்டான் வெங்கடராமன்.

ஒரு தேசப்படத்தை எடுத்துத் திருவண்ணாமலை எங்கே இருக்கிறது என்று பார்த்தான். அது ரயில்பாதையைக் காட்டும் படம். ஆனால் கொஞ்சம் பழையது. திருவண்ணாமலைக்கே ரயில்பாதை வந்துவிட்டதை அது காட்டவில்லை. அந்தப் படத்தின்படி திண்டிவனம்தான் மிக அருகிலிருந்த ரயில் நிலையம். சரி அங்கே போய் மாறிக்கொள்ளலாம் என்று தீர்மானித்தான்.

கீழே போய் மூன்று ரூபாய் எடுத்துக்கொண்டான். அவன் ஐந்து ரூபாயையும் எடுத்துக்கொண்டிருக்கலாம். ஆனால் உடனடித் தேவைக்கானதை மட்டுமே எடுத்துக்கொண்டான். ஒரு கடிதம் எழுதிவைத்தான்:

நான் என் தகப்பனாரைத் தேடிக்கொண்டு அவருடைய உத்தரவின்படி இவ்விடத்தை விட்டுக் கிளம்பிவிட்டேன். இது நல்ல காரியத்தில்தான் பிரவேசித்திருக்கிறது. ஆகையால் இந்தக் காரியத்துக்கு ஒருவரும் விசனப்படவேண்டாம். இதைப் பார்ப்பதற்காகப் பணமும் செலவு செய்ய வேண்டாம்.

உன் சம்பளத்தை இன்னும் செலுத்தவில்லை.
ரூ.2 இதோடுகூட இருக்கிறது.

இப்படிக்கு
______

மெய்ஞ்ஞான உணர்வு விழித்ததுமே வெங்கடராமன் எப்படி மாறினான் என்பதை இந்தக் கடிதமே நமக்கு உணர்த்துகிறது. முதல் வரியில் 'நான்' என்று தொடங்குகிறான். ஆனால் உடலோ, மனமோ, பிற புற அடையாளங்களோ தானல்ல என்ற பக்குவம் வந்துவிட்டது. பெயரும் குணமும் கடந்த தன்னை என்னவென்று சொல்வது? அடுத்த வரியிலேயே தன்னை 'இது' என்று குறிப்பிடுகிறான். இது என்பதும் ஒரு குறியீடுதானே? எல்லாமாக ஆகிவிட்டவனுக்கு ஏது பெயர், ஏது குணம்? எனவே 'இப்படிக்கு' என்று எழுதி கீழே ஒரு வெற்றுக்கோடு மட்டுமே போட்டான். கையெழுத்துக் கிடையாது! அதுமட்டுமல்ல

அருணாசலனை 'என் தகப்பனார்' என்று குறிப்பிடுவதையும் கவனிக்கவேண்டும்.

இறைச்சக்தி அவனை இவ்வாறு நடத்தியதே தவிர, தனக்கு ஞானம் வந்ததாக அப்போது வெங்கடராமன் அறிந்திருக்க வில்லை. பார்த்தவர்கள் உணர்வதற்கான வெளிப்படையான அடையாளங்களும் அப்போது இருக்கவில்லை. ஒருமுறை ரமணாச்ரமத்துக்கு அவரது வகுப்புத் தோழரான ரங்க அய்யர் வந்தார். கண்களில் ஒளிவீசும் ரமண மகரிஷியை அவர் பார்த்ததும் தன்னையறியாமல் காலில் விழுந்தார். ஆனால் மதுரையின் இறுதி நாள்களில் அவர் கண்ணுக்குப் பழைய வெங்கடராமனாகவேதான் இருந்தார். இது ஏன் என்று அவர் கேட்டதற்கு, 'யாருக்குமே வித்தியாசம் புலப்படவில்லை' என்று பதிலளித்தார் ரமணர்.

'வீட்டைவிட்டுப் போகப்போவதை என்னிடமாவது சொல்லி யிருக்கலாமே' என்றார் ரங்க அய்யர்.

'எப்படிச் சொல்வது? எனக்கே தெரியாதே' என்பதே ரமணரின் பதிலாக இருந்தது.

அருணாசலத்தை நோக்கிப் பயணம்

ரயில்நிலையத்துக்கு வீட்டிலிருந்து ஒரு மைல் தூரம். நடந்து சென்றான். அங்கே திண்டிவனத்துக்கு ஒரு டிக்கெட் வாங்கினான். அதன் விலை 2 ரூபாய் 13 அணா. (ஒரு ரூபாய்க்கு 16 அணா). பாக்கியிருந்த 3 அணாவை வேட்டியின் ஒரு நுனியில் முடிந்துகொண்டான். அங்கேயிருந்த பட்டியலில் மேற்கொண்டு படித்திருந்தால் திருவண்ணாமலைக்கே 3 ரூபாய்க்குச் சீட்டுக் கிடைக்கும் என்பதைப் பார்த்திருக்கலாம். இறைவன் திருவுளம் வேறாக இருந்தது. ஆனால் மதியம் பன்னிரண்டு மணிக்கே வந்திருக்கவேண்டிய ரயில் அன்றைக்கு அவனுக்காகத் தாமதமாக வந்ததால்தான் அவன் அதில் பயணிக்க முடிந்தது.

சிலபேர் ரயிலில் ஏறியதும் தூங்கிவிடுவார்கள். சீட்டுப் பரிசோதகர் வந்து தட்டி எழுப்பினால்தான் உண்டு. ஆனால் வெங்கடராமனோ ரயிலில் ஏறியதும் தனக்குள்ளே மூழ்கி லயித்துவிட்டான். தந்தையைப் பார்க்கப் போகும் ஆனந்தம் வேறு. யாரிடமுமே பேசவில்லை. எதிரில் ஒரு மவுல்வியார்

உட்கார்ந்துகொண்டிருந்தார். அவர் இஸ்லாமியத் தத்துவங்களை விலாவாரியாக விளக்கிப் பேசிக்கொண்டிருந்தார்.

மவுனமாக இருக்கும் வசீகரமான அந்தண இளைஞனைப் பார்த்ததும் பேச்சுக் கொடுத்தார் மவுல்வியார்.

'சாமி எங்கிட்டுப் போறீய?'

'திருவண்ணாமலைக்கு'

'நாம்பளுந்தான்' என்றார் மவுல்வி.

'திருவண்ணாமலைக்கேவா?'

'இல்லை. பக்கத்துல திருக்கோவிலூர்.'

வெங்கடராமனுக்கு ஆச்சரியம். 'திருவண்ணாமலைக்கே ரயில் போகிறதா?'

'விசித்திரமான ஆளா இருக்கீகளே சாமி. போவுது. நீங்க எந்த ஊருக்குச் சீட்டு வாங்கினீக?'

'திண்டிவனத்துக்கு.'

'அவசியமே இல்லையே. விழுப்புரத்துல இறங்கி ரயில் மாறினா திருவண்ணாமலைக்கு நேராப் போயிரலாமே!'

பயனுள்ள தகவல்தான், கொஞ்சம் தாமதமாக வந்திருக்கிறது. இப்படி யோசித்துக்கொண்டிருக்கும்போதே திருச்சிராப்பள்ளி வந்தது. பசி வயிற்றைக் கிள்ளியது. நன்கு வயிறுமுட்டச் சாப்பிட்டுப் பழகியவனாயிற்றே. அரை அணாவுக்கு பேரிக்காய் வாங்கினான். என்ன ஆச்சரியம், ஒரு விள்ளல் சாப்பிடுவதற்குள் வயிறு நிரம்பிய உணர்வு. சமீபத்தில் பழகிப்போன விழிப்பும் தூக்கமும் அல்லாத நிலையில் மீண்டும் மூழ்கினான்.

அதிகாலை மூன்று மணிக்கு ரயில் விழுப்புரத்தை அடைந்தது. இறங்கிச் சாலையை அடைந்தான். இங்கிருந்து திருவண்ணா மலைக்கு எப்படிப் போவது? அதிகாலை வேளை. கேட்க யாரும் இல்லை. இருந்தாலும் கூச்சம் விட்டிருக்காது. அங்கும் இங்குமாக நடந்தபோது ஒரு கைகாட்டி மரம் 'மாம்பழப்பட்டு' என்று காட்டியது. அந்த வழியாகத்தான் திருவண்ணாமலைக்குப் போகவேண்டும் என்று வெங்கடராமன் அறிந்திருக்கவில்லை.

விடிந்தும் போனது. வழிதெரியாமல் அலைந்ததில் பசிக்கத் தொடங்கிவிட்டது.

ஒரு ஹோட்டலை அடைந்தான். இன்னும் சமையல் ஆகியிருக்க வில்லை. கொஞ்சம் காத்திருக்கவேண்டும். அதில் என்ன கஷ்டம், மீண்டும் தன்னை மறந்த சமாதி நிலையில் ஆழ்ந்து விட்டான். உணவு தயாராகும்போது மதியம் ஆகிவிட்டது. சாப்பிட்டாயிற்று. இரண்டணாவை எடுத்து நீட்டினான் வெங்கட ராமன். சிவந்த மேனியும், கறுத்து அடர்ந்த கட்டுக்குடுமியுமாக உட்கார்ந்திருக்கும் களையான இளைஞனைப் பார்த்தார் அந்த உணவுவிடுதிக்காரர்.

'எவ்வளவு காசு வைத்திருக்கிறாய்?'

'இரண்டரை அணா.'

'காசை நீயே வைத்துக்கொள்.'

உணவுக்கு அவர் காசு வாங்கவில்லை. மீண்டும் ரயில் நிலையத்தை நோக்கி நடந்த வெங்கடராமன் கையில் இருந்த இரண்டரை அணாவுக்குப் பயணச் சீட்டு வாங்கியதில் மாம்பழப் பட்டு வரையிலும்தான் கிடைத்தது. அந்த ஊரை அடையும் போது மாலைநேரமாகி விட்டது. மிச்ச தூரத்தை நடந்துவிடலாம் என்று தீர்மானித்து நடந்தான் வெங்கடராமன்.

சுமார் பத்து மைல் தூரம் நடந்திருக்கவேண்டும். ஒரு குன்றும், அதன்மேல் கோவிலும் தென்பட்டன. அது அறையணிநல்லூர் கோவில். அதிகம் நடந்து பழக்கம் இல்லை இவனுக்கு. கோவிலை அடைந்தபோது நன்கு இருட்டிவிட்டது. கோவிலில் யாரும் இல்லை. முன்புறம் காத்துக் கொண்டிருந்தான். கோவில் நடை திறந்ததும் உள்ளே போனவன் அப்படியே முன்மண்ட பத்தில் உட்கார்ந்து தியானத்தில் ஆழ்ந்தான். பொதுவாகவே இருண்டிருந்த கோவிலில் ஓரளவு விளக்கு இருந்தது அங்கேதான்.

தியானத்தில் இருக்கும்போது திடீரென்று ஒளிவெள்ளம் பொங்கி எங்கும் சூழ்வதை அவன் உணர்ந்தான். 'ஓ! இது இங்கிருக்கும் தெய்வத்தின் ஒளிதான்' என்று நினைத்து எழுந்துபோய் கர்ப்ப கிருகத்தில் பார்த்தால், அங்கே சாதாரணமாகத்தான் இருந்தது. தான் பார்த்த ஒளி மூர்த்தியிலிருந்து புறப்பட்டதல்ல என்று புரிந்து கொண்ட வெங்கடராமன் மீண்டும் தியானத்தில் மூழ்கினான்.

'யாரப்பா அங்கே மண்டபத்திலே! வெளியே வா. கோவில் பூட்டணும்' என்ற குரல் கேட்டு நினைவு திரும்பிய வெங்கட ராமன் வெளியே வந்தான். மீண்டும் பசித்தது. 'கொஞ்சம் பிரசாதம் கிடைக்குமா?' என்று கேட்டான். 'அதெல்லாம் ஒண்ணும் கிடையாது' என்று கறாரான பதில் வந்தது. 'பரவாயில்லை. நான் கோவிலிலேயே ராத்திரி படுத்துக் கொள்கிறேனே' என்றான். 'இல்லையில்லை. யாரையும் இங்கே படுக்க விடமுடியாது' என்றார் குருக்கள்.

வெளியே வந்த வெங்கடராமன் மற்றவர்களுடன் சேர்ந்து சுமார் முக்கால் மைல் தூரத்தில், ஆற்றின் அக்கரையில் இருக்கும் கீழூருக்குப் போனான். அங்கேயிருக்கும் கோவிலில் பிரசாதம் கிடைக்கலாம் என்று யாரோ சொல்ல, அவர்களுடன் சேர்ந்து அவனும் வீரட்டேசுவரர் கோவிலுக்குப் போனான். போனவன் மீண்டும் சமாதியில் ஆழ்ந்துவிட்டான். எல்லோரையும் வெளியே அனுப்ப குருக்கள் குரல் கொடுக்கவும்தான் விழித்தான். ஆனால் இங்கும் இவனுக்குப் பிரசாதத்துக்குப் பதிலாக கடுமையான பதில்தான் கிடைத்தது.

இதையெல்லாம் பார்த்துக் கொண்டிருந்தார் கோவில் மேளக் காரர். 'என் பங்குப் பிரசாதத்தை அவருக்குக் கொடுங்களேன்' என்றார் அவர். இரவு ஒன்பது மணியாகிவிட்டது. ஒரு தட்டுப் புழுங்கலரிசிச் சோறு கையில் கிடைத்தது. தண்ணீருக்காகக் கோவிலுக்குப் பக்கத்தில் இருந்த சாஸ்திரிகளின் வீட்டுக்கு இவனை மேளக்காரர் அழைத்துப் போனார். களைப்பும் பசியும் மிகுந்துபோகவே வெங்கடராமனுக்கு மயக்கம் உண்டாக்கி யிருக்கவேண்டும். அப்படியே தூக்கத்தில் நடந்ததுபோலச் சென்றவன் கீழே விழுந்தான்.

சற்றுநேரம் கழித்து விழித்துப் பார்க்கையில் சுற்றிச் சிறிய கூட்டம் சேர்ந்திருந்தது. நல்லவேளை, அடி எதுவும் பட வில்லை. கையிலிருந்த சாதத்தட்டு கீழே விழுந்திருந்தது. அதில் மீதமிருந்ததைச் சாப்பிட்டான். சாப்பிட்டுவிட்டு அங்கேயே தூங்கியும் போனான்.

மறுநாள் ஆகஸ்டு 31, 1896. அன்று கிருஷ்ண ஜெயந்தி. திருவண்ணா மலைக்கு இன்னும் இருபது மைல் தூரம் இருந்தது. எப்படிப் போவது என்று தெரியவில்லை. மீண்டும் பசியும் சோர்வும் வேறு வாட்டுகிறது. முதலில் ஏதாவது சாப்பிடவேண்டும். பின்னர்

ரயிலைப் பிடித்தாக வேண்டும். 'டிக்கட் வாங்கக் காசு ஏது?' என்று யோசிக்கும்போதே காதில் இருந்த சிவப்புக்கல் பதித்த தங்கக் கடுக்கன் நினைவுக்கு வந்தது. இருபது ரூபாய் பெறும், அதை அடகு வைக்கவேண்டியதுதான். யாரிடம் எப்படி அடகு வைப்பது, அனுபவம் இல்லையே என்று யோசித்துக்கொண்டிருக்கும் போதே எதிரில் இருந்த ஒரு வீட்டைப் பார்த்தான்.

முத்துக்கிருஷ்ண பாகவதரின் வீடு அது. 'கொஞ்சம் சோறு கொடுங்கள்' என்று வாசலில் நின்றபடி கேட்டான் வெங்கட ராமன். அவர் தன் மனைவியை அழைத்தார். கிருஷ்ண ஜெயந்தி தினமான அன்று, இந்தக் களையான இளைஞன் தன் வீட்டுக்கு விருந்தினனாக வந்ததில் அந்த குணவதிக்கு மிகுந்த மகிழ்ச்சி. காலை நேரமாதலால் பழைய சோறுதான் இருந்தது. அதைத் தாராளமாக அவனுக்குக் கொடுத்து முழுவதையும் சாப்பிட வேண்டும் என்று அன்பாக வற்புறுத்தினாள். இரண்டு கவளம் தான், பசி போன இடம் தெரியவில்லை. ஆனாலும் கட்டாயத்துக் காகச் சாப்பிட்டான்.

'யாத்திரை போகும் வழியில் கைச்சாமான் களவு போய்விட்டது. இந்தக் கடுக்கன்களை ஈடாக வைத்துக்கொண்டு நாலு ரூபாய் கொடுங்கள்' என்றான் வெங்கடராமன். வாங்கிப் பார்த்த பாகவதருக்கு அது நல்ல தங்கத்தில் செய்யப்பட்ட நகை என்று தெரிந்தது. இருபது மதிப்புள்ளதற்கு நான்கு ரூபாய்தானே கேட்கிறான். பார்க்கவும் நல்ல பிள்ளையாகத் தெரிகிறான். பணம் கொடுக்கத் தீர்மானித்தார் பாகவதர். ஆனால் அவர் பேராசைக்காரரல்ல. ஊருக்குப் போய்க் கண்டிப்பாகப் பணத்தை அனுப்பி நகையைத் திருப்பிக் கொள்ளவேண்டும் என்று வற்புறுத்திச் சொன்னார். வட்டி கிடையாது. வெங்கடராமனின் விலாசத்தை வாங்கிக் கொண்டு, ஒரு சீட்டில் தனது விலாசத்தை எழுதிக் கொடுத்தார்.

இருவரும் மிகுந்த அன்போடு கோகுலாஷ்டமி விருந்தை வெங்கட ராமனுக்குப் பரிமாறினார்கள். மாலையில்தான் கிருஷ்ணனுக்கு பட்சணம் நிவேதனம் செய்யப்படும் என்றாலும் அதைப் பொருட்படுத்தாது அந்த அம்மையார் தாய்மை நிரம்ப அதைப் பொட்டலமாகக் கட்டி வெங்கடராமனின் கையில் கொடுத்தார்.

பாகவதரின் வீட்டிலிருந்து புறப்பட்டவுடன் அவன் செய்த முதல் காரியம் அடகுமீட்புக்காக அவர் கொடுத்த சீட்டைக் கிழித்துப்

போட்டதுதான். அவனுக்கு ஏது சொத்து, இந்தப் பிரபஞ்சமே அவன் சொத்தாக இருக்கும்போது. எதை மீட்பது. இப்போதைக்கு அந்த நாலு ரூபாய்க்கு வேலை இருக்கிறது, அது போதும்.

ரயில் நிலையத்துக்குப் போனால் மறுநாள் காலைவரையில் திரு வண்ணாமலைக்கு வண்டி கிடையாது என்று தெரிந்தது. பயணத் தில் ஒவ்வொன்றும் நிர்ணயித்தபடியல்லவா நடந்து வருகிறது, சரியான தருணம் வராமல் அது எப்படி முற்றுப்பெறும்?

மறுநாள் காலையில் நான்கு அணாவுக்குப் பயணச்சீட்டு வாங்கிக்கொண்டு திருவண்ணாமலையில் வந்து இறங்கினான் வெங்கடராமன்.

3. அருணாசலம்

செப்டம்பர் 1, 1896 அன்று காலை பொலபொலவென்று விடியவும் வெங்கடராமன் திருவண்ணாமலை வந்து இறங்கினான்.

உடலெங்கும் ஒரு புல்லரிப்பு. தந்தையின் வீடு வந்து சேர்ந்தாகி விட்டதே. அருணமலையைப் பார்க்கவே பேரின்பமாக இருந்தது. 'அருணாசலம், அருணாசலம்' என்று புலம்பிக் கொண்டிருந்த மனது இப்போது அமைதிப்பட்டது. இதுதான் வீடு, இதுதான் நான் அடையவேண்டிய இடம். என் பயணம் முடிந்தது.

அன்று தொடங்கி, இவ்வுலகில் உடலோடு கூடியிருக்கும் நாள் வரையில் வெங்கடராமன் திருவண்ணாமலையில்தான் இருந் தான். சமாதி அடைந்த பின்னரும் அப்பொன்னுடல் அங்கேயே அடக்கம் பெற்றது. ஞானிகளுக்குப் போக்கேது, வரவேது. ஒருமுறை ரமணர் தன் அன்பருக்குக் கூறினார், 'கப்பலும் ரயிலும்தான் போகிறது, நீயல்ல.' தான் எங்கும் நிறைந்தவனே என்பதைப் பலமுறை அவர் அடியவர்க்கு உணர்த்தியது உண்டு. அதைப் பின்னர் பார்க்கலாம்.

அதுவே தலம் அருணாசலம் தலம் யாவினும் அதிகம்!
அது பூமியின் இதயம் அறி! அதுவே சிவன் இதயப்
பதியாம் ஒரு மருமத் தலம்! பதியாம் அவன் அதிலே
வதிவான், ஒளி மலையா(ய்) நிதம் அருணாசலம் எனவே!

(அருணாசல மகாத்மியம்: 1)

(பொருள்: எல்லாத் தலங்களையும்விட அதிக மகிமை வாய்ந்த தான அருணாசலம் எனப்படும் திருவண்ணாமலையே திருத்தல மாகும். அது பூமியின் ஆன்மிக இதயத்தைப் போன்றது என்பதை

அறிவாயாக. சிவனின் இதயத்திலே ஓர் மருமத்தலமும் ஆகும். அவன் அத்தலத்தில் அருணாசலம் என்ற பெயரோடு ஓர் ஒளி பொருந்திய மலையாக உறையும் இறைவனுமாக இருக்கிறான். *(தமிழில் கவிதையாக்கம்: பகவான் ஸ்ரீ ரமணர்)*

இவ்வாறு அருணாசல மகாத்மியம் போற்றிப் புகழும் அந்த அற்புதத் தலத்திலே, தானே ஒரு நெருப்பு மலையாக சிவன் நின்றிருக்கிறான். தவிர அங்கே அண்ணாமலையப்பனும் உண்ணாமுலைத் தாயாரும் அமர்ந்து, வருகின்ற அடியார்க் கெல்லாம் பேரருளை அள்ளி அள்ளித் தந்துகொண்டு இருக் கின்றனர். அங்கு வந்து சேர்ந்ததுமே வெங்கடராமனிடம் இருந்து ஒரு நிம்மதிப் பெருமூச்சு வெளியாயிற்று.

வீட்டை விட்டுக் கிளம்பிய நான்காம் நாளன்று காலை, ரயிலிலிருந்து இறங்கி, ஓட்டமும் நடையுமாக ஆவலோடு அருணாசலனை நோக்கி ஓடினான் மகன். அவன் வரவுக்கே காத்திருந்தாற்போல வரிசையாகக் கோவிலின் மூன்று சுற்றுக் கோபுர வாசல்களும் திறந்திருந்தன. உள்ளே கருவறைக் கதவும்தான். அதுமட்டுமல்ல மகன், தந்தையைக் காணச் சென்ற அந்த அற்புதக் கணத்தில் கோவிலில் யாருமே இல்லை. நேராகச் சென்ற வெங்கடராமன், (இனிமேல் ரமணன்) நெஞ்சாரக் கட்டித் தழுவினான் அருணாசல சிவத்தை. மரண அனுபவத்தில் தன்னறிவு ஏற்பட்ட அந்தக் கணத்திலிருந்து ரமணரின் உடலைத் தகித்துக் கொண்டிருந்த நெருப்பு அப்போதுதான் குளிர்ந்தது.

கோவிலை விட்டு வெளியே வந்தான். தன் கையில் இருந்த கோகுலாஷ்டமி பலகாரங்களைக் குளத்து நீரில் போட்டான். மீன்கள் தின்று பசியாறுமே. ஒரு நாவிதர் 'சாமி, தலை சவரம் செய்யலியா?' என்றார். இதுவும் தந்தையின் சித்தம் போல இருக்கிறது என்று எண்ணியவாறே, தலையை மொட்டை அடித்துக்கொண்டான். நாவிதருக்குக் கொடுத்தது போக, மூன்று ரூபாய் சொச்சத்தை அய்யன்குளத்தில் வீசினான். இனி இந்தத் தவராஜனுக்குப் பணத்தைத் தொடும் அவசியம் இல்லை. அதற்குப் பிறகு பணத்தைத் தொடவும் இல்லை. பூணூலும் அதே வழியில் போயிற்று. இடுப்பிலிருந்த வேஷ்டியிலிருந்து ஒரு கோவணத்துக்கான துணியைக் கிழித்துக்கொண்டு மிச்சத்தைக் குளத்தில் போட்டான். அவ்வளவுதான், திட்டமிடாமலே ஒரு துறவுச் சடங்கு நிகழ்ந்தேறிவிட்டது.

தலை மழித்துக்கொண்டால் குளிக்க வேண்டுமே. 'இந்தக் கட்டைக்குக் குளியல் வேறு ஒரு கேடா?' என்று உடனே ஓர் எண்ணம் எழுந்தது. தவிர்த்துவிட்டுக் கோவிலை நோக்கி நடந்தான். ஆனால் ஒரே ஒரு தனித்த மேகம் வந்து அவனை நீராட்டியது. நிஷ்டையில் இருப்பதே தனது பணி என்று கோவிலின் ஆயிரங்கால் மண்டபத்தில் உட்கார்ந்தவன்தான். சோறு, தண்ணீர் என்று எல்லாவற்றையும் மறந்து தன்னில் ஆழ்ந்துவிட்டான்.

பாதாளலிங்க நிலவறையில்

ஆனால் வேறு வகைப் பிரச்னைகள் தலைதூக்கின. சடைமுடியும் நகமும் தன்னிச்சையாக வளர, எந்நேரமும் உடலைப் பற்றிய சிந்தனையே இல்லாமல் நிஷ்டையில் இருந்த இளந்துறவியை அங்கிருந்த சில சிறுவர்கள் பைத்தியக்காரன் என்றே எண்ணத் தொடங்கினார்கள். சிறந்த ஞானியான சேஷாத்ரி சுவாமிகள் அப்போது திருவண்ணாமலையில் இருந்தார். அவரும் பித்துப் பிடித்தாற்போலத்தான் சுயேச்சையாகத் திரிவார். காற்றுக்கு வேலியிட்டுக் கட்டி வைத்தாலும் அவரைக் கட்டிப் போட முடியாது. அவரைப் போலவே தோற்றத்தைச் சட்டை செய் யாமல், கண்மூடி அமர்ந்துவிட்ட இவனுக்கும் 'சின்ன சேஷாத்ரி' என்றே பெயரும் இட்டுவிட்டனர். அத்தோடு விடாமல், இவன் மீது கல், ஓட்டாஞ்சல்லி ஆகியவற்றை விட்டெறிவதில் அவர்கள் மிகுந்த உற்சாகம் காட்டினர்.

மதுரையில் நிகழ்ந்த அனுபவம் ஆன்மஞானத்தின் முதல் நிலை என்றால் அதன் இரண்டாம் நிலையாக இது அமைந்தது. மனது முழுதுமாக உள்நோக்கித் திரும்பியதோடு மட்டுமல்லாமல் உடலின் உபாதைகளையும் அறவே புறக்கணித்தது. எனவே பொடியன்கள் வீசிய கல்லும் சல்லியும் அவனைத் துன்புறுத்த வில்லை. ஆனால் இதைப் பார்த்த சேஷாத்ரி சுவாமிகளின் மனது துன்பப்பட்டது. 'ஞானியை ஞானியே இனங்காண முடியும்' என்று சொன்னாற்போல, இந்த பிராமண சுவாமி லேசுப்பட்ட வரல்ல என்று அவருக்குப் புரிந்தே இருந்தது. அவனுக்குத் தீங்கு வராமல் பாதுகாக்க விரும்பிய அவர் சிறுவர்களை விரட்டுவார். ஆனால் எப்போதும் காவல் இருக்க முடியுமா என்ன?

அங்கே ஆயிரங்கால் மண்டபத்தில் ஒரு பாதாளலிங்கம் இருந்தது. அது ஒரு பெரியவரின் சமாதியின்மேல் வைக்கப்பட்ட லிங்கம். சுற்றியிருந்ததோ மண் தரை. தரைமட்டத்துக்குக் கீழே

இருந்த லிங்கத்தின் இருப்பிடத்தைச் சூரியனின் கதிர்கள் எட்டிப் பார்த்ததே கிடையாது. ஆகவே அது எறும்பு, பூச்சிகள், கறையான், பூரான் இவற்றுக்குச் சவுகரியமான வசிப்பிடமாக இருந்தது. அந்த இடத்துக்கு மாறினார் 'பிராமண சுவாமி'.

யார்யாரோ ஏதோ கொண்டு வந்து ஊட்டுவார்கள். கொஞ்சம் வயிற்றுக்குள் போகும். ஆனால் அவரது தசையும் ரத்தமும் அங்கிருந்த புழு பூச்சிகளுக்குச் சுகமான விருந்தாகிக் கொண்டிருந்தன. அவர் பொருட்படுத்தாத அந்த உடல் புண்ணாகி, அதில் ரத்தமும் சீழும் வடியத் தொடங்கின. அந்த இடத்திலும் ரத்னம்மாள் போன்ற பக்தைகள் தினமும் உணவு தரத் தொடங்கினர். ஒருநாள் அவர் துவைத்த துணி ஒன்றைக் கொண்டு வந்தார். 'சுவாமி, இதைக் கீழே விரித்துக் கொண்டால் புழு, பூச்சி கடிக்காமல் இருக்கும், அல்லது போர்த்துக் கொள்ளுங்கள்' என்று பலவாறாக வேண்டிக்கொண்டாள். ஆனால் பிராமண சுவாமியின் காதில் எதுவும் விழுந்ததாகத் தெரியவில்லை. சரி, கண்விழிக்கும் போது பயன்படுத்தட்டும் என்று நினைத்து அங்கேயே துணியைக் கீழே வைத்துவிட்டுச் சென்றாள். மறுநாள் வந்து பார்த்தால் துணி அந்த இடத்திலேயே இருந்தது!

பாதாள அறையின் இருட்டுக்குப் பயந்த சிறுவர்கள் (பெரும்பாலும் முஸ்லிம் சிறுவர்கள் என்கிறார் நரசிம்ம சுவாமி) சற்றுத் தொலைவிலிருந்தே தமது வேலையைக் காட்டினர். சேஷாத்ரி சுவாமிகள் இயன்றவரை அவர்களைத் துரத்தினார். நல்ல வேளையாக நிலவறையின் ஒதுக்குப்புறமாக இருந்த இடத்தில் ரமணர் உட்கார்ந்ததால் அவர்மேல் கற்கள் படவில்லை.

ஒருநாள் வெங்கடாசல முதலியார் என்பவர் ஆயிரங்கால் மண்டபத்துக்குப் போனார். அங்கே கற்களும் ஓட்டாஞ்சல்லிகளும் சரமாரியாகப் பறப்பதைக் கண்டார். ஒரு கம்பைக் கையில் எடுத்துக்கொண்டு அவர்களை விரட்டினார். அந்தச் சமயத்தில் பாதாளலிங்கத்திலிருந்து சேஷாத்ரி சுவாமிகள் மேலே வருவதைப் பார்த்தார். அவருக்குக் கவலையாகிவிட்டது. 'சுவாமி, உங்களுக்கு ஏதாவது காயம் பட்டுவிட்டதோ?' என்று விசாரித்தார்.

'ஊஹூம், எனக்கொண்ணுமில்லை. உள்ளேபோய்ச் சின்ன சுவாமியைப் பார்' என்று சொல்லிவிட்டுக் காணாமல் போனார் சேஷாத்ரி சுவாமி.

கீழே இறங்கிப் போனால் ஒரே கும்மிருட்டு. கொஞ்ச நேரத்துக்கு எதுவும் தெரியவில்லை. கண் பழக்கப்பட்டபின் ஒரு சிறிய உருவம் உட்கார்ந்திருப்பது தெரிந்தது. முதலியார் நந்த வனத்துக்குப் போனார். அங்கே ஒரு மௌன சுவாமி பிற சாதுக் களுடன் பூப்பறித்துக் கொண்டிருந்தார். அவர்களை அழைத்து வந்து, ரமணரைக் குண்டுக்கட்டாகத் தூக்கிக் கொண்டுபோய் கம்பத்து இளையனார் என்ற முருகன் கோவிலில் வைத்தார். ரமணரின் கீழ்த்தொடையிலும், பின்புறத்திலும் இருந்த சீழ்வடியும் புண்களைப் பார்த்து அதிர்ச்சி ஏற்பட்டது அவர்களுக்கு. தேகத்தை ரமணர் உதிர்க்கும் வரையில் அந்தப் பகுதிகளில் தழும்புகளைக் காணமுடிந்தது என்கிறார், அவரது வரலாற்றை முதன்முதலில் மிகுந்த சிரமத்தின் பேரில் நமக்காகப் பலரிடமும் கேட்டுத் தொகுத்து எழுதிய பி.வி. நரசிம்ம சுவாமி.

ஒளிவீசும் முகத்தைக் கொண்ட இளைஞன் உணவைப் பற்றிக் கவலைப்படாமல் உட்கார்ந்திருப்பதைப் பார்த்து மவுன சுவாமிகளுக்குக் கருணை பிறந்தது. தினமும் உண்ணாமுலை அம்மனின் அபிஷேகப் பாலைக் கொண்டுவந்து மெல்ல மெல்ல ரமணரின் வாயில் புகட்டுவார். பாலா அது! தண்ணீர், மஞ்சள் பொடி, சர்க்கரை, வாழைப்பழத் துண்டுகள் இவற்றோடு பால் என்று எல்லாம் கலந்த கலவையாக இருந்தது. அதையும் பொருட்படுத்தாத இளையரமணரின் வாய்க்குள் அது உயிர் காக்கும் அமுதமாகச் செல்லும். இதைக் கவனித்த கோவில் குருக்கள் அன்றிலிருந்து சுத்தமான பாலை அபிஷேகம் செய்து பிராமண சுவாமிக்குக் கொடுத்துவரத் தொடங்கினார்.

அது முற்றிலுமே ரமணர் தன் சுய நினைவிழந்திருந்த சமயம். 1896-ம் ஆண்டின் இறுதியில் சில மாதங்கள் ரமணர் கோவணத்தை அணிவதில்கூட அக்கறை செலுத்தவில்லை என்கிறார் நரசிம்ம சுவாமி. திடீரென்று ஒருநாள் நந்தவனத்தில் அரளிப் புதரின் கீழ் இருப்பார். மற்றொரு நாள் வாழைத் தோப்பில் நிஷ்டையில் இருப்பார். வேறொரு சமயம் வாகனமண்டபத்தில் ஏதோ ஒரு வாகனத்தின் கீழ் இருக்கும் இடுக்கில். எப்படி ஒரு சிராய்ப்புக் கூட இல்லாமல் நுழைந்தோம் என்று அவருக்கே ஆச்சரியமாக இருக்கும். ஏனென்றால் தான் ஓரிடம் விட்டு ஓரிடம் செல்வது அவருக்கே தெரியாதாம். 'சில சமயம் கண்ணைத் திறந்தால் இருட்டாயிருக்கும். சில சமயம் வெளிச்சமாயிருக்கும். பகலும் ராத்திரியும் வந்துபோறது அப்படித்தான் எனக்குத் தெரிஞ்சது'

என்று ஒரு பக்தரிடம் இந்த நாள்களைப் பற்றி நினைவு கூர்ந்ததுண்டு ரமணர்.

இப்படி இருக்கும்போது ஒருநாள் அவர் சிவகங்கைக் குளத்தருகே இருக்கும் இலுப்பை மரத்தடிக்கு வந்து சேர்ந்தார். திருவண்ணாமலையில் கார்த்திகை மாதம் முக்கியமான சமயம். நெருப்புமலை வடிவாக நின்ற பரமனுக்கு மலையுச்சியில் பெருந்தீபம் ஏற்றிக் கொண்டாடும் திருவிழா வந்து கொண்டிருக்கிறது. நாட்டின் எல்லாப் பகுதிகளில் இருந்தும் கோவிலுக்கு வரும் பக்தர்கள் பிராமண சுவாமியையும் இலுப்பை மரத்தடியில் பார்த்து நமஸ்காரம் செய்துவிட்டுச் செல்வது வழக்கமாகிவிட்டது.

இதே சமயத்தில் உத்தண்டி நயினார் என்பவர் அங்கு வந்திருந்தார். அவர் வருடாவருடம் அங்கு வந்து 48 நாள்கள் தங்கி தீவிர ஆன்மிக சாதனை செய்வது வழக்கம். தினமும் கிரிவலம் வருவார். நிறையச் சமய நூல்களைப் பயின்று இருந்தார். அவரும் ரமணர் தங்கியிருந்த இலுப்பை மரத்தடியிலேயே தங்கியிருந்தார். தானே சிறிது சமைத்துச் சாப்பிட்டுவிட்டு அங்கே இருந்தபடி 'யோகவாசிஷ்டம்', 'கைவல்ய நவநீதம்' போன்ற நூல்களைப் பாராயணம் செய்துகொண்டிருப்பார். பார்ப்பதற்குக் குட்டை, கட்டையாய் வலுவானவராக இருக்கவே, அவர் இருக்கும்போது ரமணரைத் தொந்தரவு செய்ய சிறுவர்கள் அஞ்சினர். உத்தண்டி நயினாரும் இந்த பிராமண சுவாமி நமக்கு ஏதாவது உபதேசம் செய்து கடைத்தேற்ற மாட்டாரா என்று எதிர்பார்த்து, ரமணரின் அருகிலேயே இருந்து தன்னாலான சேவையைச் செய்து வந்தார்.

குளிர்காலத்திலே இலுப்பை மரத்தடியில் அடிக்கும் பலமான குளிர்க்காற்றில் ரமணரின் உடலெல்லாம் பனித்துளிகள் நிரம்பியிருக்குமாம். தன் இரண்டு கைகளை மார்புக்குக் குறுக்கே வைத்துக் கொள்வாராம். 'என் கைகள்தாம் என் முதல் மேல்துணியாகும். எத்தனைக் கம்பளி போர்த்துக் கொண்டாலும் அதற்கு ஈடாகுமா!' என்று குஞ்சு சுவாமியிடம் பிற்காலத்தில் ரமணர் சொன்னதுண்டு.

4. குருமூர்த்தத்தில் அமர்ந்த குருமூர்த்தி

திருவண்ணாமலையில் குருமூர்த்தம் என்று ஒரு சைவ மடம் இருந்தது. அதில் அண்ணாமலைத் தம்பிரான் என்பவர் இருந்து கொண்டு தேவார, திருவாசகங்களைக் கோஷ்டியுடன் பாடிச் சென்று, கிடைத்த வருவாயில் சாதுக்களுக்கு அன்னதானம் செய்து வந்தார். திருக்கார்த்திகை நெருங்கிக் கொண்டிருந்ததால், ஏராளமான கூட்டம் கோவிலில் வந்து குவியத் தொடங்கியது ரமணரின் தனிமைக்கு இடைஞ்சலாக இருந்தது. அதே சமயத்தில் ரமணரைக் குருமூர்த்தத்தில் கொண்டு வைத்துக்கொள்ள வேண்டும் என்ற எண்ணம் தம்பிரானுக்குத் தோன்றியது. எப்போதும் நிஷ்டையில் இருந்த ரமணரிடம் இதை எப்படித் தெரிவிப்பது என்று யோசித்தார்.

அதே இலுப்ப மரத்தின் கீழ் தங்கி ரமணரோடு இருந்த உத்தண்டி நயினாரை ரமணரின் சீடர் என்று நினைத்துக் கொண்டார் அண்ணாமலைத் தம்பிரான். எனவே நயினாரை அணுகி 'பிராமண சுவாமியை குருமூர்த்தத்தில் வந்து தங்கி அருள்பாலிக்கச் சொல்லவேண்டும்' என்று வினயத்துடன் வேண்டிக் கொண்டார். உத்தண்டி நயினாரோ ரமணருடன் பேசியதுகூடக் கிடையாது. ஆனாலும் முயற்சி செய்து பார்க்க ஒப்புக்கொண்டார்.

எந்தக் காலத்திலுமே ரமணரைப் பொறுத்தவரையிலும் 'பேசுவது' என்பது கடைசிப் பட்சம்தான் என்பதைப் பின்னால் பார்க்கப் போகிறோம். ஆகவே நயினாருக்கும் ரமணருக்குமான தொடர்பு பேசாமலே ஏற்பட்டுவிட்ட நிலையில், நயினார் கேட்டதுமே குருமூர்த்தத்துக்குப் போக ரமணர் ஒப்புக் கொண்டார். இதற்கு முன்னும் ஒரு சிலர் சேவை செய்திருந் தாலும் உத்தண்டி நயினார்தான் ரமணரின் 'முதல் அடியார்' என்ற அந்தஸ்தைப் பெறுகிறார்.

இந்தக் குருமூர்த்தத்தின் சிறப்பைச் சிறிது தெரிந்துகொள்வது நல்லது. திருக்கைலாயத்தில் நந்திதேவருக்கு தட்சிணாமூர்த்திப் பெருமான் உபதேசித்த சிவஞானபோதம், சனத்குமாரர், சத்திய ஞான தரிசினி முனிவர் என்று இவர்கள் வழியே பரஞ்சோதி முனிவரை அடைந்தது. அவர் ஒரு சமயம் அகத்தியரைக் காண விரும்பிச் சென்றுகொண்டிருக்கும் வழியில் திருவெண்ணெய் நல்லூருக்கு வந்தார். அங்கே இருந்த காங்கேய பூபதியின் இல்லத்தில் ஒரு குழந்தையைப் பார்த்தார். அது பூபதியின் சகோதரரின் குழந்தை. பரஞ்சோதி முனிவருக்குச் சுவேதவனப் பெருமான் என்று பெயர் கொண்ட அந்தக் குழந்தையைப் பார்த்ததுமே அது அருட்குழந்தை என்பது தெரியவே அவருக்கு 'மெய்கண்டார்' என்று நாமம் சூட்டி, சிவஞான போதத்தையும் பயிற்றினார்.

தமிழுக்குச் சிவஞானபோதத்தை அளித்தவர் இந்த மெய் கண்டாரே. சிவஞான சித்தியார் என்ற சைவப்பெருநூலை அருளிய அருள்நந்தி இவரது மாணாக்கர். அருள்நந்தியின் சீடரான ஸ்ரீ தெய்வசிகாமணி தேசிக பரமாச்சாரிய மூர்த்திகள், குருமூர்த்தத்தை நிறுவியதோடு மட்டுமல்லாமல் அங்கே அவரது சமாதிக் கோவிலும் உள்ளது.

குருமூர்த்தத்துக்கு ரமணர் வந்த சமயத்தில் தரையில் ஏராளமான எறும்புகள் இருந்தன. பூரானையும் கறையானையும் எறும்போடு சேர்த்துச் சமாளித்த அவருக்கு இது ஒரு பெரிய விஷயமே இல்லை. வழக்கம்போலத் தரையில் உட்கார்ந்து நிஷ்டையில் அமர்ந்தார். அவர்மீது எறும்பு மொய்ப்பதைக் காணச் சகியாத மற்றவர்கள் ஒரு முக்காலியைப் போட்டு அதன்மேல் அவரை உட்காரச் சொன்னார்கள். முக்காலியின் கால்கள் நீர் நிரம்பிய கிண்ணங்களில்! அதில் உட்கார்ந்த ரமணர் சுவற்றில் முதுகைச் சாய்த்து அமர்ந்துகொண்டு இருந்தார். அது போதாதா? அவர் முதுகையே பாலமாகக் கருதிய எறும்புகள் அவரை மீண்டும் மொய்த்தன. தொடர்ந்து ரமணரின் முதுகு சாய்ந்துகொண்டிருந்த அடையாளம் குருமூர்த்தத்தின் சுவற்றில் நெடுநாள்வரை இருந்தது.

உத்தண்டி நயினார் தன் ஊருக்குத் திரும்பிப் போய்விட்டார். அண்ணாமலைத் தம்பிரானும் குன்றக்குடியில் இருந்த தனது மடத்துக்குப் போய் ஓராண்டுக்கு மேல் தங்கிவிட்டார். அவர்

இருக்கும்வரை தினமும் அங்கே சிவலிங்கத்துக்கு நிவேதனம் செய்த சோற்றில் சிறிதளவு ரமணருக்குக் கொடுப்பார். ஒருமுறை தம்பிரான் ரமணரைத் தன் வழிபடு தெய்வமாகவே எண்ணி, அவருக்கு அபிஷேக ஆராதனை செய்ய ஆசைப்பட்டார். அதற்காக எண்ணெய், பால், சந்தனம் ஆகியவற்றைச் சேகரிக்கத் தொடங்கினார். மறுநாள் மதியம் உணவோடு அங்கே வந்தார் தம்பிரான்.

சாதாரணமாகப் பேசாமலே இருக்கும் ரமணர் அருகிலிருந்த சுவற்றைக் காட்டினார். அதில் 'இதற்குத் தொண்டு இதுவே' என்று கரிக்கட்டியால் எழுதியிருந்தது. அதாவது தனக்குச் சிறிது உணவு கொடுத்தால் அதுவே போதுமான தொண்டு என்பதை இப்படி உணர்த்தியிருந்தார் ரமணர். தம்பிரான் தன் ஆராதனை முயற்சிகளைக் கைவிட்டார். ஆனால் எதுவும் பேசாத இந்த பிராமண சுவாமிக்குத் தமிழ் எழுதப் படிக்கத் தெரியும் என்பது அப்போதுதான் அவருக்குத் தெரியவந்தது.

ஒரே ஒரு ருசி

ரமணரைத் தரிசிக்க குருமூர்த்தத்துக்கு வரும் கூட்டம் அதிகரித்துக்கொண்டே இருந்தது. ரமணரை அருகிலிருந்து கவனித்துக் கொள்ளவோ உணவளிக்கவோ யாரும் இல்லை. அப்படி ஒரு நிலை வருமா என்ன?

பழனிசுவாமி என்பவர் அய்யன்குளம் பிள்ளையாருக்குப் பூஜை செய்துகொண்டிருந்தார். மிகுந்த பக்தி சிரத்தையோடு மவுன விரதம் மேற்கொண்டு, ஒரே வேளை உணவு உட்கொண்டு தீவிர ஆன்ம சாதனைகள் செய்துவந்தார். சீனுவாச அய்யர் என்பவர் அவரிடம், 'இங்கே சிலைக்கு இவ்வளவெல்லாம் செய்து கொண்டிருக்கிறாயே. அங்கே குருமூர்த்தத்தில் துருவனைப் போல அமர்ந்து ஞானப் பிரகாசம் வீசுகிறார் பிராமண சுவாமிகள். கவனிக்க யாருமில்லாமல் இருக்கிறார். அவருக்குச் சேவை செய்தால் கடைத்தேற வழியுண்டு' என்று கூறியிருக்கிறார்.

பழனிசுவாமி குருமூர்த்தத்துக்குப் போனார். பால ரமணரைப் பார்த்தார். அவரது பிரகாசத்தில் வசீகரிக்கப்பட்டார். அவரையே சரணடந்தார். விடாது இருபத்தோரு ஆண்டுகள் ரமணரோடு தொடர்ந்து இருந்து பணிசெய்யும் பெரும்பாக்கியத்தைப் பெற்றார்.

பக்தர்கள் கொண்டுவரும் உணவுப் பண்டங்களையெல்லாம் ஒன்
றாகக் கலப்பார். ஒரு கவளம் அதில் ரமணருக்குக் கொடுப்பார்.
மீதியிருப்பது எல்லோருக்கும் பிரசாதமாக வழங்கப்படும்.
இறுதிவரையில் ரமணர் குழம்பு, ரசம், காய், பாயசம் என்று
தனித்தனியே உணவு உண்டதில்லை. எவ்வளவு சிறப்பானதாக
இருந்தாலும் எல்லாவற்றையும் கலந்த கலவையைத் தான் சிறிது
உண்பார். இந்தப் பழக்கம் துவங்கியது குருமூர்த்தத்தில்தான்.

இந்தச் சமயத்தில் தேவராஜ முதலியார் என்கிற அன்பர் சொல்லும்
ஒரு சம்பவம் நினைவுகூறத்தக்கது. ரமணாச்ரமம் ஏற்பட்டுவிட்ட
சமயம். போஸ் என்ற பக்தரின் தாயார் பலவித உணவு வகைகளைத்
தயாரித்துக் கொண்டு வந்து உணவு வேளையின் போது
பகவானுக்கும் (ஆமாம், மிக நெருங்கிய அன்பர்கள் ரமணரை
பகவான் என்றே அழைத்தனர்) பக்தர்களுக்கும் பரிமாறினார்.
வழக்கம்போல ரமணர் ஒவ்வொன்றிலும் சிறிது எடுத்துக்
கொண்டு, எப்போதும்போல எல்லாவற்றையும் சேர்த்துச்
சாப்பிட்டார். போஸ் வங்காளி ஆதலால் தேவராஜ முதலியாரை
ஆங்கிலத்தில் மொழிபெயர்க்கச் சொல்லிவிட்டு ரமணர்
இவ்வாறு கூறினார், 'இனிமேல் இப்படிச் சிரமப்பட்டுப் பல
வகை உணவுவகைகளைத் தயாரித்துக் கொண்டு வரவேண்டாம்
என்று அந்த அம்மாவிடம் சொல்லுங்கள். உங்கள் எல்லோ
ருக்கும் பலவிதமான ருசிகள் உள்ளன; எனக்கோ ஒரே ஒரு
ருசிதான். உங்களுக்குப் 'பலவற்றில்' ருசி; எனக்கு எப்போதும்
'ஒன்றில்'தான் ருசி. நான் எல்லாவற்றையும் கலந்து ஒன்று
சேர்த்துச் சாப்பிடுகிறேன் என்பதையும் கவனித்திருப்பீர்கள்.'

நமது வீடுகளில் ஏற்படுகிற பெரும்பாலான தகராறுகள் உணவு
குறித்ததாகவும், உடலில் ஏற்படும் நோய்கள் உணவிலிருந்தே
உண்டாவதாகவும் இருக்கின்றன. சிறிது உப்பு, புளி, காரம்
குறைந்தால் வீட்டில் பெரும் சண்டை வருகிறது. டாக்டரோ 'ரத்த
அழுத்தம் அதிகம், உணவில் உப்பைக் குறை' அல்லது 'ரத்தத்தில்
சர்க்கரை அதிகமாக இருக்கிறது, இனிப்பு சாப்பிடாதே'
என்கிறார். ஏதாவது ஒன்றை ஒதுக்கு என்று சொன்னால் நம் மனம்
அதற்காக அதிகம் அலைகிறது. ஆனால், விதவிதமாகக்
கிடைத்தும், ரமணருக்கு அதென்ன 'ஒரே ருசி' என்பது சிந்திக்கத்
தக்கதாக இருக்கிறது.

'ஆரமுது உண்ணுதற்கு ஆசைகொண்டார் கள்ளில் அறிவைச்
செலுத்துவாரோ?' என்றான் பாரதி. ஆனால் ரமணர் ஆரமுது

உண்ணுவதற்கு வெறும் ஆசைகொண்டவரல்ல. எல்லா நேரத்திலும் தனக்குள் 'தேன் என இனிக்கும் திருவருட் கடலே, தெள்ளிய அமுதமே சிவமே' என்று வள்ளலார் பெருமான் போற்றும் அந்த உலப்பிலா ஆனந்தத்தைச் சுவைத்துக் கொண்டே யிருப்பவர். அவருக்கு எப்படிப் பிற சுவைகள் ரசிக்கும்? 'எவனொருவன் மற்றவர்களைப் போல இவ்வுலக வாழ்வில் அடிபட்டுத் துன்புற விரும்பவில்லையோ அவன் பைத்தியக் காரனைப் போல (உணவில் கவனமின்றி) உண்ணுவான். ஏனென்றால் தூக்கத்தில் விருப்பமும், பெண்ணாசையும் உடலில் ஏற்படுவது, உண்ணும் உணவின் காரணமாகவே' என்று சொல்கிறது குமரகுருபரரின் நீதிநெறி விளக்கம் (பாடல் 85):

துயில்சுவையும் தூநல்லார் தோள்சுவையும் எல்லாம்
அயில்சுவையின் ஆகுவஎன்று எண்ணி அயில்சுவையும்
பித்து உணாக் கொள்பபோல் கொள்ப பிறர்சிலர்போல்
மொத்துணா மொய்ம்பி னவர்

(அருஞ்சொற்பொருள்: தூநல்லார் - பெண்கள்; தூநல்லார் தோள்சுவை - காமசுகம்; அயில் - உணவு; பித்து - பைத்தியக்காரர்; உணாக்கொள்பபோல் - உண்பது போல; மொத்துணா - அடிபடாத; மொய்ம்பினவர் - வீரம் உடையவர்)

குருமூர்த்தத்தில் இருக்கும்போது ஒருநாள் மவுனசுவாமி வெளியே போயிருந்தார். மடத்தின் அருகே ஒரு புளியமரம் இருந்தது. அதில் ஏராளமாகப் புளியம்பழம் பழுத்துத் தொங்கிக் கொண்டிருந்தது. அதைத் திருட இரண்டு பேர் வந்தனர். கண்மூடி உட்கார்ந்திருக்கும் ரமணரைப் பார்த்தால் அவர்களுக்குத் தொந்தரவாகத் தெரிந்தது. ஒருவன் சொன்னான் 'டேய், கொஞ்சம் எருக்கம்பால் கொண்டுவாடா. இந்தாளு கண்ணில் ஊத்தலாம். அப்பவாவது பேசுவாரான்னு பார்ப்போம்' என்றான்.

'சும்மாயிருடா பாவம். அவரு நம்மை என்ன பண்ணினாரு? வந்த வேலயைப் பாத்துட்டுப் போவியா...' என்றான் மற்றொருவன்.

இதெல்லாம் காதில் விழுந்தும்கூட ரமணர் அசையவில்லை. எருக்கம்பாலை ஊற்றினால் தன் கண் என்ன ஆகும் என்றோ, புளியம்பழம் திருடு போகிறதே என்றோ அவர் சிறிதும் கவலைப் பட்டதாகத் தெரியவில்லை. அவர்பாட்டுக்கு நிஷ்டையில் இருந்தார்.

ஊரும் பேரும்

'இதற்குத் தொண்டு இதுவே' என்று அவர் சுவற்றில் எழுதியதி
லிருந்து ரமணருக்கு எழுதப் படிக்கத் தெரியும் என்பது வெங்கட
ராம அய்யருக்கும் தெரியவந்தது. அவர் திருவண்ணாமலை
தாலுகா அலுவலகத்தில் தலைமைக் கணக்கராக இருந்தார்.
தினமும் அலுவலகம் போகுமுன் குருமூர்த்தத்துக்கு வந்து
ரமணரின் முன்னிலையில் சிறிதுநேரம் தியானத்தில்
அமர்ந்திருப்பார். அவர் கொஞ்சம் விடாக்கண்டர். எப்படியாவது
ரமணரின் நிஜப் பெயரையும் ஊரையும் தெரிந்துகொண்டு
விடுவது என்று தீர்மானித்தார்.

சாதுக்கள் மவுனமாக இருந்தால் அவர்களைத் தொந்தரவு
செய்வது வழக்கமல்ல. பேசாவிட்டால் என்ன, இவருக்குத்தான்
எழுதத் தெரிந்திருக்கிறதே. வெங்கடராம அய்யர் ஒரு சிறிய
காகிதத்தையும் பென்சிலையும் ரமணரின் முன் வைத்தார்.
பெயரும் ஊரும் எழுதுங்கள் என்று வேண்டினார். ரமணரும்
வழக்கம்போல எதுவும் பதில் சொல்லாமலே தவிர்த்தார்.
கடைசியில் வெங்கடராம அய்யர் ஒரு பெரிய மிரட்டலாக
மிரட்டினார். சுவாமி தன் பெயரையும் ஊரையும் சொல்லும்வரை
சாப்பிடவும் மாட்டேன், அங்கிருந்து எழுந்து அலுவலகத்துக்குப்
போகவும் மாட்டேன் என்று அடம் பிடித்தார்.

ரமணர் காகிதத்தை எடுத்து Venkataraman, Tiruchuzhi என்று
எழுதினார். இப்போது ரமணருக்கு ஆங்கிலம் தெரியும் என்பது
பெரிய ஆச்சரியமாக இருந்தது அவர்களுக்கு. அதுமட்டுமல்ல,
திருச்சுழி என்ற ஊரைக் கேள்விப்பட்டதில்லை. அதுவும்
அதிலிருந்த 'zhi' என்ற எழுத்தும் வியப்பாக இருந்தது. அதைப்
புரிந்துகொண்ட ரமணர், அருகிலிருந்த பெரியபுராணப்
புத்தகத்தில், திருச்சுழியைப் பற்றி சுந்தரமூர்த்தி நாயனார்
பாடியிருந்த பதிகத்தைக் காட்டினார்.

இந்தச் சமயத்தில் ரமணர் அனுசரித்த மவுனத்தைப் பற்றி அவர்
பின்னாளில் கூறும்போது, 'எல்லாரும் சுவாமி பேசமாட்டார்'னு
சொன்னா. அப்படிச் சொன்னா நான் எங்கேருந்து பேச? சும்மா
இருந்தேன். எல்லாரும் 'சுவாமி சடையும் நகமும் வளக்கறார்'னு
சொன்னா. நான் என்ன சொல்ல? யாரும் அதை வெட்டலை.
எனக்கும் எதையும் மாத்திக்கிற அபிப்பிராயம் இல்லை' என்று
சொன்னார்.

5. கண்டுபிடித்தனர் வீட்டார்

குருமூர்த்தத்தில் சுமார் ஒரு வருஷத்துக்கு மேல் இருந்தார் ரமணர். அங்கு வருவோர் போவோரின் எண்ணிக்கை அதிகமாகி விட்டது. போதாக்குறைக்கு ரமணரின் கண்ணில் கள்ளிப்பால் ஊற்றலாம் என்று கள்ளர்கள் பேசிக்கொண்டதும் பழனி சுவாமிக்கு ரொம்பக் கவலையாக இருந்தது. அந்தச் சமயத்தில் ரமணரின் உடல் மிகவும் மெலிந்து பலம் இழந்து இருந்தது. எழுந்து நின்றால் அப்படியே சுருண்டு கீழே விழுந்தார். பல சமயங்களில் பழனிசுவாமிதான் அவரைத் தாங்கிப் பிடித்து நடத்திச் சென்றார்.

1898-ம் ஆண்டு மே மாதம் அங்கிருந்து புறப்பட்டு அருகிலிருந்த மாந்தோப்புக்கு இருவரும் சென்றனர். அங்கேயிருந்த ஒரு மரத்தில் அமைந்த பரணில் இருவரும் வசித்தனர். அந்தத் தோப்பு வெங்கடராம நாயக்கருக்குச் சொந்தமானது. அவருடைய அனுமதி இல்லாமல் யாரும் அதில் நுழைய முடியாது. எனவே ரமணருக்கு அங்கே போதிய தனிமை கிடைத்தது.

இந்தத் தனிமையைப் பழனிசுவாமி (இவர் ஒரு மலையாளி) நன்றாகப் பயன்படுத்திக் கொண்டார். தினமும் ரமணரின் அருகே நின்றபடி மெல்ல மலையாளத்தில் இருந்த அத்யாத்ம ராமாயணம் என்ற புத்தகத்தைப் படிப்பார். அதிலிருந்து ஓர் அத்தியாயமாவது படிக்காமல் உணவு உட்கொள்வதில்லை என்ற பழக்கத்தை வைத்துக்கொண்டிருந்தார். பழனிசுவாமி கொஞ்சம் தப்பும் தவறுமாகப் படிப்பதைப் பேசாமல் கவனிப்பார். ஒருநாள் ரமணர் அந்தப் புத்தகத்தை எடுத்து மலையாள எழுத்துகளைப் படிக்க முயற்சித்தபோது அது எளிமையாகத் தெரிந்தது. பழனி சுவாமியின் உதவியோடு மலையாளம் எழுதவும் படிக்கவும் கற்றுக்கொண்டார். 'அந்தப் புத்தகத்தில் என்ன எழுதியிருந்ததோ

அது ஏற்கெனவே என்னுடைய அனுபவமாக இருந்தது' என்று கூறினார் ரமணர். இவ்வாறே தமிழ் தவிர, தெலுங்கு, சம்ஸ் கிருதம் ஆகியவற்றிலும் செய்யுள்கள் இயற்றவும், எழுதுகிற வர்கள் செய்யும் பிழைகளை திருத்தவும்கூடிய அளவுக்கு அவர் புலமை பெற்றிருந்தார்.

இதற்கிடையே மதுரையில் இருந்த தன் மகன் வெங்கடராமன், வீட்டைவிட்டுப் போனதில் தாயார் அழகம்மாளுக்குச் சொல் லொணாத வருத்தம். கொஞ்சம் தேடிப்பார்த்ததில் அண்ணனின் புத்தகங்களுக்கு நடுவே விட்டுச் சென்றிருந்த கடிதமும், மீதிப் பணமும் கிடைத்தன. கையிலிருந்த பணம் கரைந்தால், தானே திரும்பிவிடுவான் என்று நம்பியிருந்தனர். போலீஸுக்கும் புகார் கொடுத்திருந்தார்கள். அழகம்மாளின் மைத்துனர்களான சுப்பய்யரும் நெல்லையப்பய்யரும் முடிந்தவரை அக்கம்பக்கத்து ஊர்களில் தேடினர்.

அந்தக் காலத்தில் திருவனந்தபுரத்தில் சில நாடகக் கம்பெனிகள் சமய நாடகங்களை அரங்கேற்றிப் பிரபலமாக விளங்கின. யாரோ வெங்கடராமனை அங்கே பார்த்ததாகச் சொல்ல, அழகம்மாள் நெல்லையப்பய்யரையும் அழைத்துக்கொண்டு திருவனந்தபுரம் போனார். அங்கே கிட்டத்தட்ட அவர் வயதும் அதேபோலக் குடுமியும் வைத்த ஓர் இளைஞனைப் பார்த்து அழகம்மாள் அருகில் சென்றார். அவனோ அவரைப் பொருட் படுத்தாது கூட்டத்துக்குள் மறைந்துவிட்டான். மிக்க ஏமாற்றத் துடன் ஊருக்குத் திரும்பிவந்தனர்.

இந்தச் சமயத்தில் திருச்சுழியைச் சேர்ந்த இளைஞன் ஒருவன் ஏதோ வேலையாக மதுரை திருஞானசம்பந்த மடத்துக்குப் போனான். அங்கே குன்றக்குடி ஆதீனத்திலிருந்து வந்திருந்த அண்ணாமலைத் தம்பிரான், திருவண்ணாமலையில் ஒரு பாலயோகி பெரும் தவச்சக்தியுடன் விளங்குகிறார் என்றும், அவர் திருச்சுழியைச் சேர்ந்தவர் என்றும் சொல்லக் கேட்டான். அது வெங்கடராமனாகத்தான் இருக்கவேண்டும் என்று தீர்மானித்துக்கொண்டான்.

அது 1898 ஆகஸ்டு மாதம். அப்போது அழகம்மாளின் ஒரு மைத்துனரான சுப்பய்யர் மதுரையில் இறந்துபோனார். அதற்கு நெல்லையப்பய்யர் குடும்பத்தோடு வந்திருந்தார். அந்த இடத்துக்கு ஓடினான் அண்ணாமலைத் தம்பிரானைச் சந்தித்த

திருச்சுழி இளைஞன். 'வெங்கடராமன் இப்போது திருவண்ணா மலையில் மிகவும் மதிக்கப்படும் ஞானி' என்ற செய்தியை அவர்களுக்குக் கூறினான்.

நெல்லையப்பய்யர் தன் நண்பர் நாராயண அய்யரையும் அழைத்துக்கொண்டு ஓடினார் திருவண்ணாமலைக்கு. ரயில் நிலையத்திலிருந்து மாந்தோப்புக்குப் போகும் வழியில் மாமரத்துச் சாமி என்று ஒரு சாது இருந்தார். தன் அண்ணன்மகன் வெங்கடராமனுக்கு ஆன்மிக விஷயம் அதிகம் தெரியாது என்பது அவருடைய நம்பிக்கை. எனவே உள்ளூர்ப் பெரியவர் என்ன நினைக்கிறார் என்பதை அறிய விரும்பி மாமரத்துச் சாமியிடம் போய்க் கேட்டார்.

'அவனுக்கு என்ன தெரியும்! அவன் பிடிவாதமா கண்ணை இறுக்கி மூடிக்கொண்டு உட்கார்ந்திருக்கிறான். ஏதோ ஹடயோகம் தெரியும் போல இருக்கு' என்றார் மாமரத்துச் சாமி.

வேதாந்த நூல்களைப் படிக்காமல் யாரும் ஆன்மிகத்தில் உயர்நிலை அடையமுடியாதென்று உறுதியாக நம்பிய சித்தப்பா நெல்லையப்பய்யர், வெங்கடராமனைக் குறித்து மிகவும் வருத்தப்பட்டார்.

மாந்தோப்புக்குப் போனால் வெங்கடராம நாயக்கர் உள்ளே போக அனுமதி மறுத்துவிட்டார். தான் அவரது சித்தப்பா என்று சொல்லியும் கேட்கவில்லை. 'சரி, ஒன்று செய்யுங்கள். ஒரு காகிதத்தில் நான் எழுதித் தருவதைக் கொடுங்கள். உங்கள் சுவாமி சரியென்றால் உள்ளே வருகிறோம்' என்று சொன்னார்கள். அங்கே காகிதம் இருந்ததே தவிர பேனாவோ மையோ இருக்க வில்லை. கள்ளிப்பழத்தைப் பிழிந்தெடுத்த சிவந்த சாயத்தை மையாகப் பயன்படுத்தி, ஒரு குச்சியை அதில் தோய்த்து இப்படி எழுதினார்:

'மானாமதுரை வக்கீல் நெல்லையப்பய்யர் தரிசனம் செய்ய விரும்புகிறார்'

அந்தச் சீட்டு ரமணரிடம் சென்றது. அவர் அதை மறுபக்கம் திருப்பிப் பார்த்தார். அது ரெஜிஸ்திரார் அலுவலகத்தில் பயன்படும் தாளாக இருந்தது. அதிலே அண்ணன் நாகசுவாமியின் கையெழுத்தில் ஏதோ இருந்தது. சரி, நாகசுவாமி பதிவாளர் அலுவலகத்தில் ஏதோ பணியில் சேர்ந்துவிட்டான் என்று

புரிந்துகொண்டார். நெல்லையப்பய்யரைப் பார்க்கச் சம்மதித்தார்.

மெலிந்து எலும்புகள் தெரிய, அழுக்குப் படிந்த உடம்பும், நீண்டு வளர்ந்து சுருண்ட நகங்களும், சடைகொண்ட முடியுமாக உட்கார்ந்திருக்கும் தன் அண்ணன் மகனைப் பார்த்து அவருக்குச் சந்தோஷமும் துக்கமும் போட்டி போட்டுக்கொண்டு வந்தன. ரமணர் இன்னமும் மவுனம் அனுசரித்ததால், வந்தவர் பழனிசுவாமியிடமும் நாயக்கரிடமும் பேசினார்.

'எங்க வீட்டுப் புள்ளை இப்படி ஞானியானதுல எனக்குச் சந்தோஷம்தான். அவனுடைய மவுன விரதத்தையோ அனுசரணைகளையோ அவன் விடவேண்டியதில்லை. ஆனால் எங்க கூட வந்து இருக்கட்டும். மானாமதுரையில ஒரு பெரிய சாதுவின் சமாதி இருக்கு. அங்க தங்கிக்கட்டும். அதுக்காக இப்படிப் பட்டினி கிடக்க வேண்டியதில்லையே. நாங்க அவருக்கு வேண்டியதெல்லாம் கொடுப்போம், கவனிச்சுப் போம். ஆனா எந்தத் தொந்தரவும் செய்யமாட்டோம்' இப்படி தன்னுடைய வாதத் திறமையை எல்லாம் உபயோகித்து ஏதேதோ சொல்லிப் பார்த்தார். இதைச் சொல்லும்போது ஒரு கண் வெங்கடராமன் மீதே இருந்தது. ஆனால் அவனோ அசைந்து கொடுப்பதாகக் காணோம். எதுவும் காதில் விழுந்ததாகவே காட்டிக் கொள்ளவில்லை.

'இவன் வைராக்கியம் மிகுந்த ஞானியாகிவிட்டான். இனிமேல் இவன் உறவினரோடு சேர்ந்து இருக்கமாட்டான்' என்று புரிந்து விட்டது நெல்லையப்பய்யருக்கு. ஐந்து நாள்கள் திருவண்ணா மலையில் தங்கியிருந்துவிட்டு மதுரை திரும்பினார். 'வெங்கட ராமனைப் பார்த்தேன்' என்ற நல்ல செய்தியை மானாமதுரையில் இருந்த தாயாருக்குத் தெரிவித்த கையோடு 'அவன் திரும்பிவரச் சம்மதிக்கவில்லை' என்ற சோகச் செய்தியையும் தெரிவித்தார்.

நல்லவேளை இன்னொரு சித்தப்பா சுப்பய்யர் அங்குவர உயிரோடு இல்லை. 'அவருக்குத் தைரியமும் பெருமையும் அதிகம், நெல்லையப்பய்யர் கொஞ்சம் சாது. சுப்பய்யர் வந்திருந்தால் என்னை விட்டுட்டுப் போயிருக்க மாட்டார். குண்டுக்கட்டாகத் தூக்கிக்கொண்டு போயிருப்பார்! நெல்லையப்பய்யர் பக்திமானானதால் 'எதுக்குக் கஷ்டப்

படுத்தணும்'னு சொல்லிட்டு இங்கேயிருந்து கிளம்பிட்டார்' என்றார் ரமணர், பின்னாளில் தன் பக்தை சூரி நாகம்மாவிடம்.

மழைபெய்தால் நனையாமல் இருக்கப் பரணின் மேல் பகுதியில் ஒரு மறைப்புக் கட்டினார்கள். அதற்குப் பின் பரணில் நிற்கவோ நீட்டிப் படுக்கவோ இடமில்லாமல் போயிற்று. அந்த உயரத்தில் பலத்த குளிர்க்காற்று வீசியது. தான் யாரையும் சார்ந்து இல்லாமல் முற்றிலும் தனியாக இருக்கவேண்டும் என்றும் ரமணருக்குத் தோன்றிவிட்டது. 'இனி நீ உன் வழியே போ. நான் வேறு வழியில் போய் பிட்சை எடுத்துக்கொள்கிறேன். இனி ஒன்றாக இருக்கமுடியாது' என்று பழனிசுவாமியிடம் கூறிவிட்டு ஆறு மாதமாகத் தங்கியிருந்த மாந்தோப்பை விட்டுக் கிளம்பினார் ரமணர். ஆனால் பழனிசுவாமிக்கோ ரமணரின் அருள்நெருக்கத்திலிருந்து விலகமுடியாது என்ற நிலை.

மாந்தோப்பிலிருந்து கிளம்பிய ரமணர் அய்யன்குளத்துக்குப் பக்கத்தில் இருக்கும் அருணகிரிநாதசுவாமியின் (திருப்புகழ் எழுதியவரல்ல) கோவிலுக்குச் சென்று தங்கினார். வேறெங்கோ போய் பிட்சை எடுத்துக்கொண்டு வந்த பழனிசுவாமியும், தற்செயலாக நாளின் இறுதியில் அதே கோவிலுக்கு வந்தார்.

ரமணர் பிட்சை எடுத்தது இரண்டு சந்தர்ப்பங்களில்தான். முதல் முறை குருமூர்த்தத்துக்குப் போவதற்குமுன். அடுத்த முறை, அருணகிரிநாதர் கோவிலுக்குப் போனதும். பொதுவாக இரவில் தான் போவது வழக்கம். இதற்குள் மவுனசுவாமி, பிராமண சுவாமி என்றெல்லாம் அவரது கீர்த்தி பரவியிருந்தது. எனவே எல்லோரும் அவர் தன் வீட்டில் வந்து பிட்சை ஏற்கமாட்டாரா என்று எதிர்பார்த்தார்கள். ரமணர் ஏதாவது ஒரு வீட்டில் போய் ஒருமுறை குரல் கொடுப்பார். வெறுங்கையில்தான் வாங்கிக் கொள்வார். மூன்று வீடுகளில் கிடைப்பதை அப்படியே உண்பார். திரும்பி வந்துவிடுவார். அதைப் பற்றி ரமணர் இவ்வாறு கூறினார்:

'பிட்சையெடுக்கும்போது நான் அனுபவித்த கவுரவத்தையும் பெருமிதத்தையும் உங்களால் புரிந்துகொள்ளவே முடியாது. முதல்நாள் குருக்கள் மனைவியிடம் உணவு கேட்டபோது, வளர்ந்த விதம் மற்றும் பழக்கம் காரணமாகக் கொஞ்சம் தயக்கம் இருந்தது. அதன்பிறகு ஏதும் கூச்சமே கிடையாது. ஒரு ராஜாவைப் போல, ராஜாவைவிட அதிகமாகவே எனக்குத்

தோன்றியது. சிலசமயம் ஊசிய கஞ்சிகூடக் கிடைக்கும். அதற்கு உப்போ வேறு தாளிப்போ இல்லாமல் நடுத்தெருவில் நின்று குடிப்பேன். என் முன்னால் பண்டிதர்களும் முக்கியஸ்தர்களும் நமஸ்கரிக்க வருவார்கள். என் கையைத் தலையில் துடைத்துக்கொண்டு வெகு சந்தோஷமாக மேலே நடப்பேன்'. பிட்சாண்டியாக சிவனின் பிள்ளை வேறெப்படிச் சொல்வார்!

ஆனால் அவரை வலுக்கட்டாயமாகக் கூட்டிச் சென்று உணவு படைத்த சந்தர்ப்பங்களும் உண்டு.

கட்டாய பிட்சை

டி. பி. ராமச்சந்திர அய்யரின் தாத்தா தினமும் வந்து சிறிது நேரம் ரமணரின் முன்னால் உட்கார்ந்திருந்துவிட்டுப் போவது வழக்கம். ஒருநாள் மதியம், உணவு வேளைக்குச் சற்று முன் அவர் இன்னொருவரையும் அழைத்துக்கொண்டு வந்தார். அப்போது ரமணர் மவுனமாக இருந்த நேரம். எனவே பேச்சுக் கிடையாது. இரண்டு பேரும் இரண்டு பக்கம் நின்று கொண்டார்கள்.

'சுவாமி, எழுந்திருங்கள். போகலாம்' என்றார்கள்.

'ஏன்?' என்று ரமணர் சைகையால் கேட்டார்.

'இன்று நமது வீட்டில் பிட்சை பண்ணவேண்டும்'

முடியாது என்று மறுத்தார் ரமணர்.

அவர்கள் நகர்வதாக இல்லை. மிகுந்த பக்தியோடுதான் கூப்பிடுகிறார்கள். இரண்டு பக்கமும் பிடித்துத் தூக்கிக்கொண்டு போய்விடுவார்களோ என்று தோன்றியது. வாதம் செய்யாமல் புறப்பட்டார் ரமணர்.

மற்றொரு முறை இப்படிக் 'கட்டாய பிட்சை' நடந்தது ஈசான்ய மடத்தில். ரமணர் அதை இப்படி சுவாரசியமாக விவரிக்கிறார்:

'நானும் பழனிசுவாமியும் ஒருநாள் கிரிவலம் போய்ட்டு சுப்பிரமணிய சுவாமி கோவிலுக்கு வந்தோம். ராத்திரி எட்டு மணி இருக்கும். ரெண்டுபேருமே களைச்சுப் போயிருந்தோம். அப்படியே கோவிலில் கட்டையைச் சாத்தினோம். சத்திரத்தில போய் சாப்பிட ஏதாவது வாங்கிண்டு வரேன்னு பழனி போனார். அவர் (ஈசான்ய மடாதிபதி) தன் சிஷ்யர்களோட கோவிலுக்கு வந்திருந்தார்.

'அதிலே யாரோ ஒருத்தர் என்னைப் பார்த்துட்டு அவர்கிட்டச் சொன்னார். அவ்வளோதான். கோவிலில் இருந்து திரும்பறச்சே ஒரு பத்துப் பேரோட மடாதிபதி வந்து நின்னார். 'எழுந்திருங்கோ சுவாமி, போலாம்'னார். நான் மவுன விரதத்தில இருந்தேன். மாட்டேன்னு கையைக் காட்டினேன். அவரா கேக்கற ஆளு? 'தூக்குங்கடா சாமியை'ன்னாரு. பார்த்தேன், வேறே வழியில்லை.

'வெளிலே வந்தா வண்டி தயாரா நிக்கறது. 'நடந்தே வந்துடறனே'ன்னாக் கேக்கலை. 'என்ன பாத்துண்டு நிக்கிறீங்க. சுவாமியை வண்டியிலே ஏத்துங்கப்பா'ன்னார். அவா பத்துப் பேர், நான் ஒர்த்தன். என்ன பண்ண முடியும்! வண்டியிலே ஏத்திட்டா.

'மடத்திலே ஒரு பெரிய வாழை இலையைப் போட்டு அதிலே வகைவகையாச் சாப்படற வஸ்து. ஒரே உபசாரம் பண்ணினார். அதுமட்டுமா, 'இங்கேயே தங்கியிருக்கணும்'னு கேக்கத் தொடங்கினா. பழனிசுவாமி கோவிலுக்குப் போய் என்னைப் பத்தி விசாரிச்சுட்டு என்னைத் தேடிண்டு மடத்துக்கே வந்துட்டார். அவர் வந்ததும் ஒரு வழியாத் தப்பிச்சுப் போனேன்.'

6. தேடிவந்த தாயார்

வரமாட்டேன் என்று மகன் சொன்னதை நெல்லையப்பய்யர் எழுதினாலும் தாய்மனது கேட்குமா? நான் போய்க் கூப்பிட்டால் வருவான் என் செல்வம் என்றுதான் நினைத்தது. எனவே அண்ணன் நாகசுவாமியை துணைக்கு அழைத்துக் கொண்டு திருவண்ணாமலைக்குப் புறப்பட்டார் ஞானசூரியனின் தாயார்.

அழகம்மாள் திருவண்ணாமலைக்கு வரும்போது பவழக்குன்றில் இருந்தார் ரமணர். அருணகிரிநாதர் கோவிலிலிருந்து அகன்று போய் அண்ணாமலையார் கோவிலின் கோபுரம், நந்தவனம் என்று இங்கெல்லாம் இருந்து பார்த்தார். இவர் ஒரு மகான், இவரிடம் போனால் நினைத்தது நடக்கும், கேட்டது கிடைக்கும், முக்தி பெறலாம் என்று உலகியலாகவும் ஆன்மிக ரீதியாகவும் இவரைக் காண வருபவர்கள் அதிகமாகிவிட்டனர். ரமணரோ இன்னும் தனிமையையும் தன்னுள் ஆழ்ந்திருப்பதையுமே விரும்பினார்.

அதை வைத்து அவர் தவம் செய்தார் என்று பலர் நினைக்கிறார்கள். மதுரையில் மரண அனுபவம் ஏற்பட்டபோது வந்த ஆன்ம ஞானத்துக்குப் பின் வேறு எந்த சாதனையுமே தனக்குத் தேவையிருக்கவில்லை என்று பின்னால் கூறியிருக்கிறார் ரமணர். சாதனை என்ற சொல் ஞானம் அடைவதற்கான ஜபம், தபம், பூஜை, யோகம் போன்ற ஆன்மிக முயற்சிகளைக் குறிக்கும். அறியவேண்டியதைப் பதினேழு வயதிலே முழுமையாக அறிந்தாகிவிட்டது. திருவண்ணாமலையில் வெவ்வேறு இடங்களில் தனிமையை நாடி இருந்தபோதெல்லாம் தனக்குள்ளே தான் அமிழ்ந்து பேரின்பத்தில் இருந்தாரே அன்றி அது வேறெந்த வகை முயற்சியுமல்ல. அவை தேவைப்படவும் இல்லை.

ஆன்மஞானம் ஏற்பட்ட அந்தக் கணத்திலிருந்தே பரம் பொருளாகிய இறைவன் ரமணரது வாழ்க்கையைத் தனது கைகளில் எடுத்துக்கொண்டுவிட்டான். அதற்குப் பின் நடந்த எதுவுமே அவராக விரும்பி நடந்தவை அல்ல. ஏனென்றால் ஞானி என்பவன் வேண்டுதல், வேண்டாமை இல்லாதவன். அவனுக்கென்று சங்கல்பம் - அதாவது ஆசைகளும் விருப்பங் களும் கிடையாது. தன்னைப் பரிபூரணமாக இறைவனின் கையிலே ஒப்படைத்துவிட்டவன் ஞானி. வெளிப்படையாக மற்றவர்கள் பார்க்கிற வாழ்க்கை, இறைவனால் நடத்திச் செல்லப்படுவதாக இருக்க, ரமணரோ தன்னுள் சுரக்கும் 'உலப்பிலா ஆனந்தமாய தேனை'க் குடித்துத் திளைத்தபடியே இருந்தார்.

முன்பிருந்த இடங்களையெல்லாம் விட்டு, முருகன் குடியிருக்கும் பவழக்குன்றுக்குச் சென்றார் ரமணர். பவழக்குன்று அருணா சலத்தின் கிழக்குப் பக்கச் சிகரங்களில் ஒன்று. இங்கேயிருக்கும் கோவிலுக்குள் சமாதியில் ஆழ்ந்துவிடுவார் ரமணர். சமாதி என்பது உடலைப்பற்றிய எந்த எண்ணமும் இல்லாமல், ஏன், எண்ணங்களே எதுவும் இல்லாமல், முழுக்க முழுக்க இறையுணர்வில் திளைத்த நிலை. இந்நிலையில் தன்னைச் சுற்றி என்ன நடந்தாலும் தெரியாது. பலமணி நேரம் அதிலே ஆழ்ந்து கிடந்தபின் தானாகவோ அல்லது பிறரின் இடையீட்டினாலோ தான் அவர்கள் நனவுலகுக்குத் திரும்புவார்கள். இப்படி இவர் உட்கார்ந்துகொண்டிருக்கும்போது குருக்கள் இவரைக் கவனிக்காமல் கோவில் கதவைப் பூட்டிக்கொண்டு போய் விட்டதும் உண்டு. பழனிசுவாமி இல்லாத சமயங்களில் சமாதி நிலை கலைந்தால் ரமணர் பிட்சை எடுத்துவரச் செல்வார்.

இங்கேதான் அழகம்மாள் வந்தார் நாகசுவாமியோடு. நாக சுவாமிக்கு அலுவலக விடுமுறை கிடைக்கும்வரை காத்துக் கொண்டிருந்துவிட்டு கிறிஸ்துமஸ் சமயத்தில்தான் வர முடிந்தது. கோவணம் தவிர அழுக்கே ஆடையாக, சடைமுடி தலையலங்காரமாக எலும்பும் தோலுமாக இருக்கும் மகனைப் பார்க்க எந்தத் தாய்க்குத்தான் சகிக்கும். கதறினார் அழகம்மாள்.

'நான் உயிரோட இருக்கச்சே உனக்கு இந்தக் கோலம் வேணுமாடா கொழந்தே! வந்துடு என்னோட. ராஜாவாட்டம் இருக்கலாம்' என்று சொன்னார். ரமணர் இதைப் பொருட் படுத்தவே இல்லை என்பது அவருக்கு அதிசயமாக இருந்தது.

அதிகம் கதறினார். தனக்குக் கருணை சுரப்பதைப் பாசம் என்று மற்றவர் கருதுவார்களோ என்று நினைத்த ரமணர் அந்த இடத்திலிருந்து அகன்றார். அழகம்மாளுக்கு என்ன செய்வது என்றே தெரியவில்லை. இப்படி இரண்டு நாள்கள் கழிந்தன.

மூன்றாவது நாள் சுற்றியிருப்பவர்களிடம் முறையிட்டார். 'என் மகன் இப்படிப் பாராமுகமாக இருக்கிறானே. பெற்ற தாய் வந்து அழைக்கிறேன். அவன் ஒரு வார்த்தை சொல்லமாட்டேன் என்கிறான். உங்களால் எப்படிப் பேசாமல் பார்த்துக் கொண்டிருக்க முடிகிறது?' என்று கேட்டார்.

அங்கிருந்த பச்சையப்ப பிள்ளை, 'உங்கள் தாயார் கதறி அழுகிறார். குறைந்தபட்சம் உண்டு இல்லை என்று ஏதாவது ஒரு பதில் சொல்லலாமே. உங்கள் மவுன விரதத்தைக் கலைக்க வேண்டாம். இதோ பென்சிலும் காகிதமும். சுவாமி சொல்ல விரும்புவதை இதில் எழுதுங்கள்' என்று கூறினார்.

சொல்லவேண்டியதைச் சொல்லும் நேரம் வந்துவிட்டது. ரமணர் தனக்கே உரிய, மூன்றாம் மனிதரைப் போன்ற மொழியில் இப்படி எழுதினார்:

அவரவர் பிராரப்தப் பிரகாரம் அதற்கானவன் ஆங்காங்கிருந்து ஆட்டுவிப்பன். என்றும் நடவாதது என் முயற்சிக்கினும் நடவாது; நடப்பதென்றடை செய்யினும் நில்லாது. இதுவே திண்ணம் ஆகலின், மவுனமாய் இருக்கை நன்று.

'பிராரப்தம்' என்ற சொல்லுக்கு முற்பிறவியில் செய்த பாவ, புண்ணியங்கள் என்று பொருள். இறைவன் அதன்படி ஆட்டுவிக்கிறான். அதைமீறிச் செய்ய என்ன முயற்சித்தாலும் நடக்காது. ஏதாவது நடக்க வேண்டும் என்று இருக்குமென்றால், அது நிற்காது. இது நிச்சயம். எனவே, இதைப் பற்றி விவாதித்துக் கொண்டிருக்காமல், இறைவன் விட்ட வழிப்படி நடக்கட்டும் என்று பேசாமல் இருப்பது நல்லது. இதுதான் ரமணர் எழுதிக் காட்டியதன் சாரம்.

இந்த இடத்தில் ஒரு சிறிய விளக்கத்தைச் சொல்லி ஆக வேண்டும். 'எல்லாம் விதிப்படிதான் நடக்கும், அதனால் சும்மா இருப்பது நல்லது' என்று சொல்வது எல்லோருக்குமான வார்த்தையல்ல. இதை அப்படிப் புரிந்துகொள்வது சோம்பேறித் தனத்துக்கும் பொறுப்பின்மைக்கும் வழிவகுக்கும்.

இரண்டு வகை மனிதர்களுக்கே இது பொருந்தும்:

1. யார் தன்னை முற்றிலுமாக இறைவனிடம் ஒப்படைத்து விட்டுத் தனது கடமையைச் செய்கிறார்களோ அவர்களுக்கு இது பொருந்தும். 'தொழில்செய்வதற்குத்தான் உனக்கு அதிகாரம் இருக்கிறதே அன்றிப் பலனின் மேல் அல்ல. அர்ஜுனா' என்று ஸ்ரீ கிருஷ்ணன் சொன்னதன் பொருளும் இதுதான். 'தொழிலே செய்யாமல் இரு' என்று சொல்லவில்லை. நீ எதைச் செய்ய வேண்டுமோ அதிலிருந்து தப்பிப்பதற்கு விதியின் மேல் பழி போடக்கூடாது. செய்ய வேண்டுவதைத் திறம்படச் செய்தே ஆக வேண்டும். ஆனால் அது வெற்றியடைவதும் தோல்வி யடைவதும் உனது கையில் இல்லை. இதில் மாற்றுக் கருத்தே இருக்க முடியாது. ஆனால் ஒரு வேலையைச் செய்யும்போதே 'எங்கே தோல்வி அடையுமோ' என்ற அச்சத்தோடோ அல்லது 'நான்மட்டும்தான் சிறப்பாகச் செய்கிறேன்' என்ற கர்வத் தோடோ செய்தால் அது தோல்வியிலும் ஏமாற்றத்திலும் முடி வடைய வாய்ப்புகள் அதிகம். தோல்வியும் ஏமாற்றமும் வாழ்வைச் சீர்குலைகின்ற கோபம், மனக்குழப்பம், தாழ்வு மனப் பான்மை, விரக்தி ஆகியவற்றில் கொண்டுபோய்ச் சேர்த்து விடும்.

ஒரு சமயம் ரமணரிடம் ஒருவர் கேட்டார்: 'கருமத்தைத் தியாகம் செய்வது என்றால், எவ்வளவு குறைவாகச் செயல்பட முடியுமோ அவ்வளவு குறைவாகச் செயல்படுவதா?'

'செயலைத் தியாகம் செய்வது என்றால் செயல்களின் மேலும், செயல்களினால் வரும் பலன்களின் மேலும் நமக்கு ஏற்படும் பற்றை நீக்குவதுதான். 'நான் செய்கிறேன்' என்ற எண்ணத்தைக் கைவிடவேண்டும். இந்த உடல் எதைச் செய்வதற்கு இவ்வுலகத் தில் தோன்றியுள்ளதோ அதைச் செய்துதான் ஆகவேண்டும். உனக்குப் பிடித்தாலும் பிடிக்காவிட்டாலும் அவற்றைத் தவிர்க்கவே முடியாது' என்று பதிலளித்தார் ரமணர்.

இல்லாவிட்டால் ஸ்ரீ கிருஷ்ண பகவான் அதே கீதையில் 'நான் இடைவிடாது தொழில் புரிகிறேன். இல்லாவிட்டால் இவ்வுலகம் ஸ்தம்பித்துவிடும்' என்று சொல்வாரா?

2. 'நான் இந்த உடல்' என்ற நினைப்பை விட்டொழித்த வனுக்கும் முன்வினைப் பயன் மட்டுமல்லாமல் தற்போது

செய்யும் வினைகளின் விளைவும் பற்றாது. இதையும் கொஞ்சம் விவரமாகச் சொல்லியாக வேண்டும். இந்த உடல்தான் நான் என்று நினைப்பதை 'தேகான்ம பாவம்' (தேகம் + ஆன்ம+ பாவம்) என்று பெரியோர் சொல்வர். அதாவது நமது ஆன்மாவுக்கு இந்த உடல் ஓர் இருப்பிடம் - அவ்வளவுதான். உடல் பலவகை மாற்றங்களுக்கும் தேய்வுக்கும் நோய்க்கும், இறுதியாக மரணத்துக்கும் ஆட்படுவது. ஆனால் இந்த உடலுக்குள் வரும் முன்பே ஆன்மா இருந்தது. இந்த உடல் நைந்து மறைந்த பின்னாலும் ஆன்மா இருக்கும். இதைப்பற்றி விரிவாகப் பின்னால் பார்க்கலாம்.

ஆனால் இந்தத் தேகத்தை (அதனோடு சேர்ந்ததான பணத்தை, புகழை, உறவுகளை, பெயரை, அழகை) 'நான்' என்று நினைத்துச் செயல்படுவதாலேயே நமக்குப் பல துன்பங்களும் வருகின்றன. அப்படியானால் நான் யார்? அதுதான் முக்கியமான கேள்வி. இந்தக் கேள்வியில்தான் ரமணரின் போதனை முழுவதுமாக அடங்கியிருக்கிறது.

இப்படி 'நான் யார்?' என்று கேட்டுத் தன்னை அறிகிற முறைக்கு ஆன்ம விசாரம் (ஆத்ம விசாரணை) என்று பெயர். இந்த விசாரத்தில் ஈடுபடுவது ஞானத்தை அடையும் நிச்சயமான, மிக எளிய வழி என்று ரமணர் தன்னிடம் வந்த எல்லோருக்கும் போதித்தார். இதனைப் பின்பற்றுவதற்கு ஒருவருக்கு பக்தியோ, இறை நம்பிக்கையோ தேவை இல்லை. எனவே இது நாத்திகர்களுக்கும் பொருத்தமானது. இந்த வழி எந்த மதத்தின் போதனைக்கும் எதிரானதல்ல. எனவே உலகின் பல மதத்தினரும் ரமணரின் பாதத்தில் வந்து அமர்ந்து இவ்வழியைப் பின்பற்றத் தொடங்கினர். இந்த வழியைப் பின்பற்ற எந்த வகைச் சடங்குகளும் ஆசனங்களும் மூச்சுப்பயிற்சியும் தேவையில்லை. எனவே இது பாமரருக்கும் உரியது.

எனவேதான் ரமணர் தன் அன்னையிடம், 'அவரவர் பிராரப்தப் பிரகாரம் அதற்கானவன் ஆங்காங்கிருந்து ஆட்டுவிப்பன்' என்று கூறினார். அவர் 'மவுனமாயிருக்கை நன்று' என்று சொன்னதும் மிகவும் கவனிக்க வேண்டியது. தான் போதித்த எல்லா வற்றுக்கும் ரமணரே வாழும் உதாரணமாக இருந்தார். தான் கடைப்பிடிக்காததை அவர் போதித்ததில்லை. இன்னும் வேறு வகையாகச் சொல்லப் போனால் அவர் தன் வாழ்க்கை மூலமே

போதித்தார். வார்த்தை மூலம் போதித்தது மிகக் குறைவு. மவுனமாயிருப்பது தட்சிணாமூர்த்திப் பெருமானைப் போல ஒரு முக்கியமான போதனை.

இதுவரை அவரது வாழ்க்கையைப் படித்ததில் இருந்தே அவர் பேசிய தருணங்கள் எவ்வளவு குறைவு என்பதைக் கண்டிருக் கலாம். அவர் யாருக்கும் துறவு வாழ்க்கை எப்படி இருக்க வேண்டும் என்று சொல்லவில்லை. சாஸ்திர ரீதியான துறவை அவர் மேற்கொள்ளாவிட்டாலும் எதிலும் பற்றின்றி, சுகதுக்கங் களைப் பொருட்படுத்தாமல், பணம், புகழ், செல்வாக்கு, சீடர் கூட்டம் இவற்றை நாடாமல் இறைச்சிந்தனையை எப்போதும் மறவாமல் வேதங்களும் உபநிடதங்களும் வர்ணிக்கும் ஞானிக்குப் பூரண இலக்கணமாக அவர் வாழ்ந்து வந்திருக்கிறார் என்பது தெளிவு. இனிமேலும் இப்படித்தான் இருப்பார்.

இதையெல்லாம் எத்தனை வார்த்தைகளாலே விவரிப்பது? சொன்னாலும் விவாதம் எழலாம். விவாதத்தின் இறுதியில் யாருடைய கருத்தும் மாறப்போவதில்லை. மனத்தாங்கலே ஏற்படலாம். ஒருமுறை ரமணரே தாயுமானவரின் 'சந்ததமும் வேதமொழி' என்ற பாடலில் இருந்து:

சிந்தையறியார்க்கு ஈது போதிப்பதல்லவே
செப்பினும் வெகு தர்க்கமாம்

(தன்னுடைய சிந்தனையினால் இதனைப் புரிந்து கொள்ளாத வர்களுக்கு இதைக் கற்பிக்க முயல்வதில் பயனில்லை. அப்படியே முயன்றாலும் அது வீண் விவாதத்தில்தான் முடியும்) ஆகிய வரிகளைக் கூறினார். எனவேதான் சுருக்கமாகத் தன் அன்னையிடம் 'இது முன்வினைப் பயன். இதை இறைவன் சாட்சியாக இருந்து ஆட்டுவிக்கிறான். பேசாமல் ஏற்றுக் கொள்வதே சிறந்தது' என்ற பொருள்பட எழுதிக் காட்டி விட்டார். ரமணர் எழுதிய தத்துவச் சுருக்கமான முதல் முழு நூல் இதுவே என்று நான் எண்ணுகிறேன்.

இந்தச் சமயத்தில் நடந்ததொரு வேடிக்கையான நிகழ்ச்சியையும் சொல்லியாக வேண்டும். ஒருநாள் அழகம்மாள் பகவானைப் பார்க்க கூட்டத்தாரோடு வந்திருந்தார். சாப்பாட்டு நேரம் ஆகி விட்டது. எல்லோரும் புறப்பட்டுச் சென்றார்கள். அம்மாவின் தொந்தரவைத் தவிர்க்க எங்கே ரமணர் தாங்கள் இல்லாத

நேரத்தில் வேறெங்காவது ஓடிவிடுவாரோ என்ற அச்சம் இருந்தது. எனவே கோவில் கதவைத் தாளிட்டுப் பூட்டிவிட்டுப் போனார்கள்.

அந்தக் கதவை கீலில் இருந்து அப்படியே தூக்கிக் கழட்ட முடியும். இது ரமணருக்குத் தெரியும். எல்லோரும் போனபின் அப்படித் திறந்துகொண்டு கதவைப் பழைய மாதிரியே வைத்து விட்டுப் போய்விட்டார். திரும்பி வந்தவர்கள் பூட்டைத் திறந்து பார்த்தால் ரமணரைக் காணோம். 'ஆஹா! பிராமண சுவாமிக்கு எவ்வளவு சித்தி பார்! பூட்டியிருந்த அறைக்குள்ளிருந்து வெளியே போய்விட்டாரே' என்று பேசிக்கொண்டார்கள். கொஞ்ச நேரம் இருந்துவிட்டு ஓய்வெடுக்கப் போனார்கள் எல்லோரும். ரமணர் வெளியே போனது போலவே உள்ளேயும் சென்று அமர்ந்துகொண்டார். எல்லோரும் திரும்பி வந்தனர். பூட்டைத் திறந்து பார்த்தால் உள்ளே உட்கார்ந்திருக்கிறார் சுவாமி! அவருக்குச் சித்திகள் (தவத்தின்மூலம் பெறப்படும் அபூர்வ சக்திகள்) உண்டென்பது சந்தேகத்துக்கு இடமில்லாமல் நிரூபணமாகிவிட்டது! அப்போது எதுவும் பேசாமல் இருந்துவிட்டாலும் பின்னாளில் இதை விவரித்துச் சொல்லி விலாநோகச் சிரிப்பார் ரமண மகரிஷி.

தகப்பன் சாமியான முருகனைப் போல, ரமணர் தாயார் சாமியாகிப் போதித்துவிட்டார். அழகம்மாளுக்கு இன்னும் இதைப் புரிந்துகொள்ளும் நேரம் வரவில்லை போலும். தான் வெறுங்கையோடு போவதாகவே நினைத்து ஊருக்குத் திரும்பினார்.

ஆனால இதுவரை மனத்தை உள்முகமாகத் திருப்பித் தனக் குள்ளேயே ஆழ்ந்திருந்த ரமணர், சிறிது சிறிதாக வெளிப்புறம் திரும்புவது போலத் தோன்றும் அறிகுறிகள் உண்டாயின. தானே போய் பிட்சை எடுத்து தினமும் ஒருவேளையாவது உண்ணத் தொடங்கினார். கொஞ்சம் பேசினார். ஞானநூல்களை விளக்கத் தொடங்கினார். அது ஒன்றும் அவ்வளவு சுலபமாக இருக்க வில்லை. குரலே எழும்பாது. வார்த்தைகள் அமையாது. ஒரு குழந்தை எப்படிப் பேசப் பழகுகிறதோ அதுபோல படிப் படியாகவே அவர் மீண்டும் பேசத் தொடங்குவது நடந்தது.

7. மலையாக நின்ற மகேசன்

ஒரு சமயம் பிரம்மாவுக்கும் விஷ்ணுவுக்கும் யார் பெரியவர் என்ற விவாதம் எழுந்தது. சண்டை வலுத்தது. பிரபஞ்சம் ஸ்தம்பித்து நின்றது. தேவர்களுக்குக் கவலையாகிவிட்டது. ஓடிச் சென்று சிவபெருமானிடம் இந்தச் சண்டையைத் தீர்த்து வையுங்கள் என்று முறையிட்டனர்.

சிவன், தன்னை ஒரு அக்கினித் தூணாக நிறுத்திக்கொண்டார். அதிலிருந்து ஒரு குரல் வெளிப்பட்டது. 'எனது உச்சியையும், பாதத்தையும் யார் கண்டுபிடிக்கிறாரோ அவரே பெரியவர்' என்றது அக்குரல். விஷ்ணு ஒரு காட்டுப் பன்றியின் வடிவம் எடுத்துத் தரையைக் குடைந்து கீழே பாதத்தைத் தேடிச் சென்றார். பிரம்மாவோ ஓர் அன்னத்தின் வடிவம் எடுத்து உச்சியைக் காணப் பறந்து சென்றார். வெகுதூரம் மேலே சென்ற பின்னும் உச்சி தெரியவில்லை. ஒரு தாழம்பூ கீழே விழுந்து கொண்டிருந்ததைப் பார்த்தார். அந்தப் பூ சிவனின் தலையில் இருந்து விழுந்திருக்க வேண்டும் என்று ஊகித்த பிரம்மா, அதைக் கையில் கொண்டு போனால், தான் உச்சியை எட்டியதற்குச் சான்றாகிவிடும் என்று எண்ணினார். விஷ்ணு தனது தோல்வியை ஒப்புக்கொண்டு வந்து சிவனைப் போற்றித் துதித்தார். ஆனால் பிரம்மாவின் பொய் அம்பலமாகி, வெட்கப்பட்டு நின்றார்.

அந்த நெருப்புத் தூண், கண் கூசும் அளவுக்கு ஒளிமிகுந்ததாக இருந்தது. யாருமே பார்க்க முடியவில்லை. எனவே சிவபெருமான் தன்னை அருணாசல மலையாக மாற்றிக்கொண்டு அங்கே நின்றார். 'எவ்வாறு சூரியனிடமிருந்து நிலவு ஒளியைப் பெறுகிறதோ அவ்வாறே எல்லா ஆன்மிகத் தலங்களும் இங்கிருந்தே தமது புனிதத் தன்மையைப் பெறும்' என்று வாய்மலர்ந்தருளினார். ஓம் என்னும் பிரணவம் அருணாசலமே.

ஒளித் தூணாக இறைவன் நின்றதைப் போற்றுமுகமாகவே ஒவ்வோராண்டும் கார்த்திகை மாதம் பவுர்ணமியன்று வரும் திருக்கார்த்திகைத் திருநாளில் மலையின் உச்சியில் மகாதீபம் ஏற்றப்படுகிறது. 'நான்தான் இந்த உடல் என்ற தேகாத்ம பாவத்தை ஒழித்து, மனத்தை ஹிருதயத்தில் நிறுத்தி தன்னையே இரண்டற்ற பொருளாகவும், எல்லாவற்றின் ஒளியாகவும் காணுவதே, பிரபஞ்சத்தின் மையமாகிய அண்ணாமலையார் தீப தரிசனமாகும்' என்று ரமணர் இவ்விழாவின் சிறப்பை விளக்குகிறார்.

வைஷ்ணவர்கள் அண்ணாமலையை திருமாலின் கையில் இருக்கும் சுதர்சன சக்கரம் என்று கருதுகிறார்கள். அருணாசலேசு வரர் கோவிலில் அண்ணாமலையார் சன்னதியின் பின்புறத்தில் வேணுகோபாலசுவாமி இருக்கிறார். இந்தக் கோவில் வேணுகோபாலசுவாமி கோவிலாகவே அரசின் ஆவணங்களில் பதியப்பட்டிருக்கிறது என்பது பி.வி. நரசிம்ம சுவாமி அவர்கள் சொல்லும் வியப்பான செய்தி.

முக்திநகரம், ஞானநகரம், சுத்தநகரம், தட்சிண கைலாயம், தலேசுவரம், சோணசைலம், அருணாசலம் என்றெல்லாம் போற்றப்படும் பெருமைக்குரியது திருவண்ணாமலை. மற்றத் தலங்களிலே கோவிலில் சிவன் எழுந்தருளியிருப்பார். மலையிலே குடிகொண்டிருப்பார். இந்தத் தலத்திலோ, தானே மலையாக நின்று அருள் பாலிக்கிறார். 'இந்த லிங்கம் சாதாரணமாக நாம் பார்க்கும் அக்கினியாலான லிங்கமல்ல, அகந்தையை எரித்து அழிக்கும் ஞானாக்கினி லிங்கம்' என்று ரமணர் சொல்வது வழக்கம்.

இது ஒரு காந்தமலையும் கூட. எண்ணியவரை ஈர்க்கும் காந்தமலை. ரமணருக்கே அருணாசலத்தின் ஈர்ப்பு தடுக்க வொண்ணாததாக இருந்தது. இங்கே வந்து இறங்கியபின்தான் தவிப்புத் தணிந்தது. இப்படி எண்ணற்ற காலமாக ஞானம் தேடுவோரையும் ஞானம் பெற்றோரையும் தன்னை நோக்கி இழுக்கும் காந்தமலையாக இருந்திருக்கிறது. கவுதம ரிஷி, குகை நமச்சிவாயர், விருபாக்ஷ தேவர், ஈசான்ய தேசிகர், சேஷாத்ரி சுவாமிகள், பர்த்ருஹரி என்று பலரை இதற்கு உதாரணமாகச் சொல்லமுடியும். அருணாகிரி நாதருக்கு இங்கிருக்கும் சுப்பிர மணிய சுவாமியின் அருளால்தான் திருப்புகழ் பாடமுடிந்தது

என்பதும், கம்பத்து இளையனார் கோவிலில் அவர் சம்பந்தாண்டானைத் தோற்கடித்து மன்னர் பிரபுட தேவராயரை முருக தரிசனம் பெறச் செய்தார் என்பதும் குறிப்பிடத்தக்கவை.

கிருத யுகத்தில் அக்கினி உருவாயும், திரேதா யுகத்தில் மரகதமாகவும், துவாபர யுகத்தில் பொன் மலையாகவும், கலி யுகத்தில் கல் மலையாகவும் அண்ணாமலை நிற்பதாக ஐதீகம். இம்மலையைச் சுற்றி எட்டுத் திசைகளிலும் எட்டு நந்திகள், எட்டு லிங்கங்கள் மற்றும் முன்னூற்று அறுபது தீர்த்தங்கள் உள்ளன. திருவெம்பாவைப் பாடல்களை இங்குள்ள புராதனக் கோவிலான அடி அண்ணாமலையில்தான் மாணிக்கவாசகர் பாடினார். 'ஆதியும் அந்தமும் இல்லா அரும்பெரும் சோதி' என்று திருவெம்பாவையின் முதல் பாடலிலேயே அண்ணா மலையின் தலக்குறிப்பை வைக்கும் மணிவாசகப் பெருமான், 'மாலறியா நான்முகனும் காணா மலை' என்று ஐந்தாவது பாடலில் மேலும் விளக்குகிறார்.

அடி அண்ணாமலை என்றதும் ஒரு சிந்தனை எழுவது தவிர்க்க முடியாததாகிறது. இங்கே இருக்கும் அடி அண்ணாமலைக் கோவில் மிகவும் பழமையானது. தற்போது இருக்கும் பிரம்மாண்டமான கோவில் பிற்காலத்தில் கட்டப்பட்டது. எனவே முதலில் இருந்ததை 'ஆதி அண்ணாமலை' என்று சொல்லியிருக்கக் கூடும். 'ஆதி அருணாசலம் அமர்ந்த பெருமாளே' என்று அருணகிரி பாடுவதையும் கவனிக்க வேண்டும். ஆதி அண்ணாமலை என்பதை Adi Annamalai என்று ஆங்கிலத்தில் எழுதி, பின்னர் அதுவே தமிழிலும் அடி அண்ணாமலை என்று ஆகிவிட்டதோ என்பதே எனது சந்தேகம். டின்னவெல்லி (திருநெல்வேலி), ட்ரிவேன்ட்ரம் (திருவனந்த புரம்), ட்ரிப்லிகேன் (திருவல்லிக்கேணி), டாஞ்சூர் (தஞ்சாவூர்) உள்படப் பல உதாரணங்கள் இதற்குச் சொல்லலாம்.

ஒரு வெளிநாட்டு அன்பர் ரமணருக்கு எழுதிய கடிதத்தில், அருணாசல மலையின் மிகப் புனிதமான பகுதியிலிருந்து ஒரு சிறிய கல்லைத் தனக்கு அனுப்பி வைக்குமாறு கோரி இருந்தார். அதைப் படித்துவிட்டு ரமணர் கூறினார்: 'இந்த மலை முழுவதுமே புனிதமானதுதான். எப்படி இந்த உடலை நான் என்று நாம் நினைத்துக்கொண்டிருக்கிறோமோ, அதேபோல சிவன் இந்த மலையைத் தான் என்று அறிவித்திருக்கிறான். இது சிவனேதான்.'

'பிறக்க முக்தி திருவாரூர், தரிசிக்க முக்தி சிதம்பரம், இறக்க முக்தி காசி, நினைக்க முக்தி திருவண்ணாமலை' என்று முன்னோர்கள் சும்மாவா எழுதிவைத்தார்கள்!

குளவிகள் சொல்லித் தந்த பாடம்

எண்ணற்ற சித்தர்கள் இன்னும் இம்மலையில் குடிகொண்டி ருக்கிறார்கள் என்று பலமுறை ரமணர் கூறியதுண்டு. எனவே தான் ஒரு கட்டத்துக்கு அப்பால் மலையின் மேல் தொடர்ந்து போகக்கூடாது என்றும் அவர் சொல்வதுண்டு. இதில் அவரது அனுபவம் மிக ஆச்சரியமூட்டக் கூடியது. இந்த மலையின் வடக்குப் புறத்தில் ஒரு பெரிய ஆலமரம் உண்டு என்றும் அதன் கீழே அருணகிரி யோகி என்னும் பெருஞ்சித்தர் இருப்பதாகவும் நம்பிக்கை உண்டு. ஒருமுறை மலையைச் சுற்றும்போது சுமார் ஓர் அடிக்குமேல் குறுக்களவு உள்ள அசாதாரணமான ஆலிலையை அங்கிருந்த வற்றிய சுனையில் ரமணர் பார்த்தது இந்த நம்பிக்கைக்கு வலுவூட்டுவதாக இருந்தது.

ஒருநாள் இன்னும் மேலே போய் அந்த ஆலமரத்தைப் பார்க்க வேண்டும் என்ற எண்ணம் வந்தது ரமணருக்கு. மிகுந்த முயற்சிக்குப் பின் அவர் அடைந்த ஓரிடத்திலிருந்து தூரத்தில் அந்த மரத்தைப் பார்க்கமுடிந்தது. இடையில் அடர்ந்த முட்புதர் ஒன்று இருந்தது. எப்படியும் புதரைக் கடந்து மேலே போவது என்று தீர்மானித்துச் சென்றார். ஆனால் புதரில் கால் பட்ட இடத்தில் ஒரு பெரிய குளவிக்கூடு இருந்தது. கால் பட்டதும் கோபித்த குளவிகள், ரமணரது காலில் கடுமையாகக் கொட்டின. தான் அவற்றின் இருப்பிடத்தைக் கலைத்ததால் அவை தனக்குத் தண்டனை தருவது நியாயமே என்று நினைத்த ரமணர், அங்கே அவை தொடையில் கொட்டி முடிக்கும் வரை நின்றார். அதே சமயத்தில் மேற்கொண்டு மலையில் செல்லத் தனக்கு தெய்வத்தின் அனுமதியில்லை என்று குளவிகள் சொல்வ தாகவும் கருதிய அவர், முயற்சியைக் கைவிட்டுத் திரும்பினார்.

இதை ரமணர் சொல்லக் கேள்விப்பட்ட சில பக்தர்கள் 1942, 43-ம் ஆண்டுவாக்கில் குஞ்சு சுவாமிகளின் தலைமையில் இந்த ஆலமரத்தை நோக்கிப் புறப்பட்டனர். ஆனால் ஒரு பள்ளத் தாக்கை அடைந்ததும் அதைவிட்டு வெளியே வரமுடியாமல் சுற்றிச் சுற்றி வந்து கொண்டிருந்தனர். திரும்பி வரவும் தெரிய வில்லை. அப்போது அங்கே முதிய கிராமவாசி ஒருவர் வந்து

இவர்களைச் சில நிமிடங்களிலேயே சரியான பாதைக்கு அழைத்துச் சென்றார். குழுவினரில் ஒருவரான முனகால வெங்கடராமையா என்பவர் தனது இடத்துக்குத் திரும்புவோமா என்று தவித்துப் போயிருந்தார். வழிகாட்டிய கிராமவாசி அவரைத் தாங்கிப் பிடித்து அழைத்து வந்தார். அவர்கள் ஒருவழியாக ரமணரின் சன்னதியை அடைந்தனர். 'முதலிலேயே இது நடவாத காரியம் என்று அறிந்திருந்தும் இதில் ஈடுபட்டது முட்டாள்தனம்' என்றார் ரமணர்.

அருணாசலத்தை, பூமி வழியே செல்லும் ஆன்மிக ரேகையின் அச்சு (spiritual axis) என்று புராணங்கள் சொல்வதை ஆமோதித்தார் ரமணர். எனவே அண்ணாமலையைப் போலவே பூமிக் கோளத்தின் மறுபக்கம் அதே நேர்கோட்டில் மற்றொரு மலை இருக்க வேண்டும் என்று சொன்னார். அப்போது அவருடன் இருந்த A.W.சாட்விக் (பிற்காலத்தில் சாது அருணாசலா) என்பவரை உலக வரைபடத்தை எடுத்துக்கொண்டு வரும்படிச் சொன்னார். அதில் பார்த்தபோது தென் அமெரிக்காவில் பெரூ தேசத்தின் கடற்கரையிலிருந்து சுமார் நூறுமைல் தள்ளி பசிபிக் மகாசமுத்திரத்தில் அந்த மறுமுனை வந்தது. அது திருப்தி யளிப்பதாக இல்லை.

'ஸ்ரீ பகவான் விதேக முக்தியடைந்த சில காலத்துக்குப் பிறகே ஓர் ஆங்கிலேயர் இங்கு யாத்திரையாக வந்தபோது, இது போன்று ஒரு தலம் அங்கும் உள்ளதாகவும், பெரூ நாட்டுக்கு அருகிலுள்ள ஈக்வடாரின் ஆண்டீஸ் (Andes) மலைத்தொடரில்தான் ஸ்ரீ பகவான் குறிப்பிட்டுக் காட்டிய ஆன்மிக மையக்கோட்டின் மறுமுனை இருக்குமென்றும், அங்கு சிலர் முன்பு தியான மையத்தை அமைத்தனர் என்றும் தெரிவித்தார்' என்று குறிப்பிடுகிறார் சாட்விக்.

வலம் வந்தால் நலம் தந்திடும்

அண்ணாமலையைச் சுற்றி வருவது மிகவும் நல்லது என்ற கருத்து நெடுங்காலமாகவே உண்டு. ரமணர் இக்கருத்தை ஆதரித்ததோடு தாமும் பலமுறை சுற்றிவந்ததுண்டு. அதுமட்டுமல்லாமல் பிற பக்தர்களையும் சுற்றிவரச் சொல்வார்.

தேவராஜ முதலியாருக்கு ஆரம்ப காலத்தில், 'நான் மேம்பட்ட அறிவாளி என்ற கர்வமும் சோம்பேறித்தனமும் இருந்தன.'

அவர் அப்போதுதான் ரமணாச்ரமத்தில் வந்து நிரந்தரமாகத் தங்கத் தொடங்கியிருந்த காலம். ஆனாலும் ரமணரிடம் பல வகைகளில் 'கிரிவலம் என்கிற சிரமமான முயற்சி அவசியம் தானா?' என்று கேட்டிருக்கிறார். அதற்கு ரமணர் கூறிய பதில் முக்கியமானது:

'கிரிப்பிரட்சிணம் செய்வது எல்லோர்க்கும் நல்லதே. பிரதட்சிணத்தில் நம்பிக்கை இருக்கிறதா இல்லையா என்பது முக்கியமில்லை. நம்பிக்கை உள்ளவரோ அற்றவரோ ஆனாலும் நெருப்பானது எப்படி தன்னைத் தீண்டிய எல்லோரையும் சுடுகிறதோ, அதுபோலவே இம்மலையும் தன்னை வலம் வரும் எல்லோருக்கும் நன்மை பயக்கும்.' ஆனாலும் மேலும் மேலும் கேள்விகள் கேட்டுத் துளைத்துக் கொண்டிருந்தார் முதலியார். அப்போது ரமணர் சொன்னார், 'இதைப்பற்றி ஏன் இத்தனை கேள்விகளை எழுப்புகிறாய்? உனக்கு எது கிடைத்தாலும் கிடைக்காவிட்டாலும் உடற்பயிற்சி செய்த பலனாவது நிச்சயம் கிடைக்கும்' என்றார். மற்றொரு முறை கூறினார்: 'ஒருமுறை அருணாசலத்தைப் பிரதட்சிணம் செய்துபார்; அது உன்னை ஈர்ப்பதை நீயே உணர்வாய்'.

உண்மைதான் இந்த ஈர்ப்பை நான் உணர்ந்திருக்கிறேன். பாவம், புண்ணியம், மோட்சம், நல்லது நடக்கும் என்ற சுயநல மதிப்பீடுகளைத் தாண்டிய ஈர்ப்பு. மலையைச் சுற்றவேண்டும் என்ற எண்ணம் வந்துவிட்டால் தவிர்க்க முடியாது. பவுர்ணமி நாள்களில் மட்டுமல்ல, வருடத்தில் எல்லா நாள்களிலும், எல்லா நேரத்திலும் மக்கள் கிரிவலம் வருகிறார்கள். இவர்களின் எண்ணிக்கை நாளுக்கு நாள் பெருகிக் கொண்டேதான் வருகிறது. இதில் பல வெளிநாட்டவர்களும் அடங்குவர்.

ரமணரைப் பற்றிப் பல புத்தகங்கள் எழுதியிருக்கும் டேவிட் காட்மன் என்பவர் இளமையிலேயே இங்கு ஈர்க்கப்பட்டு வந்து தங்கிவிட்டவர். அவர் சொல்கிறார்: 'நான் முதன்முறை அருணாசலத்துக்கு வந்தபோதே இந்த இடத்துடன் காதல் கொண்டேன். என்னிடம் அதிகப் பணம் இருக்கவில்லை. அதைக்கொண்டு அதிகபட்சம் நாள்களைத் தள்ள ஆசைப் பட்டேன். ஒரு நாளைக்கு இவ்வளவு செலவு, அப்படியானால் இன்னும் இத்தனை நாள் ஓட்டலாம் - இந்தக் கணக்கு எப்போதுமே என் தலையில் ஓடிக்கொண்டே இருக்கும். ஒருநாள் கிரிவலம் வரும்போது எல்லாக் கவலைகளும் மறைந்தன. அது

மனத்தின் தீர்மானமல்ல. நடப்பதை நிறுத்தினேன். திரும்பி மலையைப் பார்த்தேன். 'எந்தச் சக்தி என்னை இங்கு கொண்டு வந்ததோ, அது தன் பணி முடியும்வரை என்னை இங்கு வைத்திருக்கும்' என்பது அதே கணத்தில் எனக்குப் புரிந்தது.' ஓரிரு வருடங்கள் வெளியே சென்றுவந்தாலும் டேவிட் காட்மன் நிரந்தரத் திருவண்ணாமலை வாசியாகிவிட்டார்.

ரமணர் தம் அன்பர் குழாத்துடன் மலையை வலம் வருவது வழக்கம். ஒருமுறை இவ்வாறு வந்தபோது சில ஒளிவீசும் உருவங்கள், தரையிலிருந்து ஓர் ஆள் உயரத்தில் தம்மோடு வருவதைக் கண்டதாக தேவராஜ முதலியாரிடம் ரமணர் கூறினார். இதைப் பிறர் பார்த்தார்களா என்று முதலியார் கேட்டதற்கு இல்லை என்று பதில் கூறினார் ரமணர். 'இந்த ஒளி உருவங்கள் சித்தர்களாகத் தான் இருக்க வேண்டும் என்றும் அவர்கள் பகவானுடன் கிரிவலம் செய்வதில் ஆனந்தம் அடைபவர்கள் என்றும் யூகித்தேன்' என்கிறார் தேவராஜ முதலியார்.

முருகனார் பெரும் தமிழ்ப் புலவர். ரமணர் மீதும், அவரோடு சேர்ந்தும் பல தமிழ்ச் செய்யுள் நூல்கள் செய்தவர். ஆரம்ப காலத்தில் கிரிவலத்தின் பெருமையைப் பற்றி ரமணரிடம் கேட்ட போது, 'முதலில் கிரிவலம் செய்துவிட்டு அப்புறம் என்னிடம் வந்து கேள்' என்றார் ரமணர். சரி என்று சொல்லிப் புறப்பட்டார் முருகனார். நடக்கத் தொடங்கிய சிறிது நேரத்திலேயே அவருக்கு தேகான்ம புத்தி (இந்த உடலே நான் என்கிற உணர்ச்சி) மறைந்தது. தன்னை மறந்து நடந்துகொண்டிருந்தார். அடி அண்ணாமலைக்கு வந்தபின்தான் சுய உணர்வு திரும்பியது. இதைக் கேட்டதும் ரமணர் 'இப்பொழுது புரிகிறதா உனக்கு?' என்று கேட்டார்.

'தியானம் மற்றும் இதர மனம் அடக்கும் பயிற்சிகளால், பெரும் போராட்டம், முயற்சி ஆகிய இவற்றின் பிறகே அடையப்படும் நன்மைகள் எல்லாம் பிரதட்சிணம் செய்பவர்களால் பெரு முயற்சியின்றியே அடையப்பெறும்' என்றும், 'தியானம் செய்ய இயலாதவர்கள் அருணாசலத்தைப் பிரதட்சிணம் செய்வதால் தம் முயற்சியில் வெற்றி பெறுவர்' என்றும் பலரிடம் பகவான் கூறியதுண்டு.

வஜ்ராங்கத பாண்டியன் என்று ஒரு பேரரசன் இருந்தான். ஒருநாள் அவனிடம் வந்த சில வித்யாதரர்கள் 'நீ முற்பிறவியில்

இந்திர பதவி வகித்தாய். அருணாசலத்தை வழிபட்டால் மீண்டும் இந்திரனாகிச் சுவர்க்க லோகத்தை ஆளலாம்' என்று கூறினர். பாண்டியனுக்கு இந்திரனாக வேண்டும் என்ற ஆசை வலுத்துவிட்டது. தினமும் மூன்று முறை அருணாசலத்தை வலம்வந்து வழிபட்டு வந்தான். இப்படி மூன்று வருடங்கள் கழிந்தன.

சிவபெருமான் அவன் முன் தோன்றி 'என்ன வரம் வேண்டுமோ கேள்' என்றார். அவன் தனக்கு முக்தி வேண்டும் என்று கேட்டுப் பெற்றுக்கொண்டான். அவன் கிரிவலம் வரத் தொடங்கியதோ இந்திர பதவியும் சுவர்க்க போகமும் வேண்டும் என்பதற்காக. ஆனால் வலம் வந்ததன் மகிமை அவனது மனத்தில் பக்குவம் ஏற்பட்டுவிட்டது. நிலையற்றவைகளுக்காக ஏன் ஆசைப்பட வேண்டும் என்கிற விவேகமும், நிலையான முக்தியையே நாடுவேன் என்ற வைராக்கியமும் வந்துவிட்டன. எனவேதான் குஞ்சு சுவாமியிடம் ரமணர் 'இந்த மலை அனைத்து ஆன்ம சக்தியின் களஞ்சியம் ஆகும். இதை வலம் வருவதால் எல்லா விதத்திலும் நீ பயனடைகிறாய்' என்று கூறினார்.

இந்த மலையைக் குறித்த இன்னொரு அற்புதத்தையும் ரமணரே கூறியதுண்டு. ஆச்ரமத்தின் அன்பரான T.K. சுந்தரேச அய்யருக்கு உறவினர் ஒருவர் இருந்தார். தம் உறவினர்களின் ஆதரவில் திருவண்ணாமலையில் வசித்துவந்தார். அவர் கால் முடமான வர். வயதில் மிகுந்தவர். ஊனமுற்ற நிலையிலும் கவட்டுக் கட்டையின் உதவியோடு கிரிவலம் வருவதை வழக்கமாகக் கொண்டிருந்தார். ஒரு சமயம் அவரை ஆதரித்து வந்த உறவினர்கள் அவரைக் கேவலமாக நடத்தவே, திருவண்ணா மலையை விட்டு ஏதாவது கிராமத்துக்குப் போவது என்று முடிவு செய்து கிளம்பினார். நடந்து போகும் வழியில் நகர எல்லையைத் தாண்டும் முன்பே ஒரு அந்தண இளைஞன் அவர்முன் தோன்றினான். 'உன் லட்சணத்துக்கு இது ஒரு கேடா?' என்று சொன்னபடி அவரிடம் இருந்த கவட்டுக்கட்டைகளை அவன் பிடுங்கி வீசியெறிந்தான். பெரியவருக்குக் கோபம் வந்தது. அவனைத் திட்ட வேண்டும் என்று வாயைத் திறந்தார். அதற்குள் தான் எதன் துணையும் இல்லாமலே நடக்கமுடிகிறது என்பதைக் கவனித்துவிட்டார். வியந்துபோய் எதிரில் பார்த்தால் அந்தண இளைஞன் மறைந்துவிட்டான். இதேபோன்ற சம்பவம் அருணாசல தலபுராணத்திலும் கூறப்பட்டிருப்பதை நினைவு படுத்துவார் ரமணர்.

மற்றொரு சமயம் இரவு நேர ரயில் வண்டியில் தனியாக வந்து இறங்கினார் ஒரு பெண். ஒரு குதிரை வண்டிக்காரனிடம் விலாசத்தைச் சொல்லி அங்கு தன்னை அழைத்துப் போகுமாறு கூறினார். அவனோ ஒரு கயவன். வண்டியைத் தனியிடத்துக்கு ஓட்டிச் சென்றான். அங்கே அவளது நகைகளைப் பறித்துக் கொள்ளும் வேளையில் இரண்டு போலீஸ்காரர்கள் வந்தனர். நல்லவேளையாகத் தப்பித்தாள் அந்தப் பெண். பின்னர் அவர்களது அடையாள எண்ணைக் குறித்து வைத்துக்கொண்டு அதற்கு நன்றி சொல்லவும், வெகுமதி தரவும் எண்ணி மறுநாள் அவள் காவல் நிலையத்தை அணுகினாள். என்ன ஆச்சரியம், அங்கு அவள் சொன்ன அடையாள எண்களுடன் எந்தக் காவலரும் இல்லை. காவல் நிலையத்துக்கு இந்தச் சம்பவமே தெரிந்து இருக்கவில்லை. அவள் அருணாசலேஸ்வரரின் கருணையை எண்ணி வியந்தாள். இதுவும் ரமணரே சொன்னது தான். ஒரு சில பக்தர்கள் இவற்றைச் செய்ததும் ரமணர்தான் என்று கருதியபோதும், தான் சித்துகள் செய்ததாக பகவான் ஒப்புக் கொண்டது கிடையாது.

ஒருமுறை வெளிநாட்டில் இருந்த வந்த முதிய பக்தர் ஒருவர் இவ்வாறு கூறினார்: 'நான் மலைமீது உலாவச் சென்றிருந்த போது வழிதவறிவிட்டேன். நடுப்பகல் வெயிலாலும், மலையேறி நடந்த களைப்பாலும் மிகவும் சோர்வடைந்து மோசமான நிலையில் இருந்தேன். பகவான் அவ்வழியாகச் செல்ல நேர்ந்து எனக்கு ஆச்ரமத்துக்கு வழி காட்டியிராவிட்டால் நான் என்ன செய்திருப்பேனோ தெரியாது.' ஆனால் அவர் குறிப்பிட்ட அந்த நேரத்தில், பகவான் கூடத்திலேதான் அன்பர் களுடன் இருந்தார். அவர்கள் ஆச்சரியப்பட்டுப் போனார்கள்.

இதை 'சண்டே டைம்ஸ்' பத்திரிகையில் படித்த டாக்டர் பி.சி. நம்பியார் என்ற பக்தர், விசாகப்பட்டினத்திலிருந்து ஒரு கடிதம் எழுதினார். அதில் 'பகவான் வெளிநாட்டவர்களிடத்தில் பாரபட்சமாக நடந்துகொள்கிறார் என்றே கூறவேண்டும். நாங்கள் பகவானை நெடுங்காலம் அறிந்திருந்தும் பகவான் எங்களுக்கு இவ்வித அற்புதங்களைக் காட்டுவதில்லை. ஆனால் முதன்முறை யாக வந்த இவ்வெளிநாட்டு அன்பருக்காக பகவான் உடனே இந்த அற்புதத்தை நிகழ்த்துகிறார்' என்று முறையிட்டிருந்தார்.

'இங்கு வருவதற்காக டாக்டர் என்ன தியாகம் செய்திருக்கிறார் என்று அவரைக் கேள்' என்றார் ரமணர். முதிய வயதில்,

தொலைதூரத்திலிருந்து, வெப்பத்தையும் உணவு மாற்றத்தையும் பொருட்செலவையும் வாழ்க்கை முறையில் ஏற்படும் மாறுதல் களையும் பொருட்படுத்தாது இவ்வளவு தூரம் வந்திருக்கிறாரே, அது எத்தனை பெரிய தியாகம் என்பதே ரமணரின் கேள்வி. டாக்டரோ முதலில் திருவண்ணாமலையிலேயே இருந்தவர்.

அருள்மலையான அருணாசல ஞானத்திரளை ரமணர் தனது குருவாகவே கருதினார். மலையாக நின்ற மகேசன் அழைத்ததனால் அல்லவோ அவர் மதுரையை நீங்கி அண்ணாமலைக்கு வந்தது. வந்தபின்னும் சில வருடங்களே அவர் கோவிலிலும் குருமூர்த்தத்திலும் இருந்தது. மற்றெல்லாப் பொழுதும் மலையின் மேல் இருந்த குகைகளிலும், அதன் பின்னர் மலையின் சாரலிலே இருக்கும் ரமணாச்ரமத்திலுமே இருந்து ஞானப் பேரரசு செய்தார். ஆகவே இந்த கிரிப் பிரதட்சிணம் குருப் பிரதட்சிணமும், தெய்வப் பிரதட்சிணமும் ஆகும்.

கிரிவலம், மக்களின் சாதாரண ஆசைகளைப் பூர்த்தி செய்யுமா என்று ஒருவர் கேட்டதற்கு, மிக உயர்ந்ததாகிய முக்தியையே தருவதென்றால் அது எளியனவாகிய உலகத் தேவைகளைப் பூர்த்தி செய்யாமல் போகுமா என்று கேட்டார் ரமணர்.

இதில் முக்கியம் என்னவென்றால் அவசர அவசரமாக இந்தப் பிரதட்சிணம் செய்யக் கூடாது. தேவையற்ற அரசியல் மற்றும் இதர வம்புப் பேச்சுகளைப் பேசியபடி செய்யக்கூடாது. மெல்ல 'நிறைமாத கர்ப்பிணியான மகாராணி' நடப்பதைப் போல அடிமேல் அடி வைத்து வலம் வரவேண்டும். காலணி கூடாது. கூட்டமாக வந்தால் இறைவன் திருப்பெயரைக் கோஷமிட்ட படியோ, துதிப்பாடல்களைப் பாடியபடியோ வலம் வரலாம். தனியாக இருந்தால் இறைச் சிந்தனையோடு, இறைவன் திருநாமம் அல்லது மந்திரத்தை ஜபித்தபடி வலம் வரவேண்டும். ஏனென்றால் அங்கே இருப்பது வெறும் மலையல்ல. ரமணர் அக்ஷரமணமாலையில் கூறியபடி 'கிரி உருவாகிய கிருபைக் கடல்'.

8. குகையில் அமர்ந்த குகன்

தாயார் அழகம்மாளும் அண்ணன் நாகசுவாமியும் வந்துவிட்டுப்
போன சிறிதுநாளில், 1890-ல் ரமணர் பவழக்குன்றிலிருந்து
அருணாசல மலைக்குச் சென்றார். அதன் பல குகைகளில் 1922-ம்
ஆண்டுவரை வசித்தார். அதில் சுமார் பதினேழு ஆண்டுகள்
விருபாட்ச குகையிலே பெரும்பாலும் இருந்தார்.

விருபாட்சதேவர் என்ற முனிவர் சுமார் 13-ம் நூற்றாண்டில்
அங்கே தவம் செய்திருக்கிறார். அவர் மறையும் தருவாயில்
அவரது சீடர்கள் அவரது உடலை எரிப்பதா, புதைப்பதா என்று
விவாதித்திருக்கிறார்கள். அப்போது அவர் 'ஒரே ஒருநாள்
பொறுத்திருங்கள்' என்று சொன்னாராம். மறுநாள் வந்து பார்த்த
போது அங்கே ஒரு சாம்பல் குவியல் இருந்ததாம். முனிவர்
தற்சோதியாகி (spontaneous combustion) இருக்கிறார். வெளியே
எந்தப் பொருளின் தேவையும் இல்லாமல், தானே நெருப்புப்
பிடித்துச் சாம்பலாகிவிடும் விந்தை இது.

ரமணர் இந்தக் குகைக்குச் சென்றபின் ஒரு மேடை அமைத்து,
தானே திருநீற்றைச் சிவலிங்கமாகப் பிடித்து மேடைமேல்
நிர்மாணித்தார். குகை ஓம் என்ற வடிவத்தில் உள்ளது.

ரமணர் விருபாட்சிக்குச் சென்ற சமயத்தில் மடத்து நிர்வாகிகள்
இரண்டு குழுவாகப் பிரிந்து தமக்குள் சண்டையிட்டு வந்தனர்.
யாருக்கு மடத்தில் உரிமை என்பது கோர்ட்டில் வழக்காக இருந்த
நிலையில் யாருமே குகையைக் கவனிக்கவில்லை. ரமணரின்
வரவால் ஏராளமான பக்தர்களும் இங்கே வரத் தொடங்கினர்.
குறிப்பாகக் கார்த்திகை மாதத் திருவிழாக்களை ஒட்டி வருவோரின்
எண்ணிக்கை கூடியது. இதே சமயத்தில் கோர்ட்டில் ஒரு
சாராருக்குச் சாதகமாக வழக்கு தீர்ப்பானது. அவர்கள் விருபாட்ச

குகைக்கு வருவோரிடம் இருந்து ஒரு சிறு தொகையை நுழைவுக் கட்டணமாக வசூலிக்கத் தொடங்கினர். தன்னைப் பார்ப்பது எந்த எளியவருக்கும் சிரமமற்ற காரியமாக இருக்கவேண்டும் என்ற கொள்கையை எப்போதுமே கடைப்பிடித்து வந்தவர் ரமணர். எனவே குகைக்கு வெளியே வந்து அமர்ந்துகொண்டார். மடத்து நிர்வாகிகள் உடனே குகையைச் சுற்றிய வளாகத்துக்கு வெளியே கட்டணம் வசூலிக்கத் தொடங்கினர். இதை விரும்பாத ரமணர், சத்குருசுவாமி குகைக்கும், விரைவிலேயே குகைநமச்சிவாயர் கோவிலுக்குமாகப் போய்விட்டார்.

ரமணர் இல்லாத குகைக்கு யாரும் வர விரும்பவில்லை என்பது விருபாட்ச நிர்வாகிகளுக்குச் சீக்கிரமே புரிந்தது. ஆனால் ரமணர் சென்ற இடமெல்லாம் கூட்டம் தொடர்ந்தது. யாருக்கும் பயனில்லாமல் குகையை வைத்திருக்க வேண்டாம் என்ற நல்ல எண்ணம் வந்த நிர்வாகிகள், அவர் தங்கியிருக்கும்வரை கட்டணம் வசூலிப்பதில்லை என்ற உறுதி கொடுக்கவே மீண்டும் விருபாட்சிக்கு வந்தார் ரமணர்.

ஆரம்பத்தில் ரமணரின் முதல் சீடரான பழனிசுவாமிதான் அவருடன் இருந்தார். அந்த வாழ்க்கையை ரமணர் விவரிப்பதைக் கேளுங்கள்: 'ஒருநாள் பழனிசுவாமி சங்கரரின் சில சுலோகங்களை மலையாளத்தில் எழுதித் தரச் சொன்னார். நோட்டுப் புத்தகத்துக்கு எங்கே போவது? சுத்துமுத்தும் கிடக்கும் குப்பைத் தாள்களைச் சேர்த்து ஒன்றாகத் தைத்து ஒரு நோட்டுப் புத்தகமாக்கி அதில் எழுதினேன். எங்களிடமிருந்த ஒரே சொத்து ஒரு பானைதான். ஒரு துண்டுகூடக் கிடையாது. பழனிசுவாமி இடுப்பில் ஒரு குளியல் துண்டு கட்டிக்கொண்டிருந்தார். விருபாட்சிக்கு ஒரு மரத்தாழ்ப்பாள் வைத்த மரக்கதவு இருந்தது. ஒரு சின்னக் குச்சியால் வெளியிலிருந்து உள்ளே தாள் போட்டு விட்டு மலையில் அங்குமிங்கும் சுற்றுவோம். ஒரு வாரம் பத்து நாள் கழித்து வந்து இன்னொரு குச்சியால் கதவைத் திறப்போம். அதுதான் எங்கள் சாவி. பத்திரப்படுத்தத் தேவையில்லை.'

1905-ம் ஆண்டு பிளேக் என்னும் கொள்ளை நோய் ஊரைத் தாக்கியது. அரசாங்கம் அப்போது கட்டாயமாக எல்லோரையும் அவ்வூரை விட்டு வெளியேற்றியது. அந்தச் சமயத்தில் ரமணர், பச்சையம்மன் கோவிலில் வந்து இருந்தார். அவருடன் அவ்வூர்க் காவலுக்காக நியமிக்கப்பட்ட போலீஸ் படை ஒன்று இருந்தது. அவர்களுக்கு வரும் உணவுப் பொருள்களை வைத்து சுவையாகச்

சமைத்துப் போடுவாராம் ரமணர். வருகிற உணவு எவ்வளவு சிறிதாக இருந்தாலும் சுற்றி இருப்பவரோடு பகிர்ந்து உண்ணும் வழக்கமுடையவர் ரமணர். முதன்முறையாக தாராளாமாக உணவு இருந்தது. ஆனால் அன்பர்கள் யாருமே இல்லை. எனவே பச்சையம்மன் கோவிலில் இருந்த ஆறுமாதத்தில் ரமணருடைய உடம்பு வலுவாக, வளத்துடன் இருந்தது என்கிறார் பழனி சுவாமி. நோயின் அபாயம் குறைந்ததும் மக்கள் ஊருக்குள் திரும்பவே மீண்டும் விருபாட்சி சென்றார் ரமணர்.

ஒவ்வொருவராக ரமணரிடம் அன்பர்கள் வந்து சேரத் தொடங்கினார். முன்பெல்லாம் மவுனமாக இருக்கும் சுவாமியைப் பார்த்துவிட்டுப் போவார்கள். இப்போது ஏதோ கொஞ்சம் பேசுகிறார். குறிப்பாக ஆன்மிக நாட்டம் உடையவர்களுக்கு வழிகாட்டுதல் கிடைக்கிறது. அத்தகைய நூல்களைக் குறைந்த சொற்களில் அதிக ஆழத்துடன் விளக்குகிறார். அப்புறம் வாழ்வில் துன்பங்களால் எத்துண்டு தவிப்பவர்கள் அவரையே சரண் என்று வந்தால் நிம்மதி பெறுகிறார்கள். அப்படி வந்த வர்கள் அவரைச் சுற்றி அங்கே இருந்துவிடுகிறார்கள். இப்படிப் பட்டவர்களின் எண்ணிக்கை கூடிவருகிறது. வந்து பார்த்துவிட்டுப் போகிறவர்கள் வெளியே பேசுகிறார்கள், எழுதுகிறார்கள். ரமணரின் கீர்த்தி பரவுகிறது. தொலை தூரத்திலிருந்தும் பலர் பார்க்க வருகிறார்கள்.

மாறிவிட்டாரா ரமணர்? அவரையே ஒருவர் இந்தக் கேள்வி கேட்டார். அதற்கு ரமணர் சொன்னார்: 'முன்னால் எப்படியோ, இப்போதும் அப்படித்தான்' என்று. அதோடு நிறுத்தவில்லை, 'மாறுகிறவன் ஞானியல்ல' என்றும் கூறினார். ஞானியாகும்வரை மாற்றங்கள் இருக்கலாம், ஆனால் வந்தபின் அதுதான் பரிபூரண நிலையாயிற்றே. பிறகு என்ன மாறுவது?

ரமணருக்கு ஆறு வருடங்களுக்கு முன்னரே திருவண்ணா மலைக்கு வந்தவரும், பாதாள லிங்க குகையில் சிறுவர்கள் கல்லெறிந்தபோது அவரைக் காப்பாற்றியவருமான சேஷாத்ரி சுவாமிகள் அடிக்கடி ரமணரை வந்து பார்த்துப் போய்க்கொண்டு இருந்தார். மந்திர ஜபம், தியானம் ஆகியவற்றால் ஆன்மிகத்தின் மிக உயர்ந்த நிலையை அடைந்திருந்த அவருக்கும் ஏராளமான சீடர்கள் இருந்தனர். ஆனால் தன்னிடம் வரும் பலரை அவர் ரமணரிடத்து அனுப்பிவைத்தார். இந்த மகானைப் பற்றியும் அறிந்துகொள்வது அவசியம்.

மகான் ஸ்ரீ சேஷாத்ரி சுவாமிகள்

1870-ம் ஆண்டு ஜனவரி மாதம் 22-ம் நாள் காஞ்சிபுரத்தில் வரதராஜர் - மரகதம் தம்பதிகளுக்குப் பிறந்தவர் சேஷாத்ரி. தொட்டதெல்லாம் துலங்கும் ஒரு 'தங்கக் கை' பற்றி நாம் முன்னமே பார்த்திருக்கிறோம். சேஷாத்ரிக்கும் தங்கக் கை என்ற பெயர் நான்கு வயதாக இருக்கும்போதே கிடைத்துவிட்டது. அந்தச் சம்பவத்தைப் பார்ப்போம்:

தாய் மரகதம், ஒருமுறை மகனை அழைத்துக்கொண்டு கோவிலுக்குப் போனார். கோவில் வாசலில் வெண்கலத்தாலான நவநீத கிருஷ்ணர் விக்கிரகத்தைக் குவித்து வைத்துக் கொண்டிருந்தார் ஒரு வியாபாரி. சிறுவன் சேஷாத்ரி ஓடிப்போய்க் கையில் சில சிலைகளை எடுத்துக்கொண்டு 'நான் கிருஷ்ணர் பூஜை செய்வேன். எனக்கு வேணும்' என்றான். அது காலை நேரம். இன்னும் முதல் போணி ஆகவில்லை. ஆனாலும் வியாபாரி, குழந்தையின் களையான முகத்தைப் பார்த்துவிட்டு 'கிருஷ்ணன் மாதிரிக் கொழந்த கேக்குது. எடுத்துக்கட்டும். காசு வாணாம் வுடு' என்றார்.

மறுநாள் காலை அதே வழியாக மரகதம் குழந்தையோடு போனார். ஓடி வந்த வியாபாரி குழந்தையின் கைகளை எடுத்துக் கண்ணில் ஒற்றிக்கொண்டு 'தங்கக் கை, தங்கக் கை' என்று ஆனந்தக் கூச்சலிட்டார். என்ன விஷயம் என்று கேட்டபோது 'அம்மா, மிஞ்சிமிஞ்சிப் போனா ஒரு நாளெல்லாம் நூறு சிலை விக்கும். நேத்து தங்கக் கை பட்ட நேரம், நான் குவிச்சு வெச்சிருந்த ஆயிரமும் வித்துப் போச்சு' என்றார் மகிழ்ச்சியோடு.

இது எப்போதும் தொடர்ந்தது. திருவண்ணாமலையில் அவர் ஏதாவது கடையில் போய் கல்லாப் பெட்டியில் இருக்கும் காசை எடுத்து வீசி எறிவார். கடைக்காரர் பரம சந்தோஷமாக அவர் காலில் விழுவார். அன்று வியாபாரம் பிய்த்துக்கொண்டு போகும். உணவு விடுதியில் போய்க் கேட்டு வாங்கிக் கொஞ்சம் சாப்பிட்டு மிச்சத்தை நாய்களுக்குப் போடுவார். யாராவது வேட்டி, துணி அணிவித்து விடுவார்கள். வெளியே போனதும் அதை ஏழை எளியவருக்குக் கொடுத்துவிட்டுத் தனது பழைய அழுக்குக் கந்தையிலேயே உலா வருவார். பித்துப்பிடித்தாற்போல அலைவார்.

இவர் தனது பத்தொன்பதாவது வயதில் சன்னியாசம் வாங்கிக் கொண்டார். அதற்கு முன்பே சோடசாட்சரி மந்திரம், மூக பஞ்சசதி போன்றவற்றை எப்போதும் ஜபித்தபடி இருப்பார். ஒருநாள் ஐந்து சிகரங்களோடு கூடிய அண்ணாமலையை ஓர் அட்டையில் வரைந்து பூஜையில் வைத்திருந்தார். விசேடம் என்னவென்றால் அதுவரை அவர் அருணாசலத்தைப் பார்த்த தில்லை என்பதுதான். அப்போதே அவருக்குள் அருணாசலத்தின் அழைப்பு கேட்டுவிட்டது என்பதை இது உணர்த்துகிறது.

எதிரில் இருப்பவர்கள் மனத்தில் இருப்பதை இவரால் படிக்க முடிந்தது. ஒருமுறை இவர் ரமணர் முன்னால் சற்று நேரம் உட்கார்ந்துகொண்டிருந்தார். அப்போது ரமணர் மாமரத்தடி குகையில் இருந்தார். எவ்வளவு முயன்றும் அவரது மனத்தில் இருப்பது இவருக்குத் தெரியவில்லை. ‘இந்த மனுஷன் என்ன நினைக்கிறான்னு ஒண்ணுமே புரியல்லியே’ என்று முணு முணுத்தாராம்.

நம் போன்றவர்களின் மனம் எண்ணங்களாலானது. ஒரு வெங்காயத்தை இதற்கு ஒப்பிடலாம். மேலேயிருந்து தொடங்கி உரித்துக்கொண்டே போனால் எப்படிக் கடைசியில் ஒன்றும் மிஞ்சுவதில்லையோ அதுபோலவே உடனடியாகத் தோன்றும் எண்ணங்களிலிருந்து புறப்பட்டு ஆழப் புதைந்து கிடக்கும் நினைவுகள் வரை மனத்தில் இருக்கிறது. ஆனால் வெங்காயத்தைப் போல உரித்து உரித்து மனத்தையும் இல்லாமலாக்கலாம் என்று புறப்பட்டால் நடவாத காரியமாக இருக்கிறது. ஏனென்றால் ஓர் எண்ணத்தை அகற்றினால் அந்த இடத்திலே பல எண்ணங்கள் முளைத்து விடுகின்றன.

எண்ணங்களும் ஆசைகளும் செயலுக்குக் காரணமாக இருக்கின்றன. செயல்கள், நல்லவையா தீயவையா என்பதைப் பொறுத்து நமக்குப் பாவ புண்ணியத்தை ஏற்படுத்துகிறது. இவற்றின் தொகுப்பே பிராரப்தம் அல்லது முன்வினைப் பயன் என்று நாம் பார்த்தோம். வங்கியிலே ஒருவருக்குக் கணக்கு இருந்தால் அதில் பணம் இருக்கும்வரை அவர் வங்கியோடு தொடர்பு கொண்டுதான் ஆகவேண்டும். அதுவே அவர் கடன் வாங்கியிருந்தாலும் வங்கி அவரை விடாது. பாவ புண்ணியங் களின் பலனும் கடன் மற்றும் வங்கிச் சேமிப்பு போன்றதுதான். கணக்கைத் தீர்த்தே ஆகவேண்டும்.

ஒவ்வொரு ரூபாய் வந்ததும் ஒருவன் 'ஏது இந்தப் பணம்?' என்று கேட்டால், அது அவன் சம்பாதித்தது அல்லது கடன் வாங்கியது என்று அப்பணம் புறப்பட்ட இடத்தைக் கண்டுபிடிக்கலாம். அதேபோல ஒவ்வொரு எண்ணம் எழுந்ததும், 'எங்கே இருந்து புறப்பட்டது இது?' என்று கேட்கச் சொன்னார் ரமணர். அப்படிச் செய்வதன் மூலம் எண்ணத்தின் பிறப்பிடமாகிய மனத்தைக் கண்டறியலாம். அந்த மனம் உங்கள் தொடர்ந்த கேள்விக்கு அஞ்சி ஆன்மாவில் தஞ்சம் புகும். இது மனோநாசம் எனப்படும்.

யாருடைய மனம் அழிந்துவிட்டதோ, அவர்களுக்குச் சுயமான விருப்பு வெறுப்புகள் இல்லை. அவன்தான் ஞானி. அவன் நிரந்தரமாகத் தன் ஆன்மாவிலேயே திளைத்து இருக்கிறான். ரமணர் அப்படிப்பட்டவர். அவருக்கென்று மனம் ஏதுமில்லை. எனவேதான் சேஷாத்ரி சுவாமிகளால் அவர் மனத்தைப் படிக்க இயலவில்லை.

ஜப தபங்களின் மூலம் சேஷாத்ரி சுவாமிகள் சித்திகளைப் பெற்றாலும், தான் ஒருமையுணர்வு பெற்ற ஞானியாகச் சில சமயம் காட்டிக்கொள்வதுண்டு. தன்னுணர்வு பெற்ற சத்திய நிலையில் உலகின் எல்லாப் பொருள்களும் பிரம்மமே என்ற தத்துவத்தை ரமணர் ஒருமுறை அவருக்கு விளக்கினார். எல்லாவற்றையும் சேஷாத்ரி சுவாமிகள் பேசாமல் கேட்டுக் கொண்டிருந்தார். பிறகு எழுந்து நின்றுகொண்டு 'என்னத்தைச் சொல்ல? எனக்கொண்ணுமே புரியல்லே. நான்பாட்டுக்குப் பூஜை பண்றேன்' என்று சொல்லிவிட்டு மலையின் உச்சியைப் பார்த்து விழுந்து விழுந்து நமஸ்காரம் செய்துவிட்டுப் போனார்.

'இவருடைய பைத்தியக்கார சேட்டைகள் வெறும் வேஷம்' என்று ரமணர் செல்லமாக சேஷாத்ரி சுவாமிகளைப் பற்றி மனவாசி ராமசாமி அய்யரிடம் ஒருமுறை சொன்னார். அதாவது புரியாததுபோல் காட்டிக்கொள்வதும், பைத்தியம்போலத் திரிவதும் எல்லாம் மேம்போக்கானவை, உள்ளூர அவர் முற்றும் உணர்ந்த ஞானியே என்று ரமணர் சுட்டிக்காட்டினார். இதை மெய்ப்பிக்கும்படிச் சில சம்பவங்களும் நிகழ்ந்ததுண்டு.

எருமை மாட்டைப் பார்த்தபடி ஒருநாள் சேஷாத்ரி சுவாமிகள் நின்றுகொண்டிருந்தார். அந்த வழியே வந்த நாராயணசாமி என்பவர், 'சுவாமிகள் என்ன பார்த்துக்கொண்டிருக்கிறீர்கள்?' என்றார்.

'இதைத்தான்'

'எருமை மாட்டையா?'

'இது என்னவென்று தெரியுமா உமக்கு?' என்று அதட்டலாகக் கேட்டார் சேஷாத்ரி சுவாமிகள்.

'எருமை மாடுதான்' என்றார் நாராயணசாமி.

'என்ன! எருமையாம் எருமை. பிரம்மம்னு சொல்லு' என்று இரைந்து சொல்லிவிட்டுப் போய்விட்டார் சுவாமிகள்.

'வானில் பறக்கின்ற புள்ளெலாம் நான், மண்ணில் திரியும் விலங்கெலாம் நான்' என்று பாரதி பாடிய அத்வைத தத்துவமே அல்லாது வேறென்ன இது!

சேஷாத்ரி சுவாமிகளுக்கும் ரமணரின் அருமை தெரிந்தே இருந்தது.

சுப்பிரமணிய முதலியார் என்பவர் தனது வருவாயில் பெரும் பகுதியை அன்னதானம் செய்வதில் செலவழித்தார். நிறைய நிலபுலன்கள் வைத்திருந்தார். தர்மம் செய்தபோதிலும் தனது சொத்தைப் பெருக்குவதில் காட்டிய ஆர்வத்தில் சிறிது கூட ஆன்மிக விஷயத்தில் அவர் காட்டவில்லை. பலமுறை சொல்லிப் பார்த்தும் அவர் தியானம் முதலியன செய்யாமல் போகவே, ஒருநாள் அவரிடம் 'முதலியார்வாள், இதைக் கேளும். என் இளைய சகோதரனின் வருமானம் பத்தாயிரம் ரூபாய். எனது வருமானமோ ஆயிரம் ரூபாய். நீர் நூறு ரூபாய் சம்பாத்தியமாவது தேடக்கூடாதா?' என்று கேட்டார் சேஷாத்ரி சுவாமிகள்.

அவர் இளைய சகோதரன் என்று சொன்னது ரமணரை. சம்பாத்தியம் என்று சொன்னது ஆன்மசக்தியை. 'இவ்வளவு வருமானம் இருந்தும் ஆன்ம சக்தியை நீர் சம்பாதிக்காவிட்டால் பயனில்லை' என்பது அவர் சொன்னதன் பொருள்.

அதோடு விடாமல் 'நீர் பிரம்மஹத்தி என்ற பாபத்தை இழைக்கிறீர், தெரிகிறதா?' என்று வேறு எச்சரித்தார். முதலியாருக்கு ரமணர் மீது அபார நம்பிக்கை உண்டு. அவரிடம் போய் சேஷாத்ரி சுவாமிகள் இப்படிக் கூறுகிறாரே, உண்மைதானா என்று கேட்டார். அதற்கு ரமணர் 'வாஸ்தவம்தான். நீங்களேதான் பிரம்மம் என்பதைத் தெரிந்துகொள்ளாமல் போனால் அது பிரம்மனைக் கொலை

செய்த பாபம் தானே? அது உங்களுக்கு வராதா?' என்று சொல்லி சேஷாத்ரி சுவாமிகளின் வார்த்தையை அங்கீகரித்தார் ரமணர்.

சில சமயங்களில் இருவரும் இரண்டு உடல் ஒரே உயிர் என்பது போலச் செயல்படுவார்கள். சிதம்பரம் சுப்பிரமணிய சாஸ்திரி என்பவர் அடிக்கடி ரமணரையும் சேஷாத்ரி சுவாமிகளையும் பார்ப்பது வழக்கம். அவர் தனது மனம் ஆனந்தத்தில் மிதக்க வேண்டும் என்ற எண்ணத்தில் தியானத்தில் உட்காருவதற்கு முன்பு பூர்ணாதி லேகியம் என்ற கஞ்சா கலந்த மருந்தை உட்கொள்வது வழக்கம். ரமணர் இதைக் கண்டித்திருக்கிறார். ஒருநாள் இரவு அவர் பூர்ணாதியைச் சாப்பிட்டுவிட்டு கம்பத்து இளையனார் கோவிலில் தியானத்தில் உட்கார்ந்தார். மனம் ஆனந்த பரவசம் அடைவதற்குப் பதிலாக ஒரே காம எண்ணங்கள் கிளம்பித் துன்புறுத்தியது. ஓடிப்போய் சேஷாத்ரி சுவாமிகளின் கால்களில் விழுந்தார். அப்போது அவர் சொன்னார், 'லேகியத்தை உபயோகிக்காதே என்று நான் உனக்கு முன்னமேயே சொல்லியிருக்கிறேன். நீ அதை விழுங்கியிருக்கிறாய்' என்று கடிந்துகொண்டார். இதற்குமுன் இந்த விஷயத்தை சேஷாத்ரி சுவாமிகளிடம் பேசியதில்லை. ஆனாலும் ரமணர் தடுத்ததைத் தான் சேஷாத்ரி சுவாமிகள் சொன்னதாகச் சொல்கிறார் என்று சாஸ்திரி புரிந்துகொண்டார்.

சேஷாத்ரி சுவாமிகளின் உடல், சமாதியில் வைக்கப்படும்போது ரமணர் அங்கே சென்று ஒருமணி நேரத்துக்கு மேல் அருகில் இருந்தார்.

9. வள்ளிமலை சுவாமிகள்

சேஷாத்ரி சுவாமிகள் பிறந்த அதே வருடமான 1870-ல் பிறந்தார் அர்த்தநாரி என்ற இயற்பெயர் கொண்ட வள்ளிமலை சுவாமிகள். இளவயதில் திருமணமாகி மைசூருக்குச் சென்று மகாராஜாவின் அரண்மனையில் சமையற்காரராகப் பணியாற்றி வந்தார். தீராத வயிற்றுவலி ஏற்பட்டது அர்த்தநாரிக்கு. அவருடன் பணியாற்றிய ஒருவர் பழனிக்குப் போய் முருகனை வழிபட்டால் வலிதீரும் என்று கூறவே குடும்பத்தோடு அங்கு வந்தார். வந்து சேர்ந்த வுடனேயே வலி குறைந்தது. பழனி முருகனுக்கு அபிஷேகத் தீர்த்தம் கொண்டுவரும் தொண்டில் தன்னை ஈடுபடுத்திக் கொண்டார். தினமும் மூன்று வேளையும் குளித்துவிட்டு ஆயிரத்தெட்டு முறை காயத்ரி மந்திரம் தவறாமல் ஜெபிப்பார். ஒருநாள் கோவிலில் சதிர்க்கச்சேரி செய்த பெண் பாடிய திருப்புகழ் இவரது நெஞ்சைக் கவரவே, திருப்புகழ்த் தொகுப்பைத் தேடிப்பிடித்துப் பயிலத் தொடங்கினார்.

அபிஷேகம் செய்த பாலும் பழங்களுமே உணவாகக் கொண்டு வாழ்ந்த இவருக்கு வயிற்று வலி முழுதுமாகக் குணமாகி விட்டது. முருகனின் ஆணைப்படி பல திருக்கோவில்களையும் தரிசித்து வந்துகொண்டிருந்தார். அவர் கோவில்பட்டி என்ற ஊருக்கு வந்தபோது அங்கிருந்த வேத விற்பன்னரான வேங்கடராயர் என்பவரின் தொடர்பு ஏற்பட்டது. அவர் கூறிய படி யோகத்தில் நாட்டம் கொண்டு, வழிகாட்டல் வேண்டி ரமணரையும் சேஷாத்ரி மகானையும் பார்க்கத் திருவண்ணா மலைக்குப் போனார் அர்த்தநாரி.

அருணாசல மலைமீது ஏறி ரமணரைப் பார்க்கப் போனபோது ஆச்ரம வாசலில் ஒரு கூட்டம் நின்றுகொண்டிருந்தது. அவர்க ளோடு சேர்ந்து அர்த்தநாரியும் நின்றுகொண்டிருந்தார். அப்போது

ரமணர் வெளிப்பட்டார். கோவணம் உடுத்திய பழனியாண்டவ ராகவே அர்த்தநாரிக்குக் காட்சி தந்தார் ரமணர். இது தனது பிரமைதானோ என்று கண்களைக் கசக்கிக் கொண்டு பார்த்தால், சந்தேகமே இல்லை, பழனியாண்டிதான் தன் முன் நிற்பது! கண்களில் நீர் வழியக் கையெடுத்துக் கும்பிட்டார் அர்த்தநாரி.

அங்கேயே தங்கிவிட்ட அவர், ரமணர் சன்னதியில் அவ்வப் போது திருப்புகழைப் பாடுவார். அதிகக் கல்வி இல்லாத அவர், உச்சரிப்புப் பிழைகளைத் தவிர்த்து, சந்த நயத்தோடும், ராகத்தோடும் பாட அங்குதான் பழகினார். எதுவும் புரியாமலே பாடிக்கொண்டிருந்த அர்த்தநாரிக்குத் திருப்புகழின் பொருளைப் பொறுமையாக விளக்குவாராம் ரமணர்.

ஒருமுறை ரமணருடன் சேர்ந்து இவரும் மற்ற அன்பர்களும் திருப்புகழைப் பாடியபடியே கிரிவலம் வந்துகொண்டு இருந்தனர். அன்று வேடச்சி காவலன் வகுப்பு என்ற பகுதியைப் பாடினார் அர்த்தநாரி. அதன் வரிகள் 'காவலனே, காவலனே' என்று முடியும். தெலுங்கில் 'காவலனே' என்ற சொல்லுக்கு 'வேண்டுமே' என்று பொருள். ரமணரும் விளையாட்டாக 'ஏமேமி காவலனே, எந்தெந்தா காவலனே' (என்னென்ன வேண்டும்) என்று தெலுங்கில் கேட்டார். கூட்டத்திலிருந்த தெலுங்குபேசும் கம்பளிச்சாமி என்ற சாது 'இட்லி காவலனே, காபி காவலனே' என்று வேடிக்கையாக மறுமொழி கூறினார்.

அன்றைக்கு வழியில் உண்மையாகவே ஒரு பக்தர் இவர்கள் எல்லோருக்கும் இட்லி மற்றும் காபி கொடுத்து உபசரித்தார். ரமணரின் நகைச்சுவை உணர்வுக்கு மட்டுமல்லாமல் பக்தர்கள் கேட்டதைக் கொடுக்கும் கருணைக்கும் இதை ஓர் உதாரணமாகச் சொல்லலாம். இப்படியாக அர்த்தநாரி மிக மகிழ்ச்சியாக ரமணர் முன்னிலையில் சில மாதங்கள் இருந்துவந்தார்.

ஒருநாள் சற்றும் எதிர்பாராமல் அர்த்தநாரியைப் பார்த்து ரமணர் 'கீழே போங்கள்' என்று உத்தரவிட்டார். தனக்கு உபதேசம் கிடைக்கும் என்று ஆவலோடு காத்திருந்த அவருக்கு, இப்படி ரமணர் சொன்னது ஏதோ அங்கிருந்து துரத்துவதாகத் தோன்றியது. 'நாம் என்ன தவறு செய்தோம்? ஏன் நம்மை இங்கிருந்து போகச் சொல்கிறார்?' என்ற கேள்விகள் மனத்தை வருத்தினாலும், குருவின் வார்த்தையை மீறக்கூடாது என்ற பணிதலுடன் கீழே இறங்கிப் போனார்.

மலையடிவாரத்தில் குட்டையைக் கலக்கிக் கொண்டிருந்த எருமைமாடு ஒன்றைக் கட்டிப் பிடித்துக்கொண்டிருந்தார் சேஷாத்ரி சுவாமிகள். அர்த்தநாரியைப் பார்த்ததும் ஓடிவந்து இவரைக் கட்டிக்கொண்டார். சேறும் சகதியும் நாறுவதற்குப் பதிலாக சேஷாத்ரி சுவாமிகள்மேல் சந்தனமும் ஜவ்வாதுமல்லவா மணக்கிறது!

சுவாமிகள், அர்த்தநாரியிடம் சங்கராச்சாரியாரின் சிவமானச பூஜை என்ற சுலோகத்தில் நான்காவதைச் சொல்லி, பொருளை யும் விளக்கி 'இதே பொருள் கொண்ட திருப்புகழைச் சொல்' என்று கூறினார். 'எனது யானும் வேறாகி, எவரும் யாதும் யானாகும் இதய பாவனாதீதம் அருள்வாயே' என்ற திருப் புகழைப் பாடிக்காட்டிப் பொருளையும் விளக்கினார் அர்த்தநாரி.

அதைக்கேட்ட சேஷாத்ரி சுவாமிகள், 'வேதமந்திரங்களுக்கு எந்த வகையிலும் குறைவில்லாத ஆழமான கருத்துகள் திருப்புகழில் இருப்பது தெரிகிறது. நீ அதைப் பாடிப் பரப்பவே பிறந்தவன். திருப்புகழே உனது மகாமந்திரம். வேறு தேவையில்லை. வள்ளி மலைக்குப் போ. திருப்புகழைப் பாராயணம் செய்துகொண்டிரு' என்று கூறி அனுப்பி வைத்தார்.

இதுதான் சமையற்கார அர்த்தநாரி, உலகெங்கும் திருப்புகழின் புகழ்பரப்பும் வள்ளிமலை சுவாமிகளான கதை. திருப்புகழ் பாடுவதன் மூலமே நோய்களைக் குணப்படுத்தியும், வாழ்வில் துன்பங்களை அகற்றியும் பலப்பல அற்புதங்களைச் செய்து பெருஞ்சித்தராக வாழ்ந்து மறைந்தார் வள்ளிமலை சுவாமிகள். ஆனால் அவருக்கு ஒருவராக நின்று இயங்கி வழிகாட்டினர் ரமணரும் சேஷாத்ரி சுவாமிகளும்.

எச்சம்மா பாட்டி

விருபாட்சியில் ஒருமுறை மண்சுவர் எழுப்பும் வேலை நடந்து கொண்டிருந்தது. ரமணர், தானும் வேலையில் பங்குகொண்டி ருந்தார். இதுவே அவரது இயல்பு. பின்னாலும் சமையல், நோட்டுத் தைத்தல் என்று பல வேலைகளையும் முன்னின்று செய்ததைப் பார்க்கப் போகிறோம். உடல் என்ன செய்தாலும் அவரது மனம் ஆத்மானந்தத்திலேயே அமிழ்ந்து கிடந்தது. இப்படி அவர் கட்டுமான வேலை செய்துகொண்டிருந்தபோது வெளியூரிலிருந்து சிலபேர் அவரைப் பார்க்க வந்தார்கள்.

கோவணதாரியாக வேலை செய்துகொண்டிருந்த அவரிடமே 'சுவாமி எங்கே?' என்று கேட்டிருக்கிறார்கள். அவர் 'தெரியாது' என்று சொல்லிவிட்டார். எங்கு தேடியும் கிடைக்காமல் அவர்கள் மீண்டும் கீழே இறங்கி வந்துகொண்டிருந்தனர்.

வழியில் அவர்கள் எச்சம்மா பாட்டி என்று அன்போடு அழைக்கப் பட்ட லட்சுமி அம்மாளைச் சந்தித்தனர். அவர் முப்பது ஆண்டு களுக்கு மேல் தினமும் சமைத்துச் சாப்பாடு எடுத்துக்கொண்டு போய் ரமணருக்கும் உடனிருப்பவர்களுக்கும் கொடுப்பதைச் சேவையாகக் கருதிச் செய்துவந்தவர். அவரிடம் இவர்கள் பகவான் கிடைக்கவில்லை என்று சொல்ல, வாருங்கள் மேலே தான் இருப்பார் என்று சொல்லிக் கூட்டிக்கொண்டு போனார். அங்கே சுவாமி இருந்தார் - மண்சுவர் கட்டிக்கொண்டு. வந்த வர்கள் தரிசனம் முடித்துவிட்டுச் சென்றபின் அவர் ரமணரைக் கேட்டார், 'பாவம், அவர்களை ஏன் ஏமாற்றினீர்கள்' என்று. அதற்கு ரமணர் 'நான்தான் பகவான் என்று நெற்றியிலா எழுதி வைத்துக் கொள்ள முடியும்?' என்று பதில் கேள்வி கேட்டார்.

எச்சம்மா பாட்டியின் வாழ்க்கை, துயரம் மிகுந்தது. சிறுவயதிலே கணவரையும், தொடர்ந்து தன் மகன் மற்றும் மகளையும் இழந்தார் எச்சம்மா. மனத்தில் நிம்மதியில்லை. சுற்றி எதைப் பார்த்தாலும் கணவன் மற்றும் குழந்தைகளின் நினைவு வாட்டியது. தீர்த்த யாத்திரை போனார். கர்நாடகாவில் இருக்கும் கோகர்ணம் என்ற ஊரிலிருந்த மடத்துக்குப் போய் அங்கே சாதுக்களுக்குப் பணிவிடை செய்தார். நிம்மதி மட்டும் கிடைக்கவே இல்லை. மீண்டும் சொந்த ஊரான மண்டகொளத்தூருக்குத் திரும்பினார்.

அப்போது சிலர் அவளது துயரத்தைப் பார்த்துவிட்டு, 'திருவண்ணாமலையில் ஒரு பால சன்னியாசி இருக்கிறார். அவரைப் பார்த்தால் கஷ்டமெல்லாம் விலகி அமைதி கிடைக்கிறதாம்' என்று சொல்ல, அருணாசலத்துக்கு வந்தார் எச்சம்மா. திருவண்ணாமலையில் எச்சம்மாவுக்கு உறவினர்கள் இருந்தனர். ஆனாலும் அவர் யாரையும் பார்க்கவில்லை. நேராக மலையேறி குகையில் இருக்கும் ரமணரைப் பார்த்தார்.

ரமணரிடம் எதையும் சொல்லவில்லை. சொல்லவேண்டிய அவசியம் இருக்கவில்லை. மவுனமாக அவர் முன்னே சுமார் ஒரு மணிநேரம் நின்றார். அவரது ஒளிவீசும் கருணைக் கண்களின் பார்வையில் எச்சம்மாவின் மனச்சுமை குறைந்தது. கீழே இறங்கிப் போனார். போகும்போது நடை லேசாக இருந்தது.

தினந்தோறும் ரமணரை தரிசிப்பதை ஒரு வழக்கமாக வைத்துக் கொண்டார். இது நடந்தது 1906-ம் ஆண்டில். இப்போது அவரால் மனத்தில் துயரத்தின் சுவடு இல்லாமல் இழந்த தன் குடும்பத் தினரை நினைக்கமுடிந்தது. இருந்த சிறிது சொத்துக்களை வைத்துக்கொண்டு திருவண்ணாமலைக்கே குடிபெயர்ந்தார் எச்சம்மா.

பிறகு தானே தினமும் வீட்டில் சுவாமிக்காக உணவு சமைத்து குகைக்கு எடுத்துக் கொண்டுபோவதை ஒரு பழக்கமாக ஏற்றுக் கொண்டார். சுவாமியோ எதையும் தனியாக உண்ணவே மாட்டார். எனவே உடனிருப்பவர்களுக்கும் சேர்த்துச் சமைத்துக் கொண்டு போவார். பிறகு அன்பர்கள் கூட்டம் அதிகமாகி, ஆச்ரமம் உருவாகி, அங்கேயே சமையல் என்று ஆன பின்பும் தானே சமைத்துக் கொண்டுபோவதை அவர் விடவில்லை. எச்சம்மா வரக் கொஞ்சம் நேரமாகிவிட்டாலும் காத்திருப்பார் அன்பே வடிவான ரமணர்.

செல்லம்மா என்ற பெண் குழந்தையை ரமணரின் அனுமதியோடு வளர்ப்புக்குழந்தையாக ஏற்று, வளர்த்து, திருமணம் செய்து வைத்தார் எச்சம்மா. அவளுக்குப் பிறந்த குழந்தைக்கு ரமணன் என்றே பெயரிட்டு வளர்த்தாள். திடீரென்று ஒருநாள் செல்லம்மா இறந்ததாகச் செய்தி வந்தது. கண்ணில் நீர்மல்க ரமணரின் எதிரில் போய் நின்றார் எச்சம்மா. பகவானின் கண்ணிலும் ஒரு துளி நீர். ஊருக்கு விரைந்தார் எச்சம்மா. ரமணன் என்றே பேர் கொண்ட பேரக் குழந்தையை எடுத்துக் கொண்டு வந்து ரமண பகவானின் கைகளில் கொடுத்தபோதும் ஈரமாயிற்று சுவாமியின் கண்கள்.

ஒரு பக்தர் கேட்டார்: 'அமைதியின் தொடர்ச்சி ஏன் இவ்வாறு சில சமயங்களில் அறுபடுகிறது? அத்தகைய நேரங்களில் பகவானின் அருள் எங்களுக்கு இல்லாமல் போய்விட்டதா?'

'பைத்தியக்காரா! அருளாலேதான் அமைதியின்மையாகிய துன்பமே வருகிறது' என்றார் பகவான். இதையே மேலும் விளக்குவது போல் பின்னொருமுறை 'நீங்கள் நல்லது (இன்பம்) என்று நினைப்பது உங்களுக்கு வரும்போது சந்தோஷப்பட்டு இறைவனுக்கு நன்றி செலுத்துகிறீர்கள். அது சரிதான். ஆனால் கெட்டது (துன்பம்) என்று கருதுவது வரும்போதும் அதே அளவுக்கு இறைவனிடம் நன்றி பாராட்ட வேண்டும். அங்குதான் நீங்கள் தவறிவிடுகிறீர்கள்' என்று ரமணர் சொல்லும்போது,

நன்றாங்கால் நல்லவாக் காண்பவன் அன்றாங்கால்
அல்லவாக் காண்பது எவன்

(திருக்குறள்: 379)

என்ற குறள் அவசியம் நினைவுக்கு வரவேண்டும். ஒருவனுக்கு விதியின் பயனாக நல்லவை வருகிறது. 'ஆஹா! நான் செய்த புண்ணியம் என்ன!' என்று எண்ணிச் சந்தோஷமாக அவன் அதை அனுபவிக்கிறான். ஆனால் தீயவை வரும்போதுமட்டும் தனது முன்வினைப் பயனால் வந்ததுதான் என்று நினைப்பதில்லை. மாறாக இப்படித் துன்பம் வந்துவிட்டதே என்று வருத்தப் படுகிறான். இது ஏன் என்று கேட்கிறது இந்தக் குறள். தீயவை வந்தவுடனே தன்னுடைய தீயவினையின் கையிருப்புக் குறைகிறதே என்று மகிழ்ச்சி அல்லவா அடைந்து அவன் இறைவனுக்கு நன்றி செலுத்தவேண்டும்!

உத்தண்டி நாயினாரின் குரு தட்சிணை

இலுப்பை மரத்தடி மற்றும் குருமூர்த்தத்தில் பகவானுக்குச் சேவை செய்துகொண்டிருந்த உத்தண்டி நாயினார், 1897-ல் தனது ஊரான வந்தவாசிக்குத் திரும்பிச் சென்றார். ஏழு ஆண்டுகள் கழித்துத் தனது சொத்துக்களை விற்றுப் பலவகை தான தருமங் களுக்குச் செலவிட்டார். அப்போது தனது குருவாகிய ரமணரை மறக்கவில்லை. குருதட்சிணையாக நூறு ரூபாயை (1904-ம் ஆண்டில் நூறு ரூபாய் என்பது பெரிய தொகை) எடுத்து வந்து பகவானுக்குச் சமர்ப்பித்தார். பகவானோ பணத்தைக் கையால் தொடுவதில்லை என்ற விரதத்தில் மிகக் கண்டிப்பாக இருந்தார்.

உத்தண்டி நாயினாரும் தட்சிணை கொடுப்பதில் பிடிவாதமாக இருந்தார். ஏதாவது நல்ல காரியத்துக்குப் பயன்படட்டும் என்று கூறி, மற்றொரு பக்தரான கம்பீரம் சேஷய்யா என்பவரிடம் அதைக் கொடுத்தார். பணம் சில ஆண்டுகள் சும்மா இருந்தது. 1908-ல் பகவான் விவேக சூடாமணி என்ற சமஸ்கிருத நூலின் தமிழாக்கத்தை முடித்தவுடன் அதைப் பதிப்பதற்கு, சுவாமியின் அனுமதியுடன், இந்தப் பணத்தைச் செலவிட்டார் சேஷையா. உத்தண்டி நாயினாருக்கு இதைவிடச் சந்தோஷம் தருவது வேறென்ன இருந்திருக்க முடியும்? நாயினார் 1916-ல் உடலை நீப்பதற்கு முன் ஓரிரு முறைகள் மீண்டும் பகவானை வந்து தரிசித்தார்.

10. கணபதி முனி

'ஞானிதான் இன்ப துன்பங்களுக்கு அப்பாற்பட்டவராயிற்றே. அவருக்கு ஏது கண்ணீர்?' என்று கேட்கலாம் நீங்கள்.

'அப்படிக் கவலைகளுக்கு ஆட்பட்டால் அவன் ஞானியல்ல' என்று சொல்கிறார் ரமணரும். அப்படியானால் அந்தக் கண்ணீர்? ஆங்கிலேய அன்பரான டேவிட் காட்மன் அதற்கு ஓர் அழகான விளக்கம் சொல்கிறார்:

'ரமணர் பலருக்குப் பலவிதமாகத் தென்பட்டார். எல்லோருக்கும் ஒரே மாதிரியாக இதுதான் ரமண மகரிஷி என்று சொல்ல எதுவும் கிடையாது. அவரைப் பார்க்க வந்த மக்கள் தமது மனத்தைக் கொண்டு வந்தார்கள். பகவானோ அமானுஷ்யர், சொந்தமாக மனதென்று இல்லாதவர். எனவே வருவோரின் மனோசக்தியைப் பெரிதாக்கி, அவர்களிடமே பிரதிபலித்துவிடுகிறார். எனவே தான் அவரைப் பார்க்கும் வெவ்வேறு நபர்கள் அவரிடம் வெவ் வேறு அனுபவங்களைப் பெறுகிறார்கள்' என்று கூறுகிறார்.

அதுவும் உண்மைதான். வள்ளிமலை சுவாமிகள் ரமணரை பழனி யாண்டிக் கோலத்தில் பார்த்தார் என்று முன்னமே சொன்னோம். டி.கே. சுந்தரேசய்யர் என்பவர் 'நான் விரும்பியதைக் கேட்கும் படி பணிக்கும் ஸ்ரீ பகவானது குரலை என்னுள் கேட்டேன். ஸ்ரீராம பக்தனான நான், ஸ்ரீராமனது தரிசனம் கிடைத்தால் என் வாழ்வு நிறைவு பெறும் என்று எண்ணினேன். எண்ணிய மாத்திரத்திலேயே ஸ்ரீராமச்சந்திர மூர்த்தியின் தரிசனம் சீதா, லக்ஷ்மண, பரத சத்துருக்கன, ஹனுமத் சமேதராகக் கிடைக்கப் பெற்றேன்' என்கிறார்.

நேபாளத்தில் காத்மண்டுவைச் சேர்ந்த ஒரு கல்லூரியின் முதல்வரான ருத்ரராஜ் பாண்டேயின் அனுபவம் இன்னும்

அதிசயமானது. அவர் ரமணரைத் தரிசித்தபின் அண்ணா மலையார் கோவிலுக்குப் போனார். அங்கே 'கருவறையில் ஒரு சிறுவிளக்கு சுடர்விட்டு எரிந்துகொண்டு இருந்தது. என்னுடன் வந்த வாலிபர் 'ஹே அருணாசலா!' என்று கோஷமிட்டார். கருவறைக்குள் இருந்த சிவலிங்கத்தைப் பார்த்தேன். என்ன ஆச்சரியம்! அங்கே பகவான் ஸ்ரீ ரமண மஹரிஷியின் உருவத்தை அல்லவா காண்கிறேன்! அதே சிரித்த முகம். அதே ஒளிவீசும் கண்களால் என்னைப் பார்க்கிறாரே. அதைவிட ஆச்சரியம் என்னவென்றால் நான் பார்த்தது ஒரு ரமண முகம் அல்ல, நூற்றுக்கணக்கான முகங்கள். எல்லாவற்றிலும் புன்னகை. எல்லாக் கண்களிலும் பேரொளி! அந்தப் புராதனக் கோவிலில் நான் பெற்ற அந்தரங்க அனுபவத்தை என்னால் என்றென்றும் மறக்கமுடியாது.'

ரமண பக்தர்களில் காவ்யகண்ட கணபதி சாஸ்திரி முக்கிய மானவர். (முக்கியமானவர், முக்கியத்துவம் குறைந்தவர் என்ற பாகுபாடெல்லாம் பகவானுடையது அல்ல. அவர் முற்றிலும் சமத்துவம் காட்டும் சத்குரு. யாரையும்விட யாரும் அவருக்கு உயர்வல்ல. இதை விவரமாகப் பின்னால் பார்ப்போம்.) வெங்கடராமன் என்று சிறுவயதிலும், பிராமண சுவாமிகள் என்று திருவண்ணாமலை வந்த புதிதிலும் அறியப்பட்டவரை, பகவான் ஸ்ரீ ரமண மகரிஷி என்று பெயரிட்டு அழைத்தவர் காவ்யகண்ட கணபதி சாஸ்திரிதான். தான் அப்படி அழைத்தது மட்டுமல்லாமல் தனது சிஷ்யர்கள் எல்லோருக்கும் எழுதி இனிமேல் அவர் அப்படித்தான் அழைக்கப்பட வேண்டும் என்று பணித்தார். அப்பெயராலே இன்று நமது ஞானப் பேரரசன் அறியப்படுகிறான்.

சாஸ்திரி உண்மையிலேயே சாஸ்திரக்கடல். வேத உபநிடதங் களையும் சம்ஸ்கிருத காவியங்களையும் கற்றுக் கரைகண்டவர். சொன்னமாத்திரத்திலேயே வகைவகையான கவிதைகளைச் சமத்காரமாக அள்ளிவீசிப் பிரமிக்க வைக்கும் திறமை கொண்டவர். யோகமார்க்கத்தில் உறுதியாக நின்று குண்டலினியை எழுப்பிப் பல சித்திகள் பெற்றவர். பல தெய்வத் தலங்களுக்குச் சென்று தரிசித்துவரும் பழக்கம் உடையவர்.

அவர் எவ்வளவோ சரியான முறைப்படி தியானம் செய்தும் அம்பிகையின் அருளால், மழைபோலக் கொட்டும் கவித்திறன் கிடைத்ததே ஒழிய தெய்வ தரிசனம் கிடைக்கவில்லை. தம்

தவத்தில் ஏதோ தவறு இருக்கிறது என்று எண்ணிய அவர் விருபாட்சியில் இருந்த ரமணரிடம் சென்றார்.

எதிர்பாராதவிதமாக அன்று ரமணர் தனியாக உட்கார்ந்திருந்தார். நேராகப் போய் ரமணரின் இரண்டு கால்களையும் தன் இரண்டு கைகளால் பற்றிக்கொண்டு தரையில் விழுந்து நமஸ்காரம் செய்தார். தான் சொல்ல வந்ததைச் சொல்லமுடியாமல் அழுகை வந்தது. ஆனால் சொன்னார், 'சுவாமி நான் வேத வேதாந்த சாஸ்திர புராணங்களைக் கரைத்துக் குடித்திருக்கிறேன். ஜபமும் தவமும் செய்திருக்கிறேன். ஆனால் தவத்தின் பலன் எனக்குக் கிட்டவில்லை. நீங்கள் தவமலையாக, அருணாசலமாகவே எனக்குக் காட்சி தருகிறீர்கள். தவம் என்றால் என்ன என்று எனக்குச் சொல்லவேண்டும்.

ரமணர் சொன்னார்:

'நான் நான் என்பது எங்கேயிருந்து புறப்படுகிறதோ அதைக் கவனித்தால் மனம் அங்கேயே ஒன்றிவிடும். அதுவே தபஸ்.'

'ஒரு மந்திரத்தை ஜபம் பண்ணினால், அந்த மந்திர ஒலி எங்கிருந்து புறப்படுகிறது என்று கவனித்தால் மனம் அங்கேயே உள்ளடங்கிவிடுவதுதான் தபஸ்.'

இவை இரண்டு மிக முக்கியமான உபதேசங்கள். இவற்றைக் கொஞ்சம் விரிவாகப் பார்ப்பது ரமணரின் தத்துவத்தைப் புரிந்துகொள்ள உதவும்.

முதலில் சொன்னது 'நான்' என்கிற எண்ணத்தை கவனிக்க வேண்டும். வழக்கமாக 'நான் ஊருக்குப் போனேன்', 'நான் தூங்கினேன்' என்றெல்லாம் சொல்கிறோம். அப்படிச் சொல்லும்போது அந்த 'நான்' யாரென்பதை யோசிப்பதில்லை. உடல்தான் வேறு ஊருக்குப் போகிறது. உடலுக்குத்தான் தூக்கம் உண்டு. ஆனால் தூங்கும் போதும் கனவுகள் வருகின்றன. அந்தக் கனவிலும் 'நான்' இருக்கிறேன். கனவு நடக்கும்போது அதில் வரும் நிகழ்ச்சிகள் நம்மை பாதிக்கின்றன. ஆனால் விழித்து எழுந்ததும் அவற்றின் தாக்கம் நம்மை விட்டு நீங்கிவிடுகிறது. எனவே கனவு என்பதும் இந்த உடல் மற்றும் மனத்தில் மற்றொரு நிலையாக இருக்கிறது. ஆனால் அது உண்மையான 'நான்' என்னவோ அதைப் பாதிப்பதில்லை.

விழிப்பு, உறக்கம் இரண்டையும் தாண்டிய நிலையே 'ஆழ் நிலை' அல்லது 'சுஷுப்தி' என்ற நிலை. இதை சுழுத்தி என்பர் சித்தர்கள். விழிப்பு, கனவு, சுழுத்தி இந்த மூன்று நிலையிலும் நடப்பவற்றை மூன்றாவது மனிதனாக நின்று பார்த்துக் கொண்டிருக்கும் அதுவே நான். இப்படி இதை நாம் அறிவுபூர்வ மாகப் புரிந்துகொள்ள முடியும். ஆனால் உடலின் அவஸ்தை களுக்கு அப்பாற்பட்ட 'நானை' உணரவேண்டுமானால் அதற்குத் தான் 'நான் யார்?' என்ற ஆன்ம விசாரணை செய்யவேண்டும் என்று வலியுறுத்தினார் ரமணர்.

ஒரு அன்பர் கேட்டார்: 'விதியை மதியால் வெல்லமுடியுமா?' என்று. அதற்கு ரமணர் சொன்ன பதில் 'விதியும் மதியும் யாருக்கு என்று கேள்.' முன்வினைப்பயனால் பிறவி ஏற்படுகிறது என்றால் அது உடலுக்குத்தானே உண்டு. அதாவது விதி என்பது உடலுக்கு ஏற்படுவது. மதி என்பது அறிவு. அதுவும் உடல் சம்பந்தப்பட்டது. ஆக விதியும் மதியும் தேகாத்ம பாவம் உள்ள வர்களை 'அதாவது நான் இந்த உடல்' என்று நினைப்ப வர்களையே பாதிக்கிறது.

'மனம் அடங்குவதற்கு விசாரணையைத் தவிர வேறு தகுந்த உபாயங்களில்லை' என்கிறார் பகவான் தன்னுடைய முதல் உபதேச நூலான 'நானார்' என்ற ரத்தினச் சுருக்கமான நூலில். 'நான் என்னும் நினைவே முதல் நினைவு. இது எழுந்த பிறகே ஏனைய நினைவுகள் எழுகின்றன.'

வெட்டியான் சுடுகாட்டில் பிணத்தை எரித்துக் கொண்டிருக் கிறான். நெருப்பு உக்கிரமாக எரிந்ததும் அதிலே கிடக்கும் உடலின் தசைகள் இழுபட்டுச் சடாரென்று அவ்வுடல் எழுகிறது. வெட்டியான் கையிலே ஒரு தடி இருக்கிறது. அதாலே அவன் அப்பிணத்தை ஓங்கி அடிக்கிறான். ஒவ்வொரு முறை உடல் விறைத்து எழ முயற்சிக்கும்போதும் அந்தத் தடியாலே ஓர் அடி போடுகிறான். கடைசியில் உடல் முழுதாக எரிந்து சாம்பலாகிறது. இனி வெட்டியான் கையில் இருக்கும் பிணஞ்சுடு தடிக்கும் வேலையில்லை. நெருப்புக்குள்ளே வீசியெறிந்து விட்டுப் போகிறான். உடலோடு சேர்ந்து அது சாம்பலாகி விடுகிறது.

நாம்தான் அந்த வெட்டியான். ஆத்ம விசாரணை என்னும் நெருப்பிலே மனமாகிய பிணம் வெந்துகொண்டிருக்கிறது.

ஆனால் மனம் பழக்கத்தின் காரணமாக வெவ்வேறு திசை நோக்கிப் பாய்ந்து எழ யத்தனிக்கிறது. அந்த யத்தனம்தான் எண்ணங்கள். நம் கையில் இருக்கும் அந்தப் பிணஞ்சுடு தடிதான் 'நான் யார்?' என்ற கேள்வி. அதைக் கொண்டு புதிது புதிதாக எழும் எண்ணங்களை ஒரு போடுபோட்டால் மீண்டும் மனம் அடங்கிக் கொஞ்ச நேரம் சும்மா இருக்கிறது. ஆனால் எழ முயற்சிக்காமல் இல்லை. விடாது தடியாலே அடித்துக் கொண்டே இருந்தால், மனம் முற்றிலுமாக விசாரணை நெருப்பில் அழிந்துவிடுகிறது.

அதை எப்படிச் செய்வது? அதையும் பகவானே சொல்கிறார். 'பிற எண்ணங்கள் எழுந்தால் அவற்றைப் பூர்த்தி பண்ணுவதற்கு எத்தனியாமல் அவை யாருக்கு உண்டாயின என்று விசாரிக்க வேண்டும். எத்தனை எண்ணங்கள் எழினும் என்ன? ஜாக்கிரதை யாக ஒவ்வோர் எண்ணமும் கிளம்பும் போதே இது யாருக்கு உண்டாயிற்று என்று விசாரித்தால் எனக்கு என்று தோன்றும். நான் யார் என்று விசாரித்தால் மனம் தன் பிறப்பிடத்துக்குத் திரும்பிவிடும்.'

அதாவது ஒவ்வோர் எண்ணம் எழுந்தும் அதை தொடரக் கூடாது. அதற்குப் பதிலாக 'இந்த எண்ணம் யாருக்கு உண்டாயிற்று?' என்று கேட்கவேண்டும். 'எனக்கு' என்று பதில் வரும். விடக்கூடாது. 'எனக்கு என்று சொல்லும் அந்த நான் யார்?' என்று மீண்டும் கேட்டால் அது எண்ணத்தின் உற்பத்தி ஸ்தானத்துக்குக் கொண்டுபோய் விடும். அந்த இடத்திலேயே மனமும் ஒடுங்கும். அதுதான் உண்மையான நான்.

எதுவரை மனம் என்ற பிணம் எரிந்து சாம்பலாகவில்லையோ, அதுவரை 'நான் யார்?' என்ற பிணஞ்சுடு தடிக்கும் வேலை உண்டு. பகவான் சொல்கிறார், 'நான் யார் என்னும் விசாரணையி னாலேயே மனம் அடங்கும்; நான் யார் என்னும் நினைவு, மற்ற நினைவுகளையெல்லாம் அழித்துப் பிணஞ்சுடு தடிபோல் முடிவில் தானும் அழியும்.' ஆமாம், மனம் நாசமானபின் நான் யார் என்ற நினைவுக்கும் இடமில்லை.

மனம் சூட்சுமமானது. அது மூளை மற்றும் புலன்கள் வழியே வெளிப்படுகிறது. அப்போது பருப்பொருளான பெயரும் உருவமும் தோன்றுகிறது. இதயத்தில் அது ஒடுங்கும்போது பெயரும் உருவமும் மறைகின்றது. 'இவ்விதமாக மனம்

ஹிருதயத்தில் தங்கவே, எல்லா நினைவுகளுக்கும் மூலமான நான் என்பது போய், எப்பொழுதும் உள்ள தான் மாத்திரம் விளங்கும். நான் என்னும் நினைவு கிஞ்சித்தும் இல்லாவிடமே சொரூபமாகும். அதுவே 'மவுனம்' எனப்படும். இவ்வாறு சும்மா இருப்பதற்குத்தான் 'ஞான திருஷ்டி' என்று பெயர். சும்மா இருப்பது என்பது மனத்தை ஆன்மசொரூபத்தில் லயிக்கச் செய்வது. அன்றி, பிறர் கருத்தறிதல், முக்காலம் உணர்தல், தூரதேசத்தில் நடப்பன அறிதல் ஆகிய இவை ஞான திருஷ்டி ஆகமாட்டா' என்று மிகத் தெளிவாக விளக்கிச் சொன்னார் ரமணர்.

இப்போது கணபதி சாஸ்திரிக்குச் சொன்ன இரண்டாவது அறிவுரையைப் பார்ப்போம்:

'ஒரு மந்திரத்தை ஜபம் பண்ணினால், அந்த மந்திர ஒலி எங்கிருந்து புறப்படுகிறது என்று கவனித்தால் மனம் அங்கேயே உள்ளடங்கிவிடுவதுதான் தபஸ்.'

மனித மனம் வார்த்தைகளாலே சிந்திப்பதாக இருக்கிறது. அதிக எண்ணங்கள் தோன்றத்தோன்ற அதிகமான சொற்கள் மனதில் தோன்றிக்கொண்டே இருக்கின்றன. இறைவன் பெயரை அல்லது மந்திரத்தை மட்டுமே ஜபித்தபடி இருக்கும் ஒருவர், அந்த ஒரு அல்லது ஒருசில மந்திரச் சொற்களையே திருப்பித் திருப்பிச் சொல்வதன் மூலம், மனத்தில் வேறு சொற்கள், அதாவது எண்ணங்கள் வருவதைத் தவிர்க்கிறார். ஆகப் பல எண்ணங்கள் இருந்த இடத்தில் இப்போது நாமம் (இறைவனின் பெயர்) அல்லது மந்திரம் என்ற ஒரே எண்ணமே இருக்கிறது. இதனால் மனம் ஒருமுகப்படுகிறது. ஆனால் முன்னர் பகவான் சொன்னபடி, தான் புறப்பட்ட இடத்தில் மனம் ஒடுங்க வேண்டுமே தவிர ஒருமுகப்படுவது மட்டும் போதாது.

இப்போது மீண்டும் கேள்வி கேட்கிறோம் 'மந்திர ஒலி எங்கிருந்து புறப்படுகிறது?' என்று. மனம் தனது தோற்று வாய்க்கு இட்டுச் செல்கிறது. அங்கேயே ஒடுங்கியும் போகிறது. மீண்டும் மிஞ்சுவது 'மவுனம்'தான்.

எனவேதான் பகவான் 'பிராணாயாமம் போலவே மூர்த்தி தியானம் (கடவுளின் ஒரு வடிவத்தை தியானம் செய்தல்), மந்திர ஜபம், ஆகார நியமங்கள் என்பவைகளும் மனத்தை அடக்கும்

சகாயங்களே' என்கிறார். உதாரணமும் சொல்கிறார், 'சதா சலித்துக் கொண்டிருக்கும் (எப்போதும் அசைந்து கொண்டிருக்கும்) யானையின் துதிக்கையில் ஒரு சங்கிலியைக் கொடுத்தால் அந்த யானை எப்படி வேறொன்றையும் பற்றாமல் அதையே பற்றிக்கொண்டு செல்லுமோ அப்படியே சதா சலித்துக் கொண்டிருக்கும் மனமும், அதனை ஏதோ ஒரு நாமம் அல்லது ரூபத்துக்கு பழக்கினால் அதையே பற்றிக் கொண்டிருக்கும்.' தவிர அளவான, உப்பு, காரம், புளி குறைந்த, மாமிசம் தவிர்த்த உணவுக் கட்டுப்பட்டால் மனத்தின் சத்துவ குணம் அதிகரித்து ஆத்ம விசாரத்துக்கு உதவி செய்கிறது என்றும் தெளிவு படுத்துகிறார் பகவான்.

இங்கு மற்றொன்றையும் கவனிக்கவேண்டும். கணபதி முனி மந்திர ஜபத்தில் தீவிரப் பற்றுடையவர். எனவேதான் இந்த இரண்டாவது உபதேசத்தையும் கொடுத்தார். அவரவர் வழியிலேயே விட்டு கடைசியில் தன் விசாரணை வழிக்குக் கொண்டுவரும் தந்திரத்தில் மிகச் சமர்த்தர் பகவான்.

காவ்யகண்ட கணபதி சாஸ்திரியாருக்கு ரமணருடன் ஏற்பட்ட இரண்டு அனுபங்களை, அவர் சுவாமியின் முதல் வாழ்க்கை வரலாற்றை எழுதிய பி.வி. நரசிம்ம சுவாமியிடம் விவரித் துள்ளார்.

1908-ம் ஆண்டு, பச்சையம்மன் கோவிலில் ரமணர் இருந்தார். ஒருநாள் அதிகாலையில் ஒரு எரிநட்சத்திரம் போன்றதொரு ஒளிகொண்ட பொருள், பகவானின் நெற்றியில் தொட்டுவிட்டுத் திரும்பி, மீண்டும் இவ்வாறே ஆறு முறை செய்தது. இதைக் கணபதி முனி கண்கூடாகப் பார்த்தார்.

அதே வருடம் கணபதி முனி தவம் செய்வதற்காக திருவொற்றியூரிலுள்ள ஒரு விநாயகர் கோவிலின் அருகே அமர்ந்திருந்தார். பதினெட்டு நாள்கள் மவுன விரதமும் இருந்தார். பதினெட்டாவது நாள் சாஸ்திரியார் விழித்துக் கொண்டு படுத்திருந்தார். அப்போது ரமண மகரிஷி அவரருகே வந்து உட்கார்ந்தார். ஆச்சரியத்தில் சாஸ்திரி எழுந்து உட்கார முயற்சித்தார். ரமண மகரிஷி அவரது தலையைப் பிடித்து எழுந்திருக்கவொட்டாமல் அமுக்கினார். ரமணர் தொடும்போது ஒரு மின்சார அதிர்ச்சி தன்னுள் பரவியதுபோல் கணபதி முனி உணர்ந்தார். இதுதான் ஹஸ்ததீட்சை என்று கருதினார் முனி.

1986-ல் திருவண்ணாமலை வந்ததிலிருந்து அவ்வூரை விட்டு ரமணர் வெளியே சென்றதே இல்லை. திருவொற்றியூரை அவர் பார்த்ததே கிடையாது. ஆனால் இந்த நிகழ்ச்சியைப் பற்றி கணபதி முனி ஒருநாள் ரமணரின் முன்னிலையில் தெரிவித்த போது, பகவான் இவ்வாறு கூறினார்:

'ஒருநாள், பல வருடங்களுக்கு முன், படுத்திருந்தேன். ஆனால் நிஷ்டையில் இல்லை. திடீரென்று எனது உடல் மேலே சென்றது, எவ்வளவு உயரமென்றால் அங்கு எல்லாப் பொருள் களும் மறைந்து வெறும் வெள்ளை ஒளி மட்டுமே நிறைந்தி ருந்தது. மீண்டும் அதே வேகத்தில் என் உடல் கீழே இறங்கியது. பொருள்கள் தெரியத் தொடங்கின. 'இப்படித்தான் சித்தர்கள் சஞ்சரிக்கிறார்கள் போலும்' என்று எனக்கு நானே சொல்லிக் கொண்டேன். திருவொற்றியூரில் இருக்கிறோம் என்பது எப்படியோ புலனாயிற்று. ஒரு நெடுஞ்சாலை இருந்தது. அதன் வழியே போனேன். சாலையின் ஒரு பக்கத்தில், சற்றுத் தள்ளி ஒரு பிள்ளையார் கோவில் இருந்தது. அங்கே போனேன். ஆனால் அங்கே என்ன பேசினேன், செய்தேன் என்பதெல்லாம் எனக்கு நினைவில் இல்லை. விழித்துப் பார்த்தால் நான் மீண்டும் விருபாட்ச குகையில் படுத்திருந்தேன். பக்கத்திலிருந்த பழனி சுவாமிக்கு இதை உடனடியாகச் சொன்னேன்'.

அந்தப் பிள்ளையார் கோவிலை மகரிஷி எப்படி வர்ணித்தாரோ அப்படியே அது இருந்தது என்று கணபதி முனி கூறினார்!

சாஸ்திரி உடனிருந்தபோது ரமணர் தனது சம்ஸ்கிருத அறிவை வெகுவாக வளர்த்துக்கொண்டார். ரமணர் முதலில் ஆதி சங்கரரின் விவேகசூடாமணியைத் தமிழில் மொழிபெயர்த்தார். அருணாசல பஞ்சகம் (1917), உபதேச சாரம் (1927) ஆகிய வற்றையும் தமிழில் செய்தார்.

எத்தனையோ வடமொழி நூல்களைக் கணபதி முனி எழுதி யிருந்தாலும் அவரது முக்கியமான சேவை, தான் பகவானிடம் கேட்ட ஆன்மிகக் கேள்விகளுக்குக் கிடைத்த விடைகளை ரமண கீதை என்ற பெயரில் பதினெட்டு அத்தியாயங்கள் கொண்ட நூலாக வடித்ததுதான். அதே நேரத்தில் இவர் வெறும் வறட்டுப் பண்டிதரல்ல. தீண்டாமை, பால்ய விவாகம் ஆகியவற்றை ஒழிப்பதில் தீவிர ஆர்வம் காட்டிய தேசபக்தரும், கேட்போரைச் சிலையாகச் சமைய வைக்கும் பேச்சாளரும் ஆவார்.

11. விருபாட்சியில்

இந்தச் சிறு வயதில் இப்படிப் பெரும் வேத வித்தகர்களும், பண்டிதர்களும், பாமரர்களும் ஜாதிமத பேதமில்லாமல் அவரிடம் வந்து குவிந்தால், அதனால் சில கஷ்டங்கள் ஏற்படாமலா போகும்?

ஒரு முதிய சாதுவும் விருபாட்சிக்கு அருகிலிருந்த குகையில் வசித்து வந்தார். ஆரம்பத்தில் சுவாமியிடம் மிகுந்த மரியாதை காட்டிவந்தார். விருபாட்சிக்கு வந்த புதிதில் பகவான் அவர்முன் சென்று சிறிது நேரம் மவுனமாய் இருந்துவிட்டு வந்ததும் உண்டு. கடும் விரதங்களை அனுசரித்து வந்த அவருக்குப் பல பக்தர்கள் இருந்தனர். ஆனால் மெய்த்துறவிகள் அல்லாத மற்றவர்க்குப் பொறாமை என்பது ஒழிக்கவொண்ணாததாக இருக்கும் என்பது முதியவர் விஷயத்தில் உண்மையாயிற்று. தன்னிடம் வருவோரின் எண்ணிக்கை குறைந்து இளையவரான ரமணரிடம் அதிகம் பேர் போவதைக் கண்டு அவருக்குப் பொறாமை ஏற்பட்டது. பகவான் தங்கியிருந்த விருபாட்ச குகைக்கு நேர் மேலே இருந்துகொண்டு அந்திக் கருக்கலில் கற்களையும் பாறை களையும் உருட்டுவார். சுவாமி உயிருக்குப் பயந்து அங்கிருந்து ஓடிவிடுவார் என்பது எண்ணம். ஒருமுறை இப்படிப் பெரியவர் செய்யும்போது சத்தமில்லாமல் போய் ரமணர் அவரைக் கையும் களவுமாய்ப் பிடித்தபோது அவர் சிரித்தபடியே 'சும்மா, விளையாட்டுக்கு...' என்று சொல்லிச் சமாளித்தார்.

இதில் தோல்வியுற்ற பெரியவர், இன்னொரு மெத்தப் படித்த, மிடுக்கான தோற்றம் கொண்ட பாலானந்தா என்பவருடன் சேர்ந்து வேறொரு திட்டம் போட்டார். பாலானந்தா, ரமணரின் அருகில் உட்கார்ந்துகொள்வார். யார் வந்தாலும் தன்னை அவரது

குரு என்று கூறிக்கொள்வார். 'வெங்கடராமா, இங்கே பார், பக்தர்கள் இனிப்புக் கொண்டு வந்திருக்கிறார்கள், எடுத்துக் கொள்' என்பார் ரமணரை. ஊருக்குள் போய்க் கடைகளிலிருந்து ரமணரின் பெயரால் பல தின்பண்டங்களை வாங்கி வருவார்.

ரமணருடன் தனியாக இருக்கும்போது 'இங்கே பார், நான் சொன்னபடி செய்வதால் உனக்கு எதுவும் நஷ்டமில்லை. நான் உன் பேரைச் சொல்லிப் பணம் வாங்கிக் கொள்கிறேன். நீ பேசாமல் இரு, அதுபோதும்' என்றார். ரமணர் வாயைத் திறந்து பேசாவிட்டாலும் அவருடைய திட்டம் எதற்கும் ஒத்துழைக்க வில்லை. இதில் கோபம் கொண்ட பாலானந்தா ஒருநாள் இரவில் விருபாட்ச குகையின் வெளிமுற்றத்தில் மலம் கழித்துவிட்டு வெளியே போனார். பழனிசுவாமிக்கு சரியான கோபம் வந்துவிட்டது. முதலில் அதைச் சுத்தம் செய்தார். பின்னர் பகவானுடன் வெளியே புறப்படும்போது பாலானந்தாவின் உடைமைகள், அவரது சரிகைவேலை செய்த பட்டு அங்கிகள் உள்பட எல்லாவற்றையும் தூக்கி வெளியே எறிந்துவிட்டு, குகைக் கதவைப் பூட்டிக்கொண்டு போய்விட்டார்.

திரும்பிவந்து பார்த்த பாலானந்தாவுக்குக் கோபமான கோபம். 'என் துணியைத் தூக்கி எறிய நீ யாரடா?' என்று பழனி சுவாமியின்மேல் எகிறினார். அதோடு நிற்காமல் 'வெங்கட ராமா, இவனை வெளியே துரத்து. இவன் ஒரு நிமிஷம் இங்கே இருக்கக் கூடாது' என்று ரமணருக்கு ஆணையிட்டார். பகவானோ எதற்கும் அசையாமல் இருக்கவே கோபம் கண்மண் தெரியாமல் வந்தது பாலானந்தாவுக்கு. பகவானின்மேல் காறித்துப்பினர். ரமணருடன் இருந்த அன்பர்கள் ரமணருக்குக் கட்டுப்பட்டுப் பேசாமல் இருந்தனர். ஆனால் கீழேயிருந்த ஒரு மடத்திலிருந்து வந்த பக்தர், 'யார்றா அவன் களவாணிப் பய, எங்க சுவாமி மேலே துப்பறது' என்று கூக்குரலிட்டுப் பாய்ந்து பாலானந்தாவைத் தாக்கப் புறப்பட்டார். மற்றவர்கள் குறுக்கிட்டுத் தடுக்க வேண்டியதாயிற்று.

இனிமேல் இங்கிருந்தால் தனக்கு ஆபத்து என்று உணர்ந்த பாலானந்தா 'அருணாசலம் ஆன்மிகத்துக்கு ஏற்ற இடமில்லை' என்பதாக அறிவித்துவிட்டுப் புறப்பட்டார்.

இதேபோலக் காளஹஸ்தியிலிருந்து ஒரு சாது வந்தார். ரமணரின் பிராபல்யத்தில் தான் பலனடைய விரும்பினார். 'சிஷ்யா! உன்

ஆன்மிக முன்னேற்றத்தைச் சோதிக்கவே நான் வந்துள்ளேன். உனக்கு 'தத்தாத்ரேய மந்திரம்' உபதேசிக்கச் சொல்லிக் கடவுள் என் கனவில் வந்து கூறினார்' என்றார்.

'ரொம்ப நல்லது. அதே கடவுள் என் கனவிலும் வந்து உபதேசத்தை ஏற்றுக்கொள்ளும்படிக் கூறட்டும், நான் பெற்றுக் கொள்கிறேன்' என்றார் ரமணர்.

'சின்ன மந்திரம்தான். உடனடியாகக் கற்றுக் கொடுத்து விடுவேன். இப்போதே நீ ஜபிக்கலாம்' என்று அவசரப் படுத்தினார் வந்தவர்.

'நான் ஜபிக்கப் போவதில்லை என்றபின் உபதேசம் எதற்கு?' என்று நிச்சயமாக மறுத்துவிட்டார் ரமணர்.

இது நடந்து சில நாள்களில் அந்த சாதுவின் தியானத்தில் ரமணரின் உருவம் தோன்றி 'உன்னையே நீ ஏமாற்றிக் கொள்ளாதே!' என்று கூறியதும் நடுநடுங்கிப் போனார். அற்புத சக்திகள் கொண்ட பகவான் தன்னைத் தன் சக்திமூலம் துன்புறுத்துவாரோ என்று அஞ்சிய சாது ஓடிவந்து பகவானின் கால்களில் விழுந்தார். ரமணருக்கு ஏது விருப்பும் வெறுப்பும்!

ரமணருக்கு ஊறுவிளைவிக்க வந்த மற்றொரு கும்பலின் கதை மிகச் சுவாரசியமானது. நன்றாகக் குடித்திருந்த சாதுக்களின் கும்பல் ஒன்று ஒருநாள் ஆச்ரமத்துக்கு வந்தது. 'நாங்கள் பொதிகை மலையிலிருந்து வருகிறோம். அங்கே அகஸ்தியர் ஆயிரக்கணக்கான வருஷங்களாகத் தவம் செய்து கொண்டி ருக்கிறார். முதலில் உங்களை ஸ்ரீரங்கத்துக்கு அழைத்துப் போகச் சொல்லியிருக்கிறார். உங்கள் உடலில் சில தாதுக்கள் உயர்சக்தி அடையவிடாமல் தடுக்கின்றன. அவற்றை நீக்கியபின் உங்களுக்கு தீட்சை கொடுப்பதற்காகப் பொதிகைக்குக் கூட்டி வரச் சொல்லியிருக்கிறார்' என்று அறிவித்தார்கள் வந்தவர்கள்.

அங்கே பெருமாள்சாமி என்ற அன்பர் இருந்தார். முள்ளை முள்ளால்தான் எடுக்கவேண்டும் என்று தீர்மானித்தார். 'வாங்க வாங்க. எங்களுக்கு இந்தத் தகவல் முன்னமேயே வந்திடுச்சு. அதுக்கு முன்னாடி உங்களையெல்லாம் வென்னீர்ப் பானையிலே போட்டு நெருப்புக்கு மேல் வைக்கச் சொல்லியிருக்காங்க' என்று சொன்னவர் பக்கத்தில் இருப்பவரிடம் திரும்பி, 'சாமி, போங்க.

சட்டுன்னு குழி தோண்டி நெருப்புப் பத்தவையுங்க' என்றார். வந்தவேகத்தில் மறைந்தனர் 'சாதுக்கள்'.

ரமணரின் பக்தரான தீவிர வைஷ்ணவர் ஒருவர் சமாசரணம் (திருமாலின் சின்னங்களான சங்கு, சக்கரம் ஆகியவற்றை உடலில் பொறித்துக் கொள்ளும் ஒருவகைச் சடங்கு) செய்து கொண்டால்தான் வைகுண்டம் கிட்டும் என்று அவரை வற்புறுத்தியதும், சிருங்கேரி மடத்தின் சிஷ்யர் ஒருவர் கண்டிப்பாகச் சன்னியாச தீட்சை எடுத்துக் கொண்டால்தான் ஆயிற்று என்று அடம் பிடித்ததும் உண்டு. ஆனால் பதினேழு வயதில் அடைந்த ஞானத்துக்குப்பின் செய்யவேண்டிய கிரியைகள் வேறு எதுவும் இல்லை என்பதில் பகவான் மிக உறுதியாக இருந்து எல்லாவற்றையும் தவிர்த்தார்.

சிவப்பிரகாசம் பிள்ளை

விருபாட்சி குகையில் ரமண பகவான் இருக்கும்போது வந்தவர் சிவப்பிரகாசம் பிள்ளை. சென்ற நூற்றாண்டின் ஆரம்பத்தில் தத்துவத்தில் பட்டம் பெற்று வருவாய்த் துறையில் பணி செய்துகொண்டிருந்தார். கல்லூரி நாள்களிலேயே 'நான் யார்?' என்று சிந்திக்கத் தொடங்கினாலும் அந்த எண்ணத்தைத் தீவிரமாகத் தொடரவில்லை இவர். முதல்முறையாக 1902-ம் ஆண்டில் இவர் ரமணரைப் பார்த்தார்.

பகவானைப் பார்த்ததும் இவர் கேட்ட முதல் கேள்வி 'சுவாமி, நான் யார்? முக்தியை எவ்வாறு அடைவது?' என்பதே. இவ்வாறு மொத்தம் பதினான்கு கேள்விகளை இவர் கேட்டார். அந்தச் சமயத்தில் பகவான் மவுனவிரதம் மேற்கொண்டிருந்ததால் பதில்களை மண்ணிலே விரல் கொண்டோ, சிலேட்டிலே எழுதியோ, சைகைகளினாலேயோ காண்பித்தார். சிவப்பிரகாசம் பிள்ளை 1923-ல் இந்த பதில்களைத் தான் புரிந்துகொண்டபடித் தொகுத்து எழுதி வெளியிட்டார். இதிலே தனக்குப் புரிவதற்காக எழுதிவைத்துக்கொண்ட குறிப்புகளும் இருந்தன. ஆனாலும் பகவானிடம் இவற்றைக் காட்டி அவரது அனுமதியைப் பெற்றே செய்தார்.

சுவாமியே பிள்ளையவர்களுக்குக் கூறியதன் சாராம்சத்தைத் தானே எழுதிப் பின்னர் 'நானார்?' என்ற பெயரில் பதிப்பித்தார். அதன்பின் அவர் பேசியன, எழுதியன எல்லாமே இந்தச் சிறிய

நூலின் விளக்கமாகவே இருக்கிறது என்பதே இந்நூலின் பெருமைக்குச் சான்று. இந்த அரிய தத்துவத்தை எடுத்துரைக்கும் போது ரமணருக்கு வயது இருபத்தொன்றுதான் என்பதை நினைக்கும் போது வியக்காமலிருக்க முடியவில்லை. சென்னை நங்கநல்லூர் ரமணகேந்திரம் 2003-ல் நடத்திய ஆண்டுவிழாவின் போது பேசிய பூஜ்யஸ்ரீ முரளிதர சுவாமிகள் 'இருபத்தோரு வயதில் தான் கூறிய தத்துவத்தில் அவர் வாழ்ந்த எழுபது வயதுவரை எந்த மாற்றமும் இல்லை என்பது ஒன்றே ரமணர் அடைந்திருந்த முழு ஞானத்திற்குச் சான்றாகும்' என்று கூறியது முற்றிலும் உண்மை.

அடிக்கடி சிவப்பிரகாசம் பிள்ளை, பகவானை வந்து தரிசித்துப் போய்க்கொண்டிருந்தார். பணியைத் துறந்து விட்டு முழுக்க ஆன்மிக வாழ்க்கையை மேற்கொள்ள வேண்டும் என்ற எண்ணம் அவருக்கு இருந்துவந்தாலும் மேலதிகாரிகளின் அன்பான அறிவுரைக்குக் கட்டுப்பட்டுப் பணியில் தொடர்ந்த பிள்ளை, 1910-ம் ஆண்டில் வேலையை விட்டு நீங்கினார்.

ஒருமுறை இவருடைய மனத்தில் நான்கு கேள்விகள் எழுந்தன:

1. இந்த உலகின் துன்பங்களிலிருந்து விடுபட நான் என்ன செய்யவேண்டும்?

2. நான் எண்ணும் இந்தப் பெண்ணை நான் மணக்கலாமா?

3. கூடாது என்றால், ஏன் கூடாது?

4. திருமணம் செய்துகொள்ள வேண்டுமென்றால், அதற்கான பணத்துக்கு எங்கே போவது?

இவற்றை ஒரு தாளில் எழுதித் தனது இஷ்டதெய்வமான விநாயகப் பெருமானிடம் வைத்தார். 'தெய்வம் மனிதர் வழியேதான் உதவும்' (தெய்வம் மனுஷ்ய ரூபேண) என்பது பழமொழி. எனவே பிள்ளையவர்களை ரமணரிடம் அனுப்பி வைத்தார் விநாயகர். ரமணரின் முன்னிலையில் சில நாள்கள் இருந்து பார்த்தார் சிவப்பிரகாசம் பிள்ளை. அங்கே வருகின்ற அனைவருக்கும் பகவான் ஆன்ம விடுதலை குறித்த வழி காட்டுதலைச் செய்வதைப் பார்த்தார். அவற்றிலிருந்து முதல் கேள்விக்கான விடை கிடைத்தது.

'இந்த மகரிஷியோ திருமணம் செய்துகொள்ளவில்லை. பெண்களைப் பற்றிய எண்ணமே இவருக்கு எழவில்லை. இவரிடம் எப்படித் திருமணத்தைப் பற்றிக் கேட்பது? பணத்தையே கையால் தொடுவதில்லை. ஆனால் சந்தோஷத் துக்குக் குறைவே இல்லை. இவரைப் போய் கல்யாணத்துக்குப் பணத்துக்கு என்ன செய்வது என்று கேட்பது எப்படி?' இவ்வா றெல்லாம் தோன்றியது பிள்ளைக்கு.

சரி, இங்கே உட்கார்ந்து பயனில்லை, நாம் ஊருக்குப் போய் விடலாம் என்று எண்ணினார் ஒரு நாள். சுவாமியைச் சுற்றி நிறையப்பேர் உட்கார்ந்துகொண்டிருந்தார்கள். சிவப்பிரகாசம் பிள்ளையும் உட்கார்ந்தார். அன்று மே 4, 1913. பிள்ளை சுவாமியைப் பார்த்துக்கொண்டே இருக்கையில் சுவாமியின் முகம் பிரகாசமான ஒளிபொழியத் தொடங்கியது. தலையைச் சுற்றிலும் ஒளிவட்டம் தோன்றியது. அந்த ஒளியிலிருந்து தங்க நிறமான குழந்தை ஒன்று வெளியே வந்தது. பின் மீண்டும் உள்ளே சென்று மறைந்தது. மீண்டும் தோன்றியது, மறைந்தது. இரண்டு மூன்று முறை இப்படி நடந்ததைப் பிள்ளை உணர்ந்தார். தம்மையும் மீறிய அதியற்புத சக்தியொன்று அங்கே செயல் படுவதை உணர்ந்து அவரது நெஞ்சம் உணர்ச்சிகளால் நிரம்பியது. என்ன சொல்வதென்றே தெரியவில்லை.

அங்கே இருந்த மற்றவர்களுக்கு இப்படி எதுவும் தோற்றம் தெரியவில்லை. 'கஞ்சா சாப்பிட்டிருக்கிறாய், அதனால்தான் இப்படியெல்லாம் தெரிகிறது' என்று கேலி செய்யவும் தொடங்கினார்கள். மறுநாள் மாலை மறுபடியும் சுவாமியின் முன்னால் உட்கார்ந்தால் மீண்டும் இன்னொரு ஆச்சரியத் தோற்றம்! பகவானைச் சுற்றி நூற்றுக்கணக்கான பவுர்ணமிகளின் நிலவொளி வீச, அவரது உடல் காலைப் பொழுதின் தங்கச் சூரியனாகத் தகதகத்தது. அவ்வுடலில் முழுமையாகத் திருநீறு பூசப்பட்டிருந்தது. கண்கள் கருணை பொழிந்தன.

இரண்டு நாள் கழித்து மீண்டும் சுவாமியைப் பார்த்தபோது பகவானின் உடல் ஸ்படிகக் கல்லாலானது போலத் தோன்றியது பிள்ளைக்கு. இவரது உள்ளம் ஆனந்தத்தால் நிரம்பியது. எங்கே பகவானை விட்டு நீங்கினால் இந்த பெறற்கரிய ஆனந்த உணர்வு காணாமற்போகுமோ என்று பயந்தார் பிள்ளை. ஆனாலும் இந்த அனுபவங்களே தனது கேள்விக்கான விடைகள் எனப் புரிந்து கொண்டு, பிரம்மச்சரியத்தை அனுசரித்துத் தவவாழ்க்கையை

மேற்கொள்வது என்று தீர்மானித்தார். இவர் எழுதிய 'அனுக்ரஹ அகவல்' என்ற நூலில் தனது அனுபவங்களை விவரித்துள்ளார்.

மனவாசி ராமசாமி அய்யர்

மனவாசி ராமசாமி அய்யர் விருபாட்சியின் அருகிலுள்ள புளியமரத்தடியில் 1907-ம் ஆண்டு ரமணரைத் தரிசித்தபோது 'எனக்குள்ளே இருக்கும் எதிரிகளாலும் நோய்களாலும் நான் வருந்துகிறேன்' என்று முறையிட்டார். 'எனக்கென்ன மாந்திரீகம் தெரியுமா?' என்று சொல்லிவிட்டாராம் ரமணர். சற்றே மனம் இடிந்தாலும் அய்யர் மறுபடி 'நீங்கள் இருக்கும் மகோன்னத நிலையை அறிந்து வந்தால், என் பாக்யம் இப்படியா?' என்று சலித்துகொண்டார். ரமணர் சிறிது தியானத்திலிருந்துவிட்டு 'எதுவானாலும் என்னதான் செய்யும் என்று நினைக்கட்டும்' என்று சொல்லி வலக்கையைக் காட்டினார். அது ஒளிபொருந்தியதாக இருந்தது.

மற்றொருமுறை அவர் திருவண்ணாமலை வந்தபோது பகவான் மட்டும் குகையின் தாழ்வாரத்தில் இருந்தார். சிறிது நேரம் அமைதியாய் இருந்த ராமசாமி அய்யர் 'சுவாமி! உலகத்தில் மகான்கள் வருவதெல்லாம் கடைமக்களைக் கடைத்தேற்றத் தானே. தாங்கள் இக்கடையேனை கடையேற்றுவீர்கள் என்ற நம்பிக்கை உண்டா?' என்று மெலிந்த குரலில் கேட்டார். நம்பிக்கை என்ற சொல்லுக்கு 'hope' என்ற சொல்லைக் கூறினார் அய்யர். அதற்கு ரமணர் 'There is hope. Yes, there is hope' என்று உறுதியளித்தாராம். அதுமட்டுமல்ல, உறுதியளித்தபடியே அவரது வாழ்க்கையில் பல துன்பங்களையும் நீக்கியிருக்கிறார்.

ஒருநாள் தன் நோய்களைப் பற்றி மிக மனம் வாட்டமுற்று ராமசாமி அய்யர் புளியமரத்தடியில் உட்கார்ந்திருந்தார். ரமணர் அங்கே வந்து மிக்க அன்போடு 'ஏன், என்ன உடம்பு?' என்று கேட்டார். விவரத்தை அய்யர் சொன்னதும் கொஞ்சநேரம் அவரையே உற்று நோக்கினார். அந்தச் சமயம் எச்சம்மாள் சுண்டல், புளியோதரை போன்ற சீரணிக்கச் சிரமமான உணவு வகைகளை எடுத்து வந்திருக்கிறார். சிறிது நேரத்தில் பக்தர்களும் மகரிஷியும் சற்று மேலே இருக்கும் அருவிக்குச் சென்றார்கள். தன் அஜீரணக்கோளாறு காரணமாக அய்யர் போகவில்லை. வெறும் கஞ்சிதான் குடிப்பார் அவர். அப்போது வாசுதேவன் என்பவர் வந்து மேலே கூப்பிடுவதாகச் சொன்னார். எதையாவது

சாப்பிட்டு வைத்தால் கோளாறு அதிகமாகிவிடும் என்று அஞ்சிய மனவாசி ராமசாமி அய்யர் வரவில்லை என்று மறுத்து அனுப்பிவிட்டார்.

சற்றுநேரம் ஆயிற்று. தற்செயலாக மேலே பார்த்தார். அங்கிருந்து பகவான் இரண்டு கைகளையும் காட்டி 'வா, வா' என்று அழைப்பது தெரிந்தது. மேலே போனதும் பகவான் 'சாப்பிடட்டும்' என்றார். புளியோதரை, சுண்டல், தயிர்சாதம் ஆகியவற்றை ஒரு வெட்டு வெட்டினார். அன்றிரவு அங்கேயே படுத்துக் கொள்ளும்படி ரமணர் கூறவே குகை வாசலில் படுத்துக் கொண்டார். தூக்கமே வராமல் சாதாரணமாக அவதிப்படும் அவர் அன்று நன்றாகத் தூங்கிக் காலையில்தான் விழித்தார். அதற்குப் பிறகு வயிற்றுக் கோளாறோ, தூக்கப் பிரச்னையோ வரவே இல்லை. இப்படிப் பல ஆச்சரிய நிகழ்ச்சிகளை அவர் விவரிக்கிறார்.

அப்போது அங்கே சிவய்யா என்ற ஆந்திரர் ஒருவர் இருந்தார். மாயாஜால வித்தைகளில் கெட்டிக்காரர். ஒருமுறை அய்யருக்காக ஒரு தங்க நாணயத்தை வரவழைத்துக் கொடுத்தார். அவர் பின்னாளில் குற்றாலத்தில் சென்று மவுனசுவாமிகள் என்ற பெயரில் பிரபலமாக விளங்கினார்.

சிவய்யாவும் ரமணரும் மட்டுமே இருந்த ஒருநாளில் மகாகவி சுப்பிரமணிய பாரதியார் அங்கே சென்று ரமணர் முன்னிலையில் சுமார் ஒரு மணி நேரம் உட்கார்ந்திருந்தை ரமணர் தேவராஜ முதலியாருக்குக் கூறியிருக்கிறார். பாரதியார் வந்தபோது அவரை இன்னாரென்று தெரியவில்லை. பின்னாளில் பத்திரிகைகளில் அவரது படத்தைப் பார்த்து பகவான் 'வந்தது இவர்தான்' என்று உறுதி செய்திருக்கிறார்.

ரமணரைச் சந்தித்தது முதல் மனவாசி ராமசாமி அய்யருக்கு கீர்த்தனைகள் இயற்றிப் பாடும் திறன் உண்டாயிற்று. பல்லவி, அனுபல்லவி, சரணங்கள் என்று கீர்த்தனையின் வடிவம் எப்படி அமையும் என்பதை ரமணர் கற்றுக்கொடுத்திருக்கிறார். 1950-ல் பகவான் உடலைவிட்டு நீங்கும்வரையில் ஏராளமான இசைப் பாடல்களை பகவான்மேல் யாத்த அய்யர் அதற்குப் பின் எழுதவில்லை. 'அவர் சித்தியானபின் (என்) வாய் மூடிவிட்டது' என்று குறிப்பிடுகிறார் அய்யர்.

ராமநாத பிரம்மசாரி

ராமநாத பிரம்மசாரி என்பவர் மிகச்சிறிய வயதிலேயே ரமணரிடம் வந்து சேர்ந்துவிட்டார். வேதபாடசாலை மாணவராக இருந்தும் ரமணரைப் பிரிந்து இருக்க மனமில்லாத அவர் பாடம்கேட்கும் நேரம் தவிர மீதி நேரத்தில் மற்றச் சன்னியாசிகளுடன் சென்று பிட்சை எடுத்து வந்து உண்டு, ரமணரின் முன்னிலையிலேயே நேரத்தைப் போக்குவார். அவர் எப்போதும் தக்ளியில் நூல் நூற்றபடியே இருப்பார். அந்நூலை எடுத்துக் கொண்டுபோய் தேசூர் மஸ்தான் என்ற முஸ்லிம் அன்பர் சிறு துண்டுகளாகவும், கோவணமாகவும் நெய்து பகவானுக்குக் காணிக்கையாகக் கொடுப்பார். ஏனென்றால் பிரம்மசாரி தீவிர காந்தியவாதியும் தேசபக்தரும் ஆவார்.

பிரம்மசாரி வேதாரணியத்தில் நடந்த உப்புச் சத்தியாக் கிரஹத்தில் கலந்துகொண்டார். ராமநாத பிரம்மசாரி ஒல்லியான உடலுடன், கனத்த கண்ணாடியும் அணிந்து தோற்றமளிப்பார். ‘உன்னைப் பார்த்தால் போலீஸ்காரன் பயந்து ஓடிவிடுவான். உன்னிடம் வரமாட்டான்’ என்று சிரித்துக்கொண்டே பகவான் கூறினாராம். அதேபோல அவரைப் போலீஸ் தொந்தரவு செய்யவில்லை என்பது உண்மை. அங்குக் காய்ச்சிய உப்பைக் கொண்டு வந்து பகவானிடம் கொடுத்தார் பிரம்மசாரி.

இவர் நாள் முழுவதும் கடுமையாக உழைத்தவண்ணம் இருப்பார். அன்பர்களுக்கும் தயங்காது பணிவிடைகள் செய்வார். ஒருமுறை அருணாசலம் பிள்ளை என்பவர் ஒரு பசுவையும் கன்றையும் கொண்டு வந்து பகவானிடம் கொடுத்தார். ‘இவற்றைப் பார்த்துக் கொள்வதற்கு இங்கே யார் இருக்கிறார்கள்? நீயே எங்களுக்காக இவற்றை உன்னிடத்தி லேயே வைத்துக்கொள்’ என்று கூறி அவற்றை ஏற்க மறுத்தார். அச்சமயம் அங்கிருந்த பிரம்மசாரி சிறிதும் தயங்காமல் ‘நான் பார்த்துக் கொள்கிறேன்’ என்று முன்வரவே இரண்டும் ஆச்ரமவாசிகளாயின. இதில் பசுங்கன்றான லட்சுமி பகவானை மிகவும் நேசித்து அவருடைய அன்புக்குப் பாத்திரமாயிற்று. பிராணிகளைப் பற்றிய அத்தியாயத்தில் லட்சுமியின் கதையை அவசியம் பார்ப்போம்.

எப்.எச். ஹம்ஃப்ரீஸ்

1911-ல் இந்தியாவுக்கு பிரிட்டனிலிருந்து வந்தபோதே எஃப்.எச். ஹம்ஃப்ரீஸ் (Frank H. Humphreys) அமானுஷ்ய நிகழ்வுகளில் மிகுந்த ஆர்வம் கொண்டவர்தான். போலீஸ் சூப்பரின் டெண்டாக வேலூருக்கு வந்த இவருக்குத் தெலுங்கு கற்பிக்க நரசிம்மய்யா என்பவர் நியமிக்கப்பட்டிருந்தார். ஆனால் அந்த வெள்ளையர் 'உங்களுக்கு யாராவது மஹாத்மாவைத் தெரியுமா?' என்று கேட்டதும் நரசிம்மய்யா அசந்து போனார். முன்பின் தெரியாதவரிடம் எதைச் சொல்வது என்று யோசித்த நரசிம்மய்யா 'தெரியாது' என்றார்.

'நேற்று மஹாத்மா யாரையும் தெரியாது என்று சொன்னீர்களே. உங்கள் குருவை நான் என் கனவில் பார்த்தேன்' என்று மறுநாள் ஹம்ஃப்ரீஸ் கூறினார். மேலும் 'பாம்பேயில் இறங்கியதும் நான் பார்த்த முதல் வேலூர்க்காரர் நீங்கள்தான்' என்று சொன்னார் ஹம்ஃப்ரீஸ். பாம்பேயில் கப்பலிலிருந்து இறங்கும்போதே ஹம்ஃப்ரீஸுக்கு உச்சகட்ட ஜுரம். அங்கேயிருந்து தனது சூட்சும உடலில் வேலூருக்கு வந்தபோது நரசிம்மய்யாவைப் பார்த்ததாக அவர் விளக்கினார். சூட்சும உடலெல்லாம் தனக்குத் தெரியாது என்பதாகச் சொல்லித் தப்பித்துக்கொண்டார் நரசிம்மய்யா.

ஆனாலும் இந்த வினோத வெள்ளைக்காரர் சொல்வதைப் பரிசோதிக்கவேண்டும் என்று தோன்றவே ஒரு கட்டுப் புகைப் படங்களைக் கொண்டுவந்தார் மறுநாள். அது ஹம்ஃப்ரீசின் கண்ணில் படுமாறு வைத்தார். அதைப் புரட்டிப் பார்த்துவிட்டு நரசிம்மய்யாவின் குருவான காவ்யகண்ட கணபதி முனியின் படத்தைச் சரியாக எடுத்து 'இதுதானே உங்கள் குரு?' என்று கேட்டு ஆச்சரியப் படவைத்தார் அந்தப் புதிதாய் வந்த போலீஸ் அதிகாரி.

மீண்டும் நோய்வாய்ப்பட்ட ஹம்ஃப்ரீஸ் பல மாதங்கள் ஊட்டிக்குப் போய் ஓய்வெடுத்தார். திரும்பி வந்ததும், மலைக் குகையின் முன்புறம் ஓர் ஓடை ஓடுவதுபோலவும், அதனருகே ஒரு சாது நிற்பதாகவும் ஒரு படத்தை வரைந்து காண்பித்தார். இதை அவர் தன் கனவில் கண்டதாகக் கூறினார். இனியும் எதையும் மறைக்கக் கூடாது என்று தீர்மானித்த நரசிம்மய்யா

விருபாட்ச குகையைப் பற்றியும், ரமணரைப் பற்றியும் கூறியதோடு நிற்காமல் கணபதி முனியையும் அறிமுகம் செய்து வைத்தார்.

கணபதி முனி, நரசிம்மய்யா, ஹம்ஃப்ரீஸ் மூவரும் விருபாட்சியிலிருந்த ரமணரைக் காணச் சென்றனர். 'பகவான் உன்னப் பார்க்கும்போது அவர் பார்வையிலிருந்து உன் பார்வையை அகற்றாதே' என் முன்கூட்டியே கணபதிமுனி ஹம்ஃப்ரீஸுக்குக் கூறிவைத்திருந்தார். குகையில் மவுனம் நிறைந்திருந்தது. அரைமணி நேரம் பகவானின் கண்களையே உற்றுநோக்கிய வண்ணம் இருந்தார் ஹம்ஃப்ரீஸ். 'அவரது கண்கள் அசையாது ஆழ்மனத்தின் வெளிப்பாடாக இருந்தன. உடல் என்பது புனிதமான தெய்வ சக்தியின் ஆலயம் என்பதை அப்போதுதான் புரிந்துகொண்டேன். மேலும், அவர் அந்த உடலல்ல, ஒரு தெய்விகத்தின் கருவிதான் அவர்; அதன் வழியே தெய்வம் சுடர்விடுவதை உணர்ந்தேன். நான் பெற்ற உணர்வுகளை என்னால் விவரிக்க முடியாது' என்று எழுதினார் ஹம்ஃப்ரீஸ்.

ஹம்ஃப்ரீஸுக்கு இன்னொரு விஷயமும் ஆச்சரியத்தை அளித்தது: ரமணர் பேசும் தத்துவங்கள் புரியாதபோதிலும், மலை ஏறி வரவேண்டியிருந்த போதிலும் திருவண்ணாமலையிலிருந்த பல சிறுவர் சிறுமியர் வந்து அவர் முன்னிலையில் அமைதியாக, பூரண திருப்தியுடன் உட்கார்ந்திருப்பதுதான் அது.

அறுபது வயதான அருணாசலம், ராணுவத்திலும் பின்னர் வங்கியிலும் பணிசெய்து ஓய்வு பெற்றவர். திருவண்ணா மலையிலே வளர்ந்தவர். சிறுவயதில் மலைமேல் ஏறிப்போய் ரமண சன்னதியில் இருந்தது அவருக்கு நன்றாக நினைவிருக்கிறது. 'இவ்வளவு பெரிய ஆள் அவர் என்று யாருக்குத் தெரியும்? போவோம், 'வா இங்கே' என்று சைகையால் கூப்பிட்டு எங்களுக்கு ஒரு வாழைப்பழம் தருவார்: ரொம்ப சந்தோஷமாக இருக்கும். கொஞ்சநேரம் முன்னால் இருந்து விட்டுவருவோம்' என்கிறார் சிரித்துக்கொண்டே. எது தன்னை ஈர்த்தது என்பதைக் குறிப்பிட்டு அவரால் சொல்லமுடியவில்லை. 'ஞானம் என்பது நிரந்தரமான குழந்தைப் பருவம்' என்று பகவான் சொன்னதை நினைத்துக் கொள்ளவேண்டியதாக இருக்கிறது. ஒரு குழந்தை பிற குழந்தைகளை ஈர்த்ததில் என்ன ஆச்சரியம். 'என்னவென்றே புரியாவிட்டாலும் பகவான்

மறைந்தபோது இரண்டு நாள் சாப்பிடாமலே அழுது கொண்டிருந்தேன் என்று என் தாத்தா சொல்வார்' என்கிறார் அருணாசலம்.

ஹம்ஃப்ரீஸ் இரண்டாம் முறை ரமணரைப் பார்க்கச் சென்றபோது பகவான் இவர் வருவதை முன்பே அறிந்ததுபோல் காணப் பட்டார். ஹம்ஃப்ரீசுக்கு மட்டுமே தெரிந்த ஓர் அந்தரங்கமான விஷயத்தைப்பற்றிக் கேள்வி கேட்டு, தனக்கு யாரும் அன்னிய மல்ல என்பதை உறுதி செய்தார். 'சாப்பிடலை போல இருக்கே' என்று அன்போடு விசாரித்து ஆகாரம் கொடுக்கச் செய்தார். சாதம், நெய், பழங்கள் எல்லாம் வந்தன. வெளிநாட்டவரான அவருக்கு விரல்களால் எடுத்துச் சாப்பிடும் பழக்கம் இல்லை என்பதை அறிந்து கொட்டாங்குச்சியால் ஆன கரண்டி ஒன்றைக் கொடுக்கச் சொன்னார். குடிப்பதற்குத் தேங்காய்ப் பால் கொடுத்தார்கள். அதில் சுவைக்காக பகவான் சிறிது சர்க்கரை சேர்க்கச் சொன்னார். டம்ளரை எச்சில்படுத்திக் குடிக்க ஹம்ஃப்ரீஸ் தயங்கியபோது 'பரவாயில்லை' என்று சொல்லிக் குடிக்கச் செய்தார். 'ரமணருடைய புன்முறுவலைவிட எதுவும் அழகு மிகுந்திருப்பதாக எனக்குக் கற்பனைகூடச் செய்யமுடிய வில்லை' என்கிறார் ஹம்ஃப்ரீஸ்.

இதற்குப் பின்னும் பசி தீரவில்லை ஹம்ஃப்ரீஸுக்கு. தன்னிடம் வருகிறவர்களை ஒரு திறந்த புத்தகமாக அறிகிற பகவான் மேலும் உணவு கொடுக்கச் சொன்னார். ஆனால் ஹம்ஃப்ரீஸின் வயிறு நிரம்பியபின் மற்றவர்கள் வற்புறுத்தியபோது பகவான் அவர்களைத் தடுத்தார். ஹம்ஃப்ரீஸ் சாப்பிட்டுக் கொண்டிருக்கும் போது மற்றவர்களிடம் இவரது வாழ்க்கையைப் பற்றி நுணுக்கமாக விவரித்துகொண்டிருந்தார் பகவான். பகவானிடம் அவர் கேட்ட முதல் கேள்வியே இளமையின் ஆர்வத்தைக் காட்டுவதாக இருந்தது:

ஹம்: பகவான், நான் இந்த உலகத்துக்கு உதவமுடியுமா?

பக: உனக்கு உதவிக்கொள்; இந்த உலகத்துக்கு உதவியாகும்.

ஹம்: இந்த உலகத்துக்கு உதவிசெய்ய விரும்புகிறேன், செய்வேனா?

பக: முடியும். உனக்கு உதவிசெய்து கொள்வதன் மூலம், இந்த உலகத்துக்கு உதவி செய்கிறாய். நீதான் உலகம். நீதான் உலகம்.

நீ இந்த உலகத்திலிருந்து வேறல்ல. இந்த உலகம் உன்னிலிருந்து வேறல்ல.

இந்த இடத்தில் கை ஹியூஸ் என்பவருடனான உரையாடல் நினைவுக்கு வருகிறது. அவர் 'ஆத்ம ஞானம் அடைந்தபின் நான் மற்றவர்களுக்கு உதவி செய்ய இயலுமா?' என்று பகவானிடம் கேட்டதற்கு 'ஆத்ம ஞானம் அடைந்தபின் உதவி செய்வதற்கு மற்றவர் எவரும் இரார்' என்று பதில் சொன்னதை ஒப்பிட வேண்டும். யார் துன்பம்கொண்டு ரமணரை அணுகினாலும் அவர்களுக்கு உடனடித் துன்பநீக்கம் கிடைத்தது இந்த அபேத (வித்தியாசமற்ற) ஞான நிலையினால்தான்.

இப்போது ஹம்ஃப்ரீஸின் உரயாடலைத் தொடரலாம்.

ஹம்: (சிறிது நேரம் கழித்து) பகவான், கிருஷ்ண பகவானைப் போல, ஏசு கிறிஸ்துவைப் போல நானும் அற்புதங்கள் செய்ய முடியுமா?

பக: அவர்கள் அந்தச் செயலைச் செய்யும்போது அப்படிச் செய்கிறோமென்றோ, இயற்கையின் விதிகளை மீறிய ஒன்றைச் செய்கிறோமென்றோ நினைத்தார்களா?

ஹம்: (கொஞ்சம் யோசித்துவிட்டு) இல்லை பகவான்.

ஹம்ஃப்ரீஸுக்கு அற்புதங்கள் செய்து சித்திகளை அடைய ஆர்வமிருப்பதைப் பார்த்துவிட்டு பகவான் கூறினார் 'சித்திகளின் வலையில் நாம் விழக்கூடாது. அதைத் தாண்டி மிக உயர்ந்த மெய்ஞ்ஞான நிலையை அடையவே ஒருவர் முயற்சிக்க வேண்டும். முழுமையான சரணாகதியின் மூலமே ஒருவன் தன்னை அறியமுடியும்.'

அடுத்த முறை வந்தபோது அவர் பகவானிடம் கேட்டார் 'பகவான், நீங்கள் சொன்னவை எனக்குச் சீக்கிரமே மறந்து விடுகின்றன. சொன்ன கடைசி வார்த்தைதான் நினைவிலிருக்கிறது. என்ன செய்யலாம்?' அதற்கு பகவான் சொன்ன எளியவழி 'உன் கடமையைச் செய், தியானம் செய்' என்பதுதான்.

ரமணருடனான தனது சந்திப்புகளையும் உரையாடல்களையும் தொகுத்து அவர் 'இன்டர்நேஷனல் சைக்கிக் கெஜட்' என்ற பத்திரிக்கையில் ஒரு நீண்ட கட்டுரை எழுதினார். சாதாரணமாக

தான் யாருக்கும் குரு என்றோ, யாரும் தனக்கு சிஷ்யன் என்றோ ரமணர் ஒப்புக்கொள்வதில்லை. ஆனால் ஹம்ஃப்ரீஸிடம் இந்தப் போதனைகளை வழங்கும்போது 'எனது நெருங்கிய சீடர்களுக்கு மட்டுமே சொல்வதான போதனையின் சாரத்தை நான் வழங்கு கிறேன்' என்று சொன்னது அபூர்வமான செயலாகும்.

அதிலிருந்து பகவான் கூறிய சில முத்துக்கள்:

'கிறித்துவம், பவுத்தம், இந்துமதம், பிரம்மஞான சபை, தியாசஃபி போன்ற எல்லா மதங்களும், 'இசங்'களும் இறுதியில் ஓரிடத்தில் சந்திக்கின்றன. அந்த விளிம்புவரையே அவை மனிதனை இட்டுச் செல்லும். அதற்கப்பால் வழிகாட்ட அவற்றால் முடியாது.

'இந்த மனத்தின் விளிம்புக்கு அப்பாலும் இட்டுச் செல்வதே ஆன்ம விசாரணை. கடவுள் எங்கும், யாவுமாய் நிறைந்திருப் பதை வெறும் அறிவுபூர்வமாய் நினைப்பதோடு நில்லாமல், இடைவிடாத விசாரணையின் மூலம் பழகிய எண்ணங்களி லிருந்து விடுதலை பெறவேண்டும்.

'மனம் என்றே தனியாக எதுவும் இல்லை என்று வாதாடி அதனைச் சாய்த்து மாய்த்துவிட முடியும். அதன் விளைவாக மனமும், அதைச் சார்ந்த உணர்வாகிய உடலும் மறைந்துவிடும். மிச்சமிருப்பது உண்மைப் பொருள் மட்டுமே. அதை வார்த்தை களால் விளக்க முடியாது. எண்ணத்தால் விளங்கிக் கொள்ள முடியாது.

'ஒரு மனிதன் அளவுக்கு மீறி மது அருந்துகிறான். காரணம், கவலைகள் என்னும் தளைகளை அவன் வெறுப்பதாய் இருக் கலாம். அல்லது வேண்டுமளவு குடிக்க முடியாத தளையிலிருந்து விடுபட எண்ணலாம். தனது பாபத்திலிருந்து விடுவித்துக் கொண்டு சுதந்திரம் பெற நினைக்கலாம். விடுதலை பெற வேண்டும் என்ற தன்னை மீறிய உந்துதலே மனிதனின் மனத்தில் கடவுள் விளைவிக்கும் முதலாவது காரியம். ஏனெனில், மனிதன் எதிலும் கட்டுண்டவன் அல்ல என்பதைக் கடவுள் அறிவார்.

'அதிகமாக மது அருந்துவதால் மனிதனுக்கு விடுதலை கிடைப்ப தில்லை. தான் விடுதலையைத்தான் விரும்பி இவ்வாறு செய் கிறோம் என்பதையே அவன் அறியமாட்டான். அறிந்ததும் விடுதலைக்கான சிறந்த வழியை அவன் தேடிக்கொள்கிறான்.

'உண்மையான விடுதலை எது? தான் தளையில் அகப் பட்டவனல்ல என்ற உணர்வைப் பெற்ற பின்னரே மனிதன் விடுதலை அடைந்தவனாகிறான். ஒவ்வொரு உடலிலும் 'நான், நான்' என்று தனித்து உட்குரல் கொடுக்கும் ஆத்மாவே உண்மையான நான். உடலும், மனமும் அதன் வெறும் கருவிகளே.'

மெய்யான ஆன்ம விடுதலை மதத்துக்கு அப்பாற்பட்டது என்று புரிந்துகொண்ட ஹம்ஃப்ரீஸ் சில ஆண்டுகளுக்குப் பின் பணியி லிருந்து விலகி, இங்கிலாந்து சென்று ரோமன் கத்தோலிக்கச் சர்ச்சில் ஒரு பாதிரியாராகச் சேர்ந்துவிட்டார்.

12. அன்னை வந்து சேர்ந்தார்

1899-ம் ஆண்டு டிசம்பர் மாதம் அழகம்மாள் அண்ணன் நாகசுவாமியோடு வந்து ரமணரைத் திருப்பி அழைத்துக்கொண்டு போக முயற்சி செய்து பலனளிக்காமல் திரும்பிப் போனார். அடுத்த ஆண்டே நாகசுவாமி மரணமடைந்தார். 1902-ம் ஆண்டு தம்பி நாகசுந்தரம் சுவாமியைப் பார்க்க வந்தார். அப்போது சத்குருசுவாமி குகையில் மவுனவிரதத்தில் இருந்தார் ரமணர். அனாதரவாக, உடுக்க உடையும் இல்லாமல், வேளைக்குச் சோறும் இல்லாமல் பெருங்கஷ்டத்தில் இருக்கிறார் தன் அண்ணன் என்று நம்பினார் நாகசுந்தரம். தன் அண்ணனைக் கட்டிப் பிடித்துக் கதறினார். இதைப் புரிந்துகொண்ட சுவாமி புன்னகை பூத்தபடியே இருந்தார். தான் கூட இருந்தால் அண்ணனுக்கு ஆறுதலாக இருக்கும் என்ற எண்ணத்தில் நாகசுந்தரம் அங்கேயே இருப்பதாகச் சொன்னார், சுவாமி இந்த நல்லெண்ணத்திற்கு ஒப்புதல் தரவில்லை. நாகசுந்தரம் ஊருக்குத் திரும்பிப் போகவேண்டியதாயிற்று.

பலமுறை அழகம்மாளும் பிற உறவினர்களும் திருவண்ணா மலைக்கு வந்து போய்க்கொண்டுதான் இருந்தனர். 1914-ம் ஆண்டின் தொடக்கத்தில் ஒருமுறை அழகம்மாள் திருப்பதி வெங்கடரமணனைத் தரிசித்துவிட்டுத் திரும்பும் வழியில் திருவண்ணாமலைக்கு வந்தார். விருபாட்சியில் சிலகாலம் தங்கினார். அப்போது கடுமையாக நோய்வாய்ப்பட்டுத் துன்பமுற்றார். தன்னுடைய எந்த வியாதிக்கும் சற்றும் அசைந்துகொடுக்காத ரமணர் தன்னைப் பார்க்க வருகிறவர் களுக்கு உடல்நலமில்லை என்றால் சகிக்கமாட்டார். தன்னை ஈன்றவளாதலால் தாய்க்கோ இன்னும் ஒருபடி அதிகம் கடன்பட்டிருந்தார். மிகவும் கவனத்துடன் அவரைக் கவனித்துக்

கொண்டார். ஒருவேளை இக்காய்ச்சல் அவரது உயிருக்கு எமனாகிவிடுமோ என்ற நிலையில், நான்கு வெண்பாக்களை ரமணர் இயற்றி மனமுருகிப் பாடினார். அதில் இரண்டாவது பாடல் இவ்வாறு:

காலகாலா உன் கமல பதம்சார்ந்த
பாலன் எனைஈன்றாள் பால்அந்தக் காலன்தான்
வாரா வகைஉன்கால் வாரிசமே காட்டு வா
யாராயின் காலனுமே யார்

(வாரிசம் - தாமரை)

'எமனுக்கு எமனான சிவபெருமானே! உன் பாதங்களைத் தஞ்சமடைந்த சிறுவனான என்னைப் பெற்றவளிடம் காலன் வந்துவிடாதபடி உன் பாதத் தாமரையைக் காட்டிட வா. எண்ணிப் பார்த்தால் யாரந்தக் காலன்? (உன்னால் ஒருமுறை அழிக்கப் பட்டவன் தானே?)' என்ற பொருள்படப் பாடியிருக்கிறார் இந்தப் பாடலை. இத்துடன் சேர்ந்த பிற மூன்று பாடல்களுமே சொல்லும், பொருளும் மனத்தை உருக்குவனவாய் இருக் கின்றன.

நோயிலிருந்து குணமடைந்து மானாமதுரைக்குத் திரும்பிச் சென்றாலும் அடுக்கடுக்காகக் கஷ்டங்கள் காத்திருந்தன அழகம்மாளுக்கு. சில கடன்களுக்காகத் திருச்சுழி வீட்டை விற்க வேண்டியதாயிற்று. அவரையும் குழந்தைகளையும் வைத்து ஆதரித்த நெல்லையப்பய்யர் உயிர் நீத்தார். 1915-ல் நாக சுந்தரத்தின் மனைவி ஒரு சிறு பிள்ளையை விட்டுவிட்டு மரணமுற்றார். வயதாகிப்போய்விட்ட அழகம்மாள் மூத்த மகனான ரமணருடன் இருப்பதே சிறந்தது என்று தீர்மானித்தார். 1916-ல் திருவண்ணாமலைக்கு வந்த அன்னையார் எச்சம்மாளுடன் சிறிது காலம் இருந்தார். அவரால் தன் மகனைப் பார்க்கத் தினமும் மலை ஏறுவது சிரமமாக இருந்தது. விருபாட்சியிலேயே மகனிடம் தங்கலாம் என்று நினைத்தார். ரமணர் வழக்கம் போல மவுனம் சாதித்தார்.

ஒரு சிலர் எங்கே 1896-ல் நடந்ததுபோல அன்னையாரைக் கண்டு ரமணர் ஓடிப் போய்விடுவாரோ என்று பயந்தனர். எனவே அவர் அங்கு வந்து தங்குவதை எதிர்த்தனர். இப்போது இருப்பவர் பழைய ரமணர் அல்ல. வயதான காலத்தில் அன்னையை ஆதரிக்கும் பொறுப்பு ஒரு சன்னியாசிக்கும் இருந்ததை

உணர்ந்தவர். இதை அவர்கள் புரிந்து கொள்ளவில்லை. மிகுந்த மனக் கலக்கத்தோடு ஒரு நாள் அழகம்மாள் அங்கிருந்து போக எழுந்தார். உடனே ரமணரும் அன்னையின் கையைப் பிடித்துக் கொண்டு 'வா, இங்கில்லாவிட்டால் வேறெங்காவது' என்று கூறியபடி எழுந்தார். எல்லோரும் ஒரு நிமிடம் அதிர்ந்து போயினர். அவர் காலில் விழுந்து எங்கும் போகவேண்டாம் என்று கண்ணீர் மல்க வேண்டிக்கொண்ட பின்னனரே மீண்டும் விருபாட்சியில் தாயுடன் தங்கினார் ரமணர்.

இந்தமாதிரிச் சந்தர்ப்பங்களில் எங்கே தாய்ப்பாசம் மகரிஷியின் கண்ணை மறைத்ததோ என்று சிலர் சந்தேகப்படலாம். ஆனால், உலகுக்கு எதை உபதேசிக்கிறாரோ அதையே வாழ்ந்து காட்டியவராகவே ரமணர் இருந்தார். உண்மையில் சொல்லப் போனால் அவர் வாய் திறந்து உபதேசித்ததைவிட, வாழ்வின் மூலம் உபதேசித்ததே அதிகம். இங்கே எந்தச் சூழ்நிலையிலும் தாயை அனாதரவாகத் தவிக்கவிடக்கூடாது என்பதை நடை முறையில் காட்டவே இப்படிச் செய்தார் என நினைக்கிறேன். அவர் ராமநாத பிரம்மசாரிக்கு ஒருமுறை தந்தையின் அருமையை உணர்த்தியதை இங்கு நினைவுகூர வேண்டும்.

ராமநாத பிரம்மசாரி தாம் பெற்ற பிட்சை உணவை விருபாட்சிக்கு எடுத்துச்சென்று முதலில் ரமணருக்குக் கொடுத்து விட்டுப் பிறகே எஞ்சியதைப் பிரசாதமாக உண்பார். இப்படி மலையேறி வரும்போது, குகை நமச்சிவாயர் கோவிலில் பிரம்மசாரியின் தந்தை உட்கார்ந்திருந்தார். மிகுந்த பசியோடு இருந்த அவர், கொஞ்சம் உணவு தரச்சொல்லிக் கேட்டார். பகவானுக்குக் கொடுக்குமுன் யாருக்குமே தர மனம் வராத பிரம்மசாரி 'நீங்கள் விருபாட்சி வாருங்கள். அங்கே பிரசாதம் சாப்பிடலாம்' என்று தந்தையிடம் கூறினார். களைத்துப் போன தந்தையார் அங்கேயே உட்கார்ந்திருந்தார்.

விருபாட்சிக்குப் போனதும் ரமணர் அவரிடம் 'நீ கொண்டு வந்த பிட்சை உணவை முதலில் உன் தகப்பனாருக்குக் கொடுத்தால் தான் நான் ஏற்பேன்' என்று சொன்னார். திரும்பி வந்த பிரம்மசாரி பகவான் சொன்னபடி செய்யாமல் தந்தையை விருபாட்சிக்கு வரும்படி வற்புறுத்தினார். முன்போலவே தந்தை மறுத்தார். இவர் உணவு தராமலே திரும்பிப் போனார்.

பகவானா இதை ஒப்புக்கொள்கிறவர்? 'நீ போய் தந்தைக்கு உணவு கொடு. அப்புறம்தான் நான் ஏற்பேன்' என்று

கண்டிப்பாகச் சொல்லிவிட்டார். பிறகு ராமநாத பிரம்மசாரி பகவான் கட்டளைப்படியே போய் தந்தைக்குப் பசியாற்றிவிட்டு வந்தார். ஆகவே தாய் தந்தையரை அவர்களது வயதான காலத்தில் அலட்சியப்படுத்துவது கூடாது என்பதை உலகுக்கு உணர்த்தவே இத்தகைய காரியங்களை அவர் முன்னின்று செய்தார் என்பதில் சிறிதும் சந்தேகமில்லை.

பெற்றோரை மட்டுமல்ல, குழந்தையைக் கவனித்து உணவு தரா விட்டாலும் அவர் கடிந்து கொண்டதுண்டு. குர்ரம் சுப்பராமய்யா என்னும் அன்பர், மனைவியை இழந்தவர், தன் இரண்டு பெண் குழந்தைகளுடன் ஆச்ரமத்துக்கு வந்திருந்தார். பெரியபெண் லலிதா சாதாரணமாகச் சிறியவள் இந்திராவுக்கு உணவு கொடுப்பாள். அன்றைக்கு லலிதா எங்கோ தன் நண்பர்களுடன் வெளியே போயிருந்தாள். சுப்பராமய்யாவும் இந்திராவும் பகவானின் முன்னிலையில் இருந்தார்கள். குழந்தை பொறுத்துப் பார்த்துவிட்டு ‘பசிக்கிறது. சாப்பிடணும்’ என்று சிணுங்கினாள். இதைக் கவனித்துக் கொண்டிருந்த பகவான் குழந்தைக்குச் சரியான நேரத்தில் ஆகாரம் கொடுக்கத் தவறியதற்காகக் கடுமையாகக் கண்டித்தார். அதோடு நில்லாமல் ‘குழைந்தைக்குக் கூட ஆகாரம் தரமுடியலேன்னா உன் தியானத்தினாலே என்ன பிரயோசனம்?’ என்று சொல்லியிருக்கிறார்.

தியானமும், ஆன்மிகப் பயிற்சிகளும் மிக அவசியம். ஆனால் யார் குடும்ப வாழ்வில் இருக்கிறார்களோ அவர்கள் தமது உலகியல் கடமையைத் தவறவிடக்கூடாது என்பதை மிகத் தெளிவாகச் சொல்லியிருக்கிறார் பகவான் இதன்மூலம்.

தினமும் மலைப்பகுதியில் சுற்றியலைவதை வழக்கமாகக் கொண்டிருந்தார் பகவான். ஒருநாள் இப்படிப் போகையில் அங்கே சுள்ளி பொறுக்கிக்கொண்டிருந்த மூதாட்டி ஒருத்தி ‘உன்னைப் பாடையிலே வெக்க. சும்மா இருந்த எடத்திலே இல்லாம, இந்த முள்ளிலும் கல்லிலும் ஏன் இந்த வெய்யிலிலே திரியணும்’ என்று வைதாள். அவள் சொல்லும் முறை வசவுபோல இருந்தாலும், மிகுந்த உள்ளன்போடு சொல்வதாகவே ரமணர் நினைத்தார். அருணாசலேசனே அந்தக் கிழவி வடிவில் வந்து சொல்லியிருக்க வேண்டும் என்பதை ‘எந்தச் சுள்ளி பொறுக்குகிற கிழவி என்னிடம் இப்படிப் பேசியிருக்க முடியும்!’ என்று கேட்டதன் மூலம் சுட்டிக்காடினார். அப்போதிலிருந்து மலைப் பகுதியில் திரிவதை நிறுத்திவிட்டார்.

13. தாயும் ஆனவர்

ரமணருக்கும் சுற்றியிருக்கும் அன்பர்களுக்கும் உணவு தயாரித்து வழங்குவதையே தனது லட்சியமாகக் கொண்டிருந்த எச்சம்மாள் என்ற லட்சுமியம்மாளைப் பற்றி முன்னர் பார்த்தோம். அவருடன் அலங்காரத்தம்மாள் என்ற முதலியார் பாட்டியும் சேர்ந்து கொண்டார். அவருக்கு வயதாகிவிட்டது மட்டுமல்லாமல் அன்பர் கூட்டம் பெருகிக்கொண்டே வந்தது. 'உங்களால் சமாளிக்க முடியாது, விட்டுவிடுங்கள்' என்று சிலர் சொல்லிப் பார்த்தனர். 'கண் தெரியாவிட்டாலும் கைக்கம்பால் தடவிக் கொண்டே போய்ப் பிச்சையெடுத்தாவது நான் பகவானுக்குக் கொடுத்து விட்டுத்தான் நான் சாப்பிடுவேன்' என்று சொன்னாராம் அந்த பக்தருள் திலகம்.

முதலியார் பாட்டி ரொம்ப ருசியாகச் சமைப்பார். மற்றவர்கள் வற்புறுத்தலுக்கிணங்க ஓரிருமுறை அவரது உணவை இரண்டாம் முறை பகவான் இலையில் போட்டுக்கொண்டதும் உண்டு. ஒருநாள் அவர் பாட்டியிடம் 'இத்தனை அன்னம் போட்டால் எப்படிச் சாப்பிடுவது?' என்று கடிந்துகொண்டாராம். அதற்கு அன்பின் உரிமையில் 'அது எவ்வளவு? எனக்கு அது ரொம்பக் கம்மிதான். எல்லாம் மனசிலதானே இருக்கு சுவாமி' என்றாராம் பாட்டி. பகவான் சிரித்துக்கொண்டே 'பாரு, நான் சொன்னதை வச்சே என்னை மடக்கறதை' என்று கூறினார். 'நான் பயப்படுவது ராமநாத பிரம்மசாரிக்கும், முதலியார் பாட்டிக்கும்தான்' என்று ஒருமுறை பகவான் சொன்னதுண்டு. அவர்களது அப்பழுக்கற்ற அன்பு அப்படிப்பட்டது.

கீரைப்பாட்டி

கீரைப்பாட்டி என்னும் ஏழை முதியவளைப் பற்றிச் சொல்லியே ஆக வேண்டும். ரமணர் விருபாட்சிக்குப் போன சமயத்தில்

இவள் குகை நமச்சிவாயர் கோவிலில் இருந்தாள். ரமணர் அவளைப் பற்றி மிக்க அன்போடு விவரிப்பதைக் கேட்க ஆயிரம் காதுகள் வேண்டும். 'கீரைப்பாட்டியிடம் ஒரே ஒரு சட்டி இருந்தது. அதிலேயே வென்னீர் போட்டுக் குளிப்பாள், சோறு சமைப்பாள், கீரையும் ஆக்குவாள். விடியறதுக்கு முன்னாலே எழுந்து மலையிலே அலைஞ்சு திரிஞ்சு கீரை பறிச்சுண்டு வருவா. அதை நல்ல ருசியாச் சமைச்சு எனக்குக் கொண்டுவந்து கொடுத்து 'சாப்பிடு, சாப்பிடு'ன்னு உபசாரம் பண்ணுவா. ஒருநாள் கூடத் தவறினதில்லை. சில சமயம் நானே அங்கே போய்க் கீரை நறுக்கித் தருவேன். என்மேலே அவளுக்கு ரொம்ப நம்பிக்கை' என்று சொல்வார்.

இன்னொரு நாள் கீரைப்பாட்டிக்கு யாரோ கொஞ்சம் மாவு கொடுத்தார்கள். அத்துடன் பருப்பும், கீரையும் சேர்த்துக் கஞ்சியாகக் காய்ச்சிக் கொண்டு வந்தாள் அவள். 'சாமி, சாமி, ஒரு புண்யவதி மாவு குடுத்தா. இந்தா அதைக் கஞ்சியாக் காய்ச்சியிருக்கேன் பாரு சாமி' என்று கொண்டுவந்து தந்தாள்.

சில சமயம் காய்கறி, கீரை எதுவுமே கிடைக்காது. கீரைப் பாட்டிக்கு என்ன செய்வதென்றே தெரியாது. அந்த மாதிரிச் சமயங்களில் ரமணர் புளியமரத்தில் ஏறிக் கொஞ்சம் புளியங் கொழுந்து பறித்துத் தருவார். அதைச் சமைப்பாள். 'சாமிக்குப் பிடிக்கும்' என்று சொல்லிக் கொண்டு ரமணருக்குக் கொடுப்பதில் அவளுக்கு ரொம்பச் சந்தோஷம். பிற்காலத்தில் எந்த பக்தர் கீரை கொண்டுவந்தாலும் தவறாமல் 'உனக்குக் கீரைப்பாட்டியைத் தெரியுமா?' என்று கேட்டு இதையெல்லாம் மிக அன்போடு விவரிப்பார் ரமணர். அவருக்கு இதைச் சொல்ல அலுத்ததே இல்லை. கீரைப்பாட்டிதான் பசு லட்சுமியாக வந்து பகவானின் மடியிலேயே முக்தியடைந்தது என்று கருதுபவர்கள் உண்டு.

ரத்னம்மாளின் அன்பு

பகவான் ஆரம்ப காலத்தில் இலுப்பை மரத்தடியில் இருந்தபோது ரத்னம்மாள் என்ற இளம் தாசி கோவிலுக்குப் போகும்போது இவர் நிட்டையில் அமர்ந்திருப்பதைப் பார்த்தார். ரமணரின் மீது தூய அன்பு கொண்டதோடு தனது தொழிலை வெறுக்கத் தொடங்கினார். சுவாமிக்கு உணவு கொடுத்தால்தான் நான் சாப்பிடுவேன் என்று தன் தாயாரிடம் கூறினார். எனவே தாயாரும் பெண்ணும் உணவை எடுத்து வருவார்கள். இவரோ உலகை

மறந்து உட்கார்ந்திருப்பார். யாரையாவது கொண்டு ரமணரை உலுக்கி விழிக்கச் செய்து பின்னர் உணவு தந்துவிட்டுச் செல்வார்கள். இது சிரமமான காரியமாக இருந்தது. 'நீயோ இளம்பெண். சுவாமியும் சிறு வயதுக்காரர். அவரைத் தொட்டு எழுப்பி உணவு தரவேண்டியதாக இருக்கிறது. இது நடக்காது' என்று மறுத்தார் அம்மா. சுவாமி சாப்பிடாமல் தான் சாப்பிட முடியாது என்பதில் பிடிவாதமாக இருந்தாள் ரத்னம்மாள்.

உறவுக்காரப் பையன் ஒருவனைத் தினமும் ரத்னம்மாளுடன் அனுப்பினார் தாயார். சில நாள்களுக்குப் பிறகு ஒரு அழுக்குச் சாமியாரை உலுக்கி எழுப்புவதைக் கேவலமாக நினைத்த அவன் அவளுடன் வர மறுத்துவிட்டான். வேறு வழியில்லாமல் தாயாரே தினமும் உணவு கொண்டுவந்து கொடுத்தார். சிறிது நாள்களில் அவரும் இறந்தார், ரமணரும் அங்கிருந்து தொலைவிலிருந்த ஓர் இடத்துக்குப் போய்விட்டார். எனவே ரத்னம்மாள் சாப்பாடு கொண்டுபோவது நின்றுபோயிற்று. 'எந்தக் குலத்தில் பிறந்தால் என்ன? அவள் தூய்மையானவள். மிகுந்த பற்றின்மையும், நிறைய பக்தியும் அவளிடம் இருந்தது' என்று அந்த நடனப்பெண்ணைப் பற்றி மிகுந்த கருணையோடு சொல்லுவார் ரமணர்.

மீனாட்சியம்மாள் என்ற ஒரு கம்மாளப் பெண்மணியும் உணவு கொண்டுவருவார். ஆனால் சில நாள்களிலேயே பழனிசுவாமி உள்பட எல்லோரையும் அதிகாரம் செய்ய ஆரம்பித்துவிட்டார். 'சாப்பாடு கொண்டு வரவா படுத்தற பாடு உனக்குத் தெரியாது. ஒருத்தி 'அடியே, உன் கையாலே கொஞ்சம் வை' என்பார். இப்படிச் சொல்லி ஆளுக்கு ஒரு கை ஏதாவது வைப்பா. யார் வேணும்னா எப்ப வேணும்னா எதை வேணும்னா கொண்டு வருவா. நான் சாப்பிட்டே ஆகணும்' என்று விளையாட்டாகச் சொன்ன பகவான், முத்தாய்ப்பாக 'பகவானா இருக்கறதோட கஷ்டம் பகவானுக்குத்தான் தெரியும். ஐம்பது வருஷ அனுபவத்தில சொல்றேன்' என்று சொல்லி முடித்தார்.

அழகம்மாள் மறைவு

மெல்ல மெல்ல அழகம்மாள் ஆச்ரம வாழ்க்கைக்குத் தன்னைப் பழக்கப்படுத்திக் கொண்டார். ரமணரை விட்டு எங்கும் வெளியூருக்குப் போகமாட்டேன் என்பதில் பிடிவாதமாக இருந்தார். எங்கே வெளியூரில் போய்த் தன் மரணம் சம்பவித்து

விடுமோ என்பதே அவரது பிடிவாதத்துக்குக் காரணம். 'நான் உன் மடியில் தலையை வைத்துத்தான் உயிரைவிடுவேன்' என்று சொல்லிக்கொண்டிருந்தார்.

இந்தச் சமயத்தில் நாகசுந்தரமும் அங்கே நிரந்தரமாக வந்து விட்டார். சன்னியாசம் மேற்கொண்டு நிரஞ்சனானந்த சுவாமி என்ற திருநாமம் தாங்கியிருந்தார்.

எல்லோரிடமும் அன்பாகவும் பரிவாகவும் இருக்கும் ரமணர் தன் தாயிடம் பாராமுகமாகவே இருந்தார். பற்றுக்களிலிருந்து தாயாரின் மனத்தை விடுதலை செய்வதற்கான தந்திரமாக இது இருக்கலாம். மிகவும் மனம் உழன்ற அழகம்மாள் 'நான் என்ன பாவம் செய்தேன், ஏன் இப்படி இருக்கிறாய்?' என்று கேட்டார். 'எனக்கு நீ மட்டுமே அம்மா அல்ல. எல்லாப் பெண்களுமே எனக்குத் தாயார்தாம்' என்று கூறினார். கடைசியில் அன்னையாரும் காவியாடை அணிந்து ஆசிரமத்தின் எல்லாப் பணிகளிலும் பங்கு கொண்டார். இந்தச் சேவை அவரது மனமாசுகளை அகற்றி அவரைப் பக்குவப்படுத்தியது. அவரது இறுதி நாள்களில் சுமார் இரண்டாண்டுக் காலம் நோயில் விழுந்தபோது பகவான் மிகுந்த கனிவோடு ராப்பகலாக அருகிலிருந்து கவனித்துக்கொண்டார்.

1922 மே மாதம் அழகம்மாளின் உடல்நலம் திடீரென்று சரிந்தது. வேண்டிய மருத்துவம் செய்தனர். பகவான் அருகிலேயே இருந்தார். மனிதரால் முடிந்த முயற்சிகள் செய்யப்பட்டு விட்டன. தாய்க்கு மேல்மூச்சு வாங்கத் தொடங்கிவிட்டது. சுற்றி இருப்பவர்களில் சிலர் ராமநாம ஜபம் செய்தனர், சிலர் வேதம் ஓதினர், சிலர் அக்ஷரமணமாலையைப் பாடினர். பகவான் மிகப் பொறுமையாக அருகில் உட்கார்ந்து வலது கையை அன்னையின் வலது மார்பிலும் இடது கையை உச்சந் தலையிலும் வைத்திருந் தார். நாள் முழுதும் சாப்பிடப் போகவில்லை. மற்றவர்களைப் போகச் சொல்லிவிட்டார். மூச்சு இரைச்சலோடு வந்துகொண்டி ருந்தது. பிராணன் உள்ளே இதயத்தில் ஒடுங்கவேண்டும் என்பதே பகவானின் செயலாக இருந்தது. அன்றிரவு (மே 19, 1922) எட்டு மணிக்கு அழகம்மாள் மகாசமாதி அடைந்தார்.

உடனே பிரகாசமான முகத்தோடு எழுந்தார் பகவான். 'வாருங்கள். தீட்டு ஒன்றுமில்லை. சாப்பிடலாம்' என்று சொல்லி எல்லோரையும் அழைத்துச் சென்றார். மரணம் என்பது

ஞானிக்குத் துயரச் செய்தியல்ல. அதுவுமல்லாமல் ரமணரின் அருட்செய்கையாலே அழகம்மாளின் உயிர் அவரது இதயத்திலே அடங்கிவிட்டது. அவ்வாறு அடங்கவேண்டுமானால் வாழும் உயிரின் மனம் தனது வாசனைகளை (வாழ்க்கையின் அனுபவத் தால் ஏற்பட்ட ஆசாபாசங்களின் தடத்தை) முற்றிலும் அழித்தாக வேண்டும். வாசனைகளே மனிதன் மீண்டும் பிறப்பதற்கான விதைகள். பகவான் அன்னையின் தலையிலும் வலது மார்பிலும் கையை வைத்து, பொங்கிக் கிளம்பிய வாசனைகளை ஒவ் வொன்றாக அழித்தார். இறுதியில் அழகம்மாள் முக்தி யடைந்தார். இது அழவேண்டிய சமாசாரம் அல்லவே.

இது நடந்த இடம் ஸ்கந்தாச்ரமம். அந்த இடம் உருவானதே ஒரு சுவையான கதை.

கந்தன் கட்டிய குடில்

பெருகிவரும் அன்பர்களின் எண்ணிக்கை, கோடைக்காலத்தின் வெப்பம், தண்ணீர்க் கஷ்டம் ஆகியவை கந்தசுவாமி என்ற கந்தனின் மனத்தை மிக உறுத்தி வந்தது. எப்படியாவது விருபாட்சியைவிட ஓர் அதிக வசதியான இடத்தை பகவானுக் காகத் தயார் செய்யவேண்டும் என்ன்று அவர் நினைத்தார். கந்தசுவாமி மலையின்மேல் சுற்றி அலைந்ததில் கிழக்குப் பக்கமாக, விருபாட்சிக்குக் கொஞ்சம் மேலே இருக்கும் ஒரு இடம் அவருக்குப் பிடித்துப் போயிற்று.

அந்த இடம் ஒரே கள்ளிப் புதரும் கல்லும் மேடுமாக இருந்தது. தனியொருவராக உழைத்து, மட்டம் செய்து, சமதரையாக்கினார். ஒரு தோட்டம் அமைத்தார். பகவான் தங்க ஒரு குடில் அமைத்தார். மனம் உருகி அதைப்பற்றிப் பகவான் இப்படி விவரிப்பார்:

'இந்த இடம் எப்படி இருந்துதுன்னு கற்பனை கூடப் பண்ண முடியாது. கந்தசுவாமி ஒரு அமானுஷ்ய சக்தியை உபயோகிச்சு தான் உழைச்சான். நாலுபேர் செய்யற வேலையை ஒருத்தனாச் செஞ்சிருக்கான். எல்லாக் கள்ளிப் புதரையும் அகற்றினான், ஒரு தோட்டம் போட்டான், ஆச்ரமத்தைக் கட்டினான். நாலு தென்னை மரமும் வெச்சான். அதை வைக்கப் பத்தடி ஆழமான சதுரக்குழியை அவனே தோண்டினான்னா பாத்துக்கங்களேன்.'

இந்த எளியவனின் நினைவாக அந்த இடம் ஸ்கந்தாச்ரமம் ஆனது. கந்தன் என்பது வடமொழியில் ஸ்கந்தன். இதற்கு 1916-ம்

ஆண்டு குடிபெயர்ந்தனர் எல்லோரும். இதிலே ஆறுவருடம் இருந்தார் பகவான்.

தாயுமானவர் கோவில்

1922-ல் அன்னையார் மகாசமாதி அடைந்தபின் அவருடைய உடலை ஸ்கந்தாச்ரமத்திலிருந்து அருணாசலத்தின் தெற்கு அடிவாரத்தில் பலி தீர்த்தத்தின் அருகில் புதைப்பது என்று தீர்மானித்தனர். இரவெல்லாம் திருவாசகம் ஓதப்பட்டது. அதில் பகவானும் கலந்துகொண்டார். திருமூலரின் திருமந்திரத்தில் கூறிய முறைப்படி சமாதி அமைக்கப்பட்டு அதன்மேல் லிங்கப் பிரதிஷ்டை செய்யப்பட்டது. 48 நாட்கள் மண்டல பூஜை நடத்தினர் அன்பர்கள். மண்டல பூஜையின் கடைசி நாளன்று ஓர் அதிசயம் நடந்தது. இதுவரை அபிஷேக ஆராதனைகளுக்கு பலி தீர்த்தத்திலிருந்தே நீர் கொணரப்பட்டது. அன்றைக்குச் சமாதி யின் அருகிலேயே தெளிந்த நீரூற்று இருப்பதைப் பார்த்தனர். பகவான் அதைச் சோதித்துப் பார்த்துவிட்டு, அங்கேயே கிணறு தோண்டச் சொன்னார். அப்படித் தோண்டியதில் நல்ல தூய நீர் பெருக்கெடுத்து வந்தது. இதுவே இப்போது நிரந்தர நீராதாரமாக இருக்கிறது.

சமாதியைச் சுற்றி ஓர் எளிய செங்கற்சுவரும், மேலே ஓலைக் கூரையும் வேய்ந்து, நிரஞ்சனானந்தர் அதன் பூஜை மற்றும் பராமரிப்புக்காக அங்கேயே தங்கினார். மற்ற எல்லோரும் ஸ்கந்தாச்ரமம் திரும்பினர். அந்தச் சிவலிங்கத்தை, தாயும் ஆன பெருமான் எனப் பொருள்படும் மாத்ருபூதேஸ்வரர் என்ற பெயரிட்டு அழைத்தனர். திருச்சிராப்பள்ளியில் குடிகொண்ட சிவனின் திருப்பெயரல்லவோ தாயுமானவர்.

ஒருநாள் ரமணர் சில பக்தர்களோடு பலாக்கொத்தில் இருக்கும் அன்னையின் சமாதிக்கு வந்தார். இந்தச் செய்தி ஊருக்குள் வேகமாகப் பரவியது. மக்கள் அங்கே திரளத் தொடங்கினார். குறிப்பாக மலை ஏற இயலாத வயதானவர்கள் அங்கேயே தரிசனத்துக்கு வந்தனர். அன்றைக்கு மிகவும் நேரமாகிப் போகவே பகவான் ஸ்கந்தாச்ரமம் திரும்பவில்லை. மறுநாள் கணபதி முனி ஓர் அற்புதமான சொற்பொழிவாற்றினார். அதுவும் மிக நீண்டு இருட்டாகிப் போயிற்று. இப்படியே ஏதோ காரணத்துக்காகப் பல நாள்கள் பலாக்கொத்திலேயே, அதாவது தற்போது ஆச்ரமம் இருக்கும் இடத்திலேயே, பகவான்

தங்கிவிட்டார். ஸ்கந்தாச்ரமத்தைப் பார்த்துக்கொள்ள இருவர் இருந்தனர். அவர்களும் கீழே இறங்கிவந்து மற்றவரோடு சேர்ந்துகொண்டனர். அங்கிருந்த ஓரிரு உடைமைகளைத் திருடர்கள் துடைத்து எடுத்துக்கொண்டு போய்விட்டனர்.

இப்படிப் பலாக்கொத்துக்கு பகவான் வந்ததும் தற்செயலாக நிகழ்ந்ததுதான். 'நான் வெவ்வேறு இடங்களுக்கு மாறிச் சென்ற தெல்லாம் தன்னிச்சையாக நடந்ததுதான். நான் விரும்பியோ விரும்பாமலோ அல்ல. எனக்கு இந்த இடம் பிடிக்கும் பிடிக்காது என்று எதுவும் கிடையாது. எந்தச் சக்தி என்னைத் திருவண்ணா மலைக்கு இழுத்து வந்ததோ அதே சக்திதான் இவற்றையும் செய்தது' என்று கூறினார் பகவான்.

14. ரமணாச்ரமம்

முதலில் வெறும் ஓலைக் குடிசையாக இருந்தது தாயார் சமாதி. அதனருகில் சிலர் செங்கல் சூளை வைத்தனர். அந்தக் கற்கள் ஏனோ வேகாமல் இருக்கவே அதைத் தூர எறிந்துவிட்டுச் சென்றனர். எதையும் வீணாக்காத பகவான், இந்தக் கற்களை வைத்துத் தாயார் சமாதிக்கு ஒரு சுற்றுச்சுவர் எழுப்பினார். மேலே ஓலைக் கூரை.

செப்டம்பர் 1, 1939 அன்று, அதாவது, பகவான் திருவண்ணா மலைக்கு வந்த 33-வது வருடாந்திர தினத்தன்று, ஆகம விதிப்படி அங்கே ஒரு கோவில் எழுப்ப அடிக்கல் நாட்டப்பட்டது. 'சாதாரணப் பிச்சைக்காரர்களைப் போல நாமும் கையேந்துவதா?' என்று எப்போதுமே நிதி திரட்டும் முயற்சிகளை எதிர்த்து வந்த பகவான், கோவில் கட்டும் விஷயத்தில் மட்டும் தன் எதிர்ப்பைத் தளர்த்தினார். அங்கே ஓர் ஆன்மிக மையம் உருவாகியாக வேண்டுமே! அவரது ஆசி கிடைத்ததும் நிதி திரட்டும் முயற்சி தொடங்கினாலும், கட்டுமானப் பணி முடிந்து கும்பாபிஷேகம் செய்யப் பத்து வருடங்கள் ஆகின. அவ்வளவு காலமும் தினந்தோறும் பகவான் தானே சுற்றிவந்து பணிகளை மேற்பார்வையிடுவார், ஆலோசனை சொல்லுவார். அந்தச் சமயத்தில் மிகப் பிரபலமாக இருந்த வைத்யநாத ஸ்தபதி இதனைக் கட்டினார்.

கும்பாபிஷேகம், மார்ச் 17, 1949 அன்று நடந்தது. கங்கை உள்படப் பல புனித நதிகளின் தண்ணீர் அங்கே வந்து சேர்ந்தது. கும்பா பிஷேகத்துக்கு முந்தைய நாள் இரவு பகவான் ஆச்ரமத்தைச் சுற்றிச் சென்று புதிய ஹாலின் கதவுகளையும் கோவிலின் கதவுகளையும் திறந்து நேரே கருவறைக்குச் சென்று தன் இரு கைகளையும் ஸ்ரீசக்ரத்தில் வைத்து ஆசிர்வதித்தார். இதன்

முக்கியத்துவத்தை A.W. சாட்விக் (சாது அருணாசலா) இவ்வாறு கூறுகிறார்.

'ஸ்ரீ பகவானைப் பற்றியும் ஆச்ரமத்தைப் பற்றியும் எழுதியவர்களில் ஒருவர்கூட இங்கு ஒரு ஞானியால் ஆலயம் ஸ்தாபிக்கப்பட்டிருக்கிறது என்ற அசாதாரணமான உண்மையை எழுதியிருப்பதாகத் தெரியவில்லை. இதுபோல் பல கோவில்கள் இருக்க முடியாது. இதற்கு ஏதோ ஓர் ஆழ்ந்த உண்மையிருக்க வேண்டும். ஆச்ரமத்துக்கு வரும் பெரும்பான்மையினர் பகவானின் சமாதியிலேயே அதிக நேரம் செலவழிக்கின்றனர். எனக்கு ஸ்ரீ பகவானின் செயல்களுக்கு விளக்கம் அளிக்கும் சக்தியிருப்பதாகவோ அல்லது இச்செயல்களின் விளைவுகளைப் பற்றியும் ஏதும் தெரியாது. ஆயினும் ஸ்ரீ பகவானால் பிரதிஷ்டிக்கப்பட்ட இக்கோவில் மிகவும் புனிதமான தலமாகவும் ஆன்மிக சக்தியை இந்தியா முழுவது வெளிப்படுத்துவதாகவும் இருக்கும் என்பது திண்ணம்.'

இந்தச் சமயத்தில் லட்சுமிக் கன்றுக்குட்டி தன் தாய்ப்பசுவுடன் வந்தது. அதற்காக ஒரு பசுக்கூடம் (கோசாலை) கட்டவேண்டியதாயிற்று. சாதுக்கள் தங்குவதற்கு பலாக்கொத்தில் சில குடில்களை அமைத்துக்கொண்டனர். அதிக விருந்தினர் வரத் தொடங்கவே அவர்கள் தங்குவதற்கான அறைகள், புத்தகசாலை, பெரிய சமையலறை என்று ஆச்ரமம் வளர்ச்சியடையத் தொடங்கவே அதை நிர்வாகிக்க ஒருவர் தேவைப்பட்டார். சுவாமி நிரஞ்சனானந்தர் இப்பொறுப்பை ஏற்றுக்கொண்டார். ஓர் அலுவலகமும் உருவாயிற்று. இவ்வளர்ச்சியெல்லாம் பகவானை எவ்வகையிலும் பாதிக்கவில்லை. அவரது அருளரசு வழக்கம்போல அமைதியாகத் தொடர்ந்தது.

இந்தச் சமயத்தில் சில முக்கியமான அன்பர்கள் அவரிடம் வந்து சேர்ந்தனர். அவர்களில் முதன்மையானவர் அருட்கவி முகவை கண்ண முருகனார்.

தமிழ்க்கொண்டல் முருகனார்

ராமநாதபுரம் கிருஷ்ணையரின் மகனான சுப்ரமணியம் தமிழின் மேல் கொண்ட பெரும்பற்றால் தன் பெயரை முகவை கண்ண முருகனார் என்று மாற்றிகொண்டார். வீட்டிலே சாம்பமூர்த்தி என்று அழைப்பர். ஏழு வயதிலேயே தந்தையை இழந்த இவர்

தயாள மனம் கொண்ட உறவினரொருவரின் உதவியால் பத்தாம் வகுப்புவரை படித்தார். ராமநாதபுர மன்னர் குடும்பத்தினர் இவருக்கு மிக உயர்ந்த மதிப்புக் கொடுத்தனர். அக்குடும்பத்தைச் சேர்ந்த வேலுசாமித் தேவருக்கு இவர் திருக்குறள் பயிற்றினார். அந்தச் சமயத்தில் தமிழ் இலக்கிய ஜாம்பவானான ராகவ ஐயங்கார் சமஸ்தானத்தின் பண்டிதராக இருந்தார்.

தண்டபாணி சுவாமி என்பவர் ரமணாச்ரமத்திலேயே வசித்து வந்த அன்பர்களுள் ஒருவர். அவரது மகளான மீனாட்சியைத் தான் முருகனார் திருமணம் செய்துகொண்டார். 'ஆனாலும் முருகனாருக்கு மணவாழ்வில் சற்றும் விருப்பம் இல்லை' என்கிறார் தண்டபாணி சுவாமிகளின் பேத்தியான ராஜலட்சுமி அம்மாள். 76 வயதாகும் இவர், சென்னையில் வசிக்கிறார். முருகனாரைப்பற்றிப் பேசுகையில் இவரது மெலிந்த உடலிலும் கண்களிலும் ஆர்வமும் பக்தியும் கலந்த ஒரு ஒளி மின்னலிடு கிறது. இவர் தனது தாத்தாவான தண்டபாணி சுவாமிகளைப் பற்றியும் சில சுவையான செய்திகளைக் கூறினார்.

தண்டபாணி சுவாமி வலுவான பெருத்த உடல்வாகு கொண்டவர். ஒருமுறை சின்னசுவாமி என்று அழைக்கப்படும் நிரஞ்சனானந்தா கூறிய எதுவோ இவருக்குப் பிடிக்காமல் போகவே, அவரைத் தன் தோளில் தூக்கிக் கொண்டு மாத்ருபூதேஸ்வரர் கோவிலருகே இருக்கும் கிணற்றை நோக்கி நடக்கத் தொடங்கினாராம். ரமணர் இதைப் பார்த்துவிட்டு தண்டபாணியின் முதுகில் பலமானதொரு தட்டுத் தட்டினார். 'என்ன செய்கிறாய் தெரியுமா தண்டபாணி?' என்று ரமணர் கேட்டதற்கு அவர் சின்னசுவாமியைக் கீழே இறக்கி வைத்து விட்டு, கோபித்துக் கொண்டு பலாக்கொத்தில் போய் உட்கார்ந்து கொண்டார். ஆச்ரமத்துக்கு வரவே இல்லை. அப்போதெல்லாம் ஆச்ரமத்தைச் சுற்றிய பகுதிகள் அடர்ந்த காடாக இருக்கும்.

தண்டபாணியைக் காணவில்லை என்றதும் ரமணர் தனது வழக்கமான சுற்றின் போது அவர் இருக்கும் இடத்துக்குப் போய், 'தண்டபாணி, என்ன ஆச்சு' என்று கேட்கவும் தண்டபாணி விக்கிவிக்கி அழுதார். 'சுவாமி நீங்கள் என் குரு. என்னை அடித்துவிட்டீர்களே. என் மனம் கஷ்டப்படுகிறது' என்று கூறினார். அதற்கு பகவான் 'சின்னசுவாமியை நீ உன் மகனைப் போல எண்ணி இருக்கவேண்டும். ஆன்மிக வாழ்க்கை என்று வந்துவிட்டால் கோபதாபங்கள் எல்லாம் அடங்கவேண்டாமா?'

என்று சொல்லிச் சமாதானப்படுத்தி அழைத்துவந்தாராம். பிற்காலத்தில் இவரைப் பழனிக்குப் போய்த் தொண்டுசெய் என்று சொல்லி அனுப்பி வைக்கவே இவர் பழனி தண்டபாணி சுவாமிகள் என்ற பெயரில் மிகுந்த பெருமை பெற்றார். இவரது சமாதி சென்னை திருவொற்றியூரில் இருக்கிறது.

ஒருமுறை ஊருக்கு வரும்போது இவர் தன் மருமகனான முருகனாருக்கு 'நானார்', 'அக்ஷரமணமாலை' ஆகிய இரண்டு நூல்களைப் பரிசாகக் கொண்டுவந்து தந்தார். நல்ல கவித்துவ முள்ள முருகனார் இவற்றைப் படித்து அருட்கவியாகிப் பெரும் புகழ் பெறவேண்டும் என்று ஆசைப்பட்டார் தண்டபாணி. ஆனால் இவற்றைப் படித்ததும் பகவானைப் பார்க்கவேண்டும் என்ற பேராவல் எழுந்தது முருகனாரின் உள்ளத்தில். 1923-ம் ஆண்டு பள்ளி விடுமுறை நாட்களில் திருவண்ணாமலைக்குப் போனார் முருகனார்.

முதலில் அண்ணாமலையார் கோவிலுக்குப் போனார். அப்பனைத் தரிசிக்கும்போதும் மனமெல்லாம் பகவான் மீதே இருந்தது. இதுவரை ரமணரைப் பார்க்காத போதும் அவர்மீது பக்தி பொங்கிப் பெருகியது. தன் மன உணர்ச்சிகளைப் பத்துப் பாடல்களாக எழுதிகொண்டார். ஓடினார் ரமணாச்ரமத்துக்கு. அங்கே யாரையும் தெரியாது. முதல்முறையாக வருகிறார். கையில் பாடல்கள் எழுதிய காகிதத்தோடு நின்று கொண்டி ருக்கையில் பகவான் அறையைவிட்டு வெளியே வந்தார்.

முருகனார் பகவானின் எழில் தோற்றத்தைக் கண்டதுமே மெய்ம்மறந்தார். பகவான் வந்து முருகனார் கையில் இருக்கும் காகிதத்தைக் காட்டி 'அது என்ன?' என்று கேட்டார்.

உணர்ச்சி வசப்பட்டிருந்த முருகனாருக்கு நாவே எழவில்லை. அருகிலிருந்த ஒருவர் 'பகவான்மேல் பாடல் எழுதி வந்திருக்கிறார்' என்றார்.

'படியுமேன்' என்றார் பகவான்.

கண்ணிலே நீர் அருவியாய்க் கொட்டுகிறது. நா தழுதழுக்கிறது. படிக்கமட்டும் முடியவில்லை.

ரமணர் தானே வாங்கி உரக்கப் படித்தார். முதல் பாடல் இப்படியிருந்தது:

பார் வளர் கயிலைப் பருப்பத(ம்) நீங்கிப்
பண்ணவர் சூழலை விட்டு
வாரொளி மணிபோல் வாசகர் வாக்கை
வளர் செவிமடுத்திட வேண்டி
ஏர்வளர் பெருந்தண் துறையடைந்தாற்போல்
இழிசினேன் புன்சொலும் வேட்டு
சீர்வளர் அருணைச் செழும்பதி சேர்ந்தாய்
தேசிக ரமண மா தேவே

(பருப்பதம் - மலை; பண்ணவர் - தேவர்; இழிசினேன் - இழிந்தவன்; தேசிகன் - திசைகாட்டுபவன், குரு)

'ஒளிபொருந்திய மாணிக்க வாசகரின் பாடல்களைக் கேட்க விரும்பி, பூமியிலே மிக உயர்ந்ததான கயிலாய மலையையும், தேவர்களையும் விட்டு அகன்று அழகிய திருப்பெருந்துறைக்கு நீ வந்தாய். அதுபோல இந்த எளியவனின் தாழ்ந்த சொற்களைக் கேட்பதற்காகவோ நீ இந்த அருணாசலத்தில் குடிகொண்டிருக் கிறாய், என் குருவாகிய ரமண மகாதேவனே!' என்று சொல்கிறது இப்பாடல்.

இது சிவபெருமானே ரமணராக வந்ததாகக் கூறுவதோடு மட்டுமல்லாமல், அவரைக் காணுமுன்னரே முருகனார் அவரைக் குருவாக வரித்துவிட்டதையும் காட்டுகிறது.

ரமணரைச் சிவபெருமானாக வர்ணிக்கும் முருகனார் இப் பாடலில் இழிந்தவனாகிய தன்னைத் தற்செயலாக மணிவாசகப் பெருமானுடன் ஒப்பிட்டுப் பேசியது உண்மையாகவே ஆகி விட்டது. 'அண்ணாமலை ரமணன் அன்பர்க்கு அருள்மாரி கண்ணாலே பெய்யும் திறம்பாடி' எனத் தொடங்கி இவர் பாடிய துதிப்பாடல் திருவெம்பாவையை ஒத்திருப்பதைக் கண்டு 'திருவாசகப் போக்கிலேயே எழுதலாமே' என்று பகவான் கூறியது இவரது கவிக்கண்ணைத் திறந்து வெள்ளமெனப் பெருக்கெடுக்க வைத்தது. இவர் எழுதிய பாடல்கள் சுமார் 48000 என்று சொல்லப்படுகின்றது. முழுதுமாய் எல்லாமே பதிப்பாக வில்லை என்றே தோன்றுகிறது.

பலசமயம் தமிழ் இலக்கண இலக்கியங்களைப் பற்றிப் பேச்சு வரும்போதெல்லாம் முருகனாரையே கேட்பார் பகவான். ஒரு சமயம் பக்தர் ஒருவர் 'ரமணாச்ரமத்தில் மனம் எளிதில் கட்டுப்படுகிறது. பிற இடங்களில் அதிக நேரமும் பிரயாசையும்

தேவைப்படுகிறது' என்று கூறினார். அதற்கு பகவான் 'இந்தச்
சிறிய இடம்தான் ரமணாச்ரமம் என்று இல்லை. இந்தப்
பிரபஞ்சமே ரமணாச்ரமம்தான்' என்று சொன்னதோடு நிற்காமல்

ஆண்டெனவே யாண்டும் அடங்கி மனம் நிற்றலால்
ஈண்டு புனல் சூழுலகம் எங்கணுமே வேண்டி
அமரர் பலரும் அடையும் பெரிய
ரமணதேவ ஆச்சி ரமம்

என்ற முருகனாரின் செய்யுளை மேற்கோளாகக் காட்டினார்.
'அங்கே இருப்பதைப் போலவே உலகின் எந்தப் பகுதிக்குச்
சென்றாலும் (பகவானின் அருளால்) எனது மனம் அடங்கி
நிற்கிறது. எனவே கடலால் சூழப்பட்ட இந்தப் பெரிய உலகமே
தேவர்கள் தேடிவருகின்ற ரமண தேவனின் ஆச்ரமம்தான்'
என்கிறது இப்பாடல். 'இந்தப் பிரபஞ்சமே ரமணாச்ரமம்.
எனவே இங்கு வந்தவர்கள்மேல் அதிக கவனம் செலுத்திவிட்டு,
வராதவர்களை என்னால் அசட்டை செய்ய முடியாது' என்றும்
ஒருமுறை பகவான் கூறியதை இங்கே நினைவுகொள்ள
வேண்டும்.

அவ்வப்போது அன்பர்களின் சந்தேகத்தைத் தீர்ப்பதற்காகத்
தனிச் செய்யுள்களாக ரமணர் இயற்றியவற்றைத் தொகுத்து
உள்ளது நாற்பது என்ற நூலாக ஆக்கியதும் முருகனார்தாம். ரமண
சன்னிதிமுறை, ஸ்ரீ ரமண சரணப் பல்லாண்டு, குருவாசக்
கோவை, ஸ்ரீ ரமண தேவ மாலை, ஸ்ரீ ரமணானுபூதி என்று பல
தலைப்புகளில் இவர் எழுதிய பகவானின் உபதேசங்கள், துதிப்
பாடல்கள் ஆகியவற்றைத் தொகுத்துப் பதிப்பித்திருக்கிறார்கள்.
'ஞானசூரியனான பகவானைப் பார்த்தபின் எனக்கு வேறு மூர்த்தி,
தலம், தீர்த்தம் பார்க்கவேண்டிய அவசியம் இல்லை' என்று
உறுதியாக வேறெங்கும் போக மறுத்து, அருணாசலத்திலேயே
வாழ்நாள் முழுதும் தங்கியிருந்த இந்தத் தவச்சீலர் 1973-ல் தனது
83-ம் வயதில் ரமணஜோதியில் கலந்தார்.

இவரை மணந்தும் இல்லறம் நடத்த முடியாத இவரது
துணைவியாராகிய மீனாட்சி, பகவானைப் பார்த்து 'குரு
சொன்னால் கேட்காதவர் உண்டா. அவருக்குச் சொல்லுங்கள்.
என்னோடு வாழட்டும்' என்று கூறியதற்கு பகவான் 'அவனுக்கு
அப்படித்தான் விதித்திருக்கிறது' என்று கூறிவிட்டாராம்.
முருகனாருக்குத் திருமண நாட்டமே இருக்கவில்லை என்பது

இங்கு குறிப்பிடத்தக்கது. ஆனால் மீனாட்சியார் பலகாலம் ஆச்ரமத்தில் இருந்து வந்திருக்கிறார். பகவான் இவர் மீதும் மிகுந்த அன்பைப் பொழிந்ததுண்டு. கிரிவலம் போகும்போது தோசைமாவு, தோசைக்கல் போன்றவற்றையெல்லாம் எடுத்து வரச் சொல்லுவாராம்.

சிறிது தூரம் போனதும் 'மீனாட்சியின் முகம் வாடிவிட்டது. தோசைக்கல்லைப் போடு' என்பாராம். மூன்று கற்கள் அடுப்பாகும். சூடான தோசை தயாராகும். மீனாட்சிக்குக் காபியும் தோசையும் சுடச்சுடக் கிடைக்கும். 'உனக்கு வேண்டிய உணவும் உடையும் கடைசிவரை கிடைக்கும்படி நான் பார்த்துக் கொள்கிறேன். கவலைப்படாதே' என்று ரமணர் கொடுத்த வாக்கை மீனாட்சி 1982-ல் மறையும் வரை பகவான் காப்பாற்றினார் என்கிறார் அவரது சகோதரரின் மகளான ராஜலட்சுமி அம்மையார்.

அவர் மறைந்த தினத்தன்று ஒரு ஆச்சரியம் நிகழ்ந்தது. 'ராஜி, ரமணர் என்னை வந்து வாசலில் நின்று கூப்பிடுகிறார். இன்று மாலை 8.47-க்குமேல் இருக்கமாட்டேன்' என்று மீனாட்சியம்மை சொன்னாராம். அவர் சொன்ன அதே நேரத்துக்கு அவரது உயிர் பிரிந்தது. உடல் சென்னை, புழுதிவாக்கத்தில் உள்ள அந்தக் கூடத்தில் கிடத்தியிருந்தது. மறுநாள் அதிகாலை ஒரு பெரிய, அழகிய மான் அவரது தலைமாட்டில் வந்து நின்றது. அக்கம் பக்கத்தில் இருப்பவர்கள் அதைப் பிடிக்க முயன்றனர். ஆனால் ராஜலட்சுமியம்மாள் தடுத்துவிட்டார். 'இவர் முருகனாரின் மனைவி. இந்த மான் தெய்விகமானது. பிடிக்காதீர்கள்' என்று சொன்னாராம்.

முருகனாரை யாருக்குத் தெரியும்! ஏதோ சொல்கிறாரே என்று அங்கேயிருந்து போயிருக்கிறார்கள். சிறிது நேரம் நின்ற மான், வெளியே சென்றது. பார்த்துக்கொண்டே இருக்கும் போது கண்ணிலிருந்து மறைந்துவிட்டதாம். அதற்குப் பிறகு மற்றவர்கள் வந்து 'உண்மைதான் அம்மா. அந்த மான் எங்கிருந்து வந்தது, எப்படிப் போயிற்று என்றே தெரியவில்லை' என்று ஆச்சரியப்பட்டார்களாம். இதைக் கூறும்போதே கண்களில் நீர் துளிர்க்கிறது ராஜலட்சுமி அம்மையாருக்கு.

ரமணரின் கீர்த்தி இந்தியாவின் பல பகுதிகளுக்கும் பரவிவிட்டது. இந்தியாவின் முதல் ஜனாதிபதியான பாபு ராஜேந்திர பிரசாத், தீரர்

சத்தியமூர்த்தி, தொழிலதிபர் ஜாம்னாலால் பஜாஜ், பரோடா சமஸ்தானத்து மஹாராணி, கேரளத்து ஆன்மிகவாதியும், சீர்திருத்தவாதியுமான நாராயண குரு, மைசூர் மகாராஜா ஜெயசாமராஜ உடையார் என்று இப்பட்டியல் நீண்டுகொண்டே போகிறது. ஆனால் பகவானின் புகழ் கடல்கடந்து போனதற்குக் காரணகர்த்தா பால் பிரண்டன் என்ற இங்கிலாந்தைச் சேர்ந்த பத்திரிகையாளர்தான். அவரைப் பற்றி அடுத்த அத்தியாயத்தில் பார்ப்போம்.

திருடர்கள் செய்த 'பூஜை'

அது 1924-ம் ஆண்டு ஜூன் மாதம் 26-ம் தேதி இரவு. அப்போது ரமணாச்ரமம் என்பது இரண்டு குடிசைகள் மட்டுமே. நிறையக் கூட்டம் வருவதாலா, தினமும் சாதுக்களுக்கும் ஏழைகளுக்கும் அன்னமிடுவதாலா, எதனால் என்று தெரியவில்லை. திருடர்களுக்கு ஏதோ இங்கு நிறையச் செல்வம் இருப்பதாகத் தோன்றியிருக்கிறது. அதுவுமில்லாமல் ஊருக்கு வெளியே அடர்ந்த காட்டுக்கு நடுவில் இருந்த இரண்டு குடிசைகளைக் 'கொள்ளையடிப்பது' சுலபம் என்று தோன்றியிருக்கலாம். வந்தவர்கள் மூன்று பேர். இன்னும் இரவு பன்னிரண்டு மணி ஆகவில்லை.

தாயார் சமாதியின் அருகே இருந்த ஜன்னலை உடைத்துக் கொண்டு உள்ளே வரலாம் என்பது திட்டம். ரமணர், குஞ்சு சுவாமி, மஸ்தான், தங்கவேலுப் பிள்ளை, முனிசுவாமி அய்யர் ஆகியோர் அதில் இருந்தனர். மற்றொரு குடிலில் ராம கிருஷ்ணசுவாமி இன்னும் சிலர் இருந்தனர். யாரோ வெளியில் பேசும் குரல் மஸ்தான் மற்றும் குஞ்சுசுவாமிக்குக் கேட்டது. 'யாரது?' என்று குஞ்சுசுவாமி குரல் கொடுத்தார்.

ஜன்னல் கண்ணாடியை நொறுக்குவதுதான் வந்தவர்களின் பதிலாக இருந்தது. இப்படிச் செய்வதன் மூலம் உள்ளே இருப்பவர்களை அச்சுறுத்த எண்ணினார்கள். பகவான் இருக்கும் மேடைக்குச் சென்றனர் மஸ்தானும் குஞ்சுசுவாமியும். உடனே மேடையருகில் இருந்த கண்ணாடியை உடைத்தனர் திருடர்கள். பகவான் சிறிதும் அசையவில்லை. வடக்குப் பக்கத்துக் கதவு வழியாகப் போய் மற்றொரு குடிலில் இருந்த ராமகிருஷ்ண சுவாமியை அழைத்துவந்தார் குஞ்சுசுவாமி. கதவைத் திறந்ததும் உடனிருந்த ஜாக் மற்றும் கருப்பன் ஆகிய நாய்கள் பாய்ந்து

வெளியே ஓடின. திருடர்கள் அவற்றைக் கம்பால் தாக்கினர். ஜாக் ஓடிப்போக, கருப்பன் மறுபடி கூடத்துக்குள் வந்தது.

'இங்கே உனக்கு எதுவும் இல்லையப்பா' என்றார் ரமணர். 'உள்ளே வாங்க. இருக்கறதை எடுத்துக்கோங்க' என்றார் அவர். ஆனால் ஜன்னலைப் பெயர்ப்பதில் ஈடுபட்டிருந்தனர் அவர்கள். இவர்களை அச்சுறுத்தச் சில வெடிகளையும் வெடித்தனர். வேண்டுமென்றே இரைந்து அவச்சொற்கள் பேசினர். ராம கிருஷ்ணசுவாமி அவர்களை விரட்டுகிறேன் என்றார். 'அவர்கள் தர்மத்தை அவர்கள் செய்யட்டும். நமக்கு நமது தர்மம்' என்றார் பகவான்.

திருடர்கள் தமக்கு வேண்டியதைச் செய்யட்டும், நாம் மற்றொரு குடிலுக்குப் போய்விடலாம் என்று நினைத்து பகவானும் மற்ற வர்களும் கதவைத் திறந்துகொண்டு வெளியே வந்தனர். முதலில் பலகீனமாக இருந்த கருப்பன் என்ற நாயை அடிபடாமல் வெளியே அனுப்பிவிட்டனர். அதற்குள் அங்கு வந்த ஒரு திருடன் ஒவ்வொருவருக்கும் தனது கையிலிருந்த தடியால் பலமான அடி கொடுத்தான். ரமணரின் இடது தொடையில் விழுந்தது ஒரு பலமான அடி. 'திருப்தி ஆகலேன்னா இன்னொரு தடவை அடிச்சுக்கோ' என்றார் பகவான். நல்லவேளையாக அவன் மேலும் அடிக்கவில்லை. அதற்குள் குஞ்சுசுவாமி உதவி தேடி ஊருக்குள் ஓடினார்.

உள்ளே போன திருடர்களுக்கு ஒரே ஏமாற்றம். ஒரு அரிகேன் விளக்கு கேட்டார்கள், கொடுக்கப்பட்டது. லிங்கத்தின் வெள்ளி விபூதிப்பட்டை, கொஞ்சம் அரிசி, மாம்பழம். யாரோ வந்திருந்த வரின் பத்து ரூபாய் கிடைத்தது இவ்வளவே. 'எங்கேடா வெச்சிருக்கீங்க பணத்தை?' மிரட்டினார்கள். 'சன்னியாசிகள் கிட்டே ஏதுப்பா பணம்?' என்பதுதான் அவர்கள் பெற்ற பதில். கசப்பான உண்மையைப் புரிந்துகொண்ட அவர்கள் கம்பி நீட்டினார்கள்.

தடியால் அடி வாங்கிய இடம் புடைத்துப் போய் வலித்தது. ராமகிருஷ்ணசுவாமியையும் மற்றவர்களையும் ஏதாவது களிம்பு போட்டுக்கொள்ளும்படிச் சொன்னார் ரமணர். 'உங்களுக்கு?' என்று கேட்டார் ராமகிருஷ்ணசுவாமி.

'எனக்கும் நல்ல பூஜை கிடைத்தது' என்று தமாஷாகச் சொன்னார் பகவான். தன் குருவின்மேல் விழுந்த அடியைப் பார்த்த

ராமகிருஷ்ணசுவாமிக்குக் கோபம் தாங்கவில்லை. ஒரு இரும்புத் தடியை எடுத்துக்கொண்டு திருடர்களை நாலு சாத்து சாத்தி வருகிறேன் என்று புறப்பட்டார். 'நாம் சாதுக்கள். நம் தர்மம் அடிப்பதல்ல. நீ போய் அடித்து ஒரு திருடன் இறந்து போய் விட்டால் அபவாதம் வரும். உலகம் அவர்களைப் பழிக்காது. தப்புவழியை மேற்கொண்ட ஆத்மாக்கள் அவர்கள். ஒருவேளை உன் பல் நாக்கைக் கடித்துவிட்டால், கோபித்துக்கொண்டு பல்லைத் தட்டிவிடுவாயா?' என்று கேட்டார் பகவான்.

திருடர்கள் போனபோது சுமார் இரண்டு மணி ஆகிவிட்டது. போலீஸ்காரர்களோடு சற்று நேரத்தில் அங்கே குஞ்சுசுவாமி அங்கே வந்தார். எவ்வளவு கேட்டபோதும் அவர்களுக்கு பகவான் சொன்னது இவ்வளவுதான் 'ஒருசில முட்டாப் பசங்க தெரியாத்தனமா இங்கே வந்தாங்க. ஏமாந்து திரும்பிப் போய்ட்டாங்க.' இதைக் குறித்துக்கொண்ட போலீசார் திரும்பிப் போகவும், முனிசாமி ஓடிப்போய், திருடர்கள் சுவாமியை அடித்த விவரத்தைச் சொன்னார். மறுநாள் காலையில் சர்க்கிள் இன்ஸ்பெக்டர், டெபுடி சூப்பரின்டெண்ட் உட்படப் பலர் வந்து கேட்டபோதும் எதுவும் புகார் கொடுக்கவில்லை பகவான். அவர்களாகவே 'அடித்தார்களா?' என்று கேட்டபோது மட்டும் 'ஆமாம்' என்று பதில் சொன்னார்.

சில நாள்களில் வேறு எங்கோ திருடிவிட்டு மாட்டிக்கொண்ட அவர்கள் சிறைத்தண்டனை பெற்றனர். தன் வாழ்க்கையின் மற்ற எல்லா விவரங்களையும் அன்பர்கள் கேட்டுக்கொண்டதற் கிணங்க நினைவுபடுத்திச் சொன்னதுண்டு பகவான். ஆனால் இதைப்பற்றி மட்டும் அவர் பின்னர் பேசியதே இல்லை. முழுவதுமே போலீஸ் ஆவணங்களிலிருந்தும், குஞ்சுசுவாமி முதலியவர்கள் கூறியதில் இருந்துமே தெரிந்துகொள்ள வேண்டியதாக இருந்தது.

15. பால் பிரண்டன்

பால் பிரண்டன் ஒரு நாத்திகர். இங்கிலாந்தைச் சேர்ந்தவர். இந்தியாவில் ரிஷிகள் இருக்கிறார்கள் என்று புத்தகங்கள் வாயிலாகக் கேள்விப்பட்டார். உண்மையான குரு, அப்படி ஒருவர் இருக்கமுடியுமானால், அவரைக் கண்டுபிடிக்க வேண்டும் என்ற எண்ணத்தோடு இந்தியாவுக்குப் புறப்பட்டு வந்தார். அவர் ரமணரைப் பற்றிக் கேள்விப்பட்டிருக்கவில்லை.

மும்பையில் ஓர் எகிப்திய மந்திரவாதி, மெஹர்பாபா என்ற பார்சி மகான், அமிலத்தைக் குடித்து ஜீரணம் செய்யும் ஒரு யோகி, பூமிக்குள் பள்ளம் தோண்டி மூச்சுவிடாமல் பலநாள்கள் இருந்த ஒரு யோகி, ஒரு வாய்பேசாத மவுனி என்று இப்படிப் பலதரப் பட்டவர்களையும் சந்தித்தார். யாரிடமும் அவருக்குத் திருப்தி யாகவில்லை. சாது சுப்பிரமண்யா என்பவர் பிரண்டனிடம் ரமணரைப் பாருங்கள் என்று கூறினார். மிகவும் மனம் தளர்ந்து போயிருந்த பிரண்டன் இனி யாரையும் பார்த்துப் பயனில்லை என்று கூறி மறுத்துவிட்டார். ஊருக்குத் திரும்பிப் போவதற்கான ஏற்பாடுகளில் இறங்கினார்.

அப்போது பிரபல ஆங்கில எழுத்தாளராக இருந்த கே.எஸ். வெங்கடரமணி என்பவர் வந்து, தான் செங்கற்பட்டில் முகாம் இட்டுத் தங்கியிருக்கும் கும்பகோணம் சுவாமிகள் என்று அழைக்கப்பட்ட காஞ்சிப் பெரியவரைப் பார்க்கப் போவ தாகவும், தன்னுடன் வரலாம் என்றும் கூறி அழைத்தார். பால் பிரண்டன் அவருடன் போனார்.

அதுவரை காஞ்சிப் பெரியவர் வெளிநாட்டவர்களுக்குத் தரிசனம் கொடுத்ததில்லை. பால் பிரண்டனைச் சந்திக்க அதிசயமாக ஒப்புக்கொண்டார். மங்கிய குத்துவிளக்கின் வெளிச்சத்தில்

அமைதியும் ஆன்மிகப் பெருவெளிச்சமும் தவழும் சுவாமி களைப் பார்த்தவுடனேயே பிரண்டனின் மனம் அமைதியுற்றது. அவரை வணங்கி, தன்னைச் சந்தித்ததற்கு நன்றி தெரிவித்தார். உலகில் இவ்வளவு போரும், அழிவும் இருக்கின்றதே, சமாதானமும் நட்பும் நிலவ என்ன செய்யலாம் என்ற தன் அக்கறையை வெளியிட்டார்.

அக்கிரமங்களும் அழிவுச் செயல்களும் அதிகப்படும் போதெல்லாம் உயரிய தெய்வீக சக்தி வாய்ந்த மகான்கள் வந்து வழிகாட்டுவார்கள் என்றும், தனது சக்திக்கு மீறிய தெய்வ சக்தியை மனிதன் நம்பும்போது உலகில் அமைதியும் ஆனந்தமும் பெருகும் என்றும் பதிலளித்தார் சுவாமிகள். அதற்குப் பின் 'நான் ஓர் உண்மையான யோகியை தரிசித்து குருவாக ஏற்றுப் பயனடையவே பாரதத்துக்கு வந்திருக்கிறேன்' என்று தனது வருகையின் காரணத்தைக் கூறினார்.

பால் பிரண்டனின் சிரத்தை சுவாமிகளுக்குப் புரிந்தது. 'உங்களுக் குள்ளே ஓர் ஒளி தோன்றியிருக்கிறது. அதுவே உங்களுக்கு வழிகாட்டும்' என்று கூறினார். அன்றாடம் அதிகாலையிலும், அந்தி வேளையிலும் தியானம் செய்து வந்தால் கடவுள் சரியான குருவைக் காட்டுவார் என்று வழிகாட்டினார். 'இல்லை, நீங்கள் தான் எனக்குக் காட்டவேண்டும்' என்று அவரிடம் மன்றாடினார் பிரண்டன்.

'உங்கள் பயணத்தைத் தொடருங்கள். கடைசியாக, யார் உங்கள் உள்ளத்தை மிகவும் கவர்ந்தார் என்று யோசித்துப் பாருங்கள். அவர்தான் உங்கள் குரு. அவரிடம் மீண்டும் செல்லுங்கள்' என்றார் ஸ்ரீ சங்கராச்சாரிய சுவாமிகள்.

இதுவரையிலும் யாருமே அவரைக் கவரவில்லை இவர் ஒருவரைத் தவிர. இவரையே குருவாக இருக்கும்படிக் கேட்டால் என்ன? கேட்கவும் கேட்டார்.

'நான் ஒரு மடாதிபதி. எனக்கு ஏராளமான நிர்வாகப் பணிகளும் உண்டு. ஒரு நாளைக்கு மூன்று மணி நேரம் மட்டுமே உறங்குகிறேன் நான். தனிப்பட்ட சிஷ்யர்களுக்கு வழிகாட்ட எனக்கு நேரம் கிடையாது. உங்களுக்குத் தேவை அப்படிப்பட்ட வர்கள்தாம்' என்றார் சுவாமிகள். பிரண்டனோ கொடாக்கண்டர். 'அப்படித் தனிப்பட்ட சீடர்களை ஏற்று வழிகாட்டும் ஞானிகள்

யாரேனும் உங்களுக்குத் தெரிந்து இருக்கிறார்களா?' என்று கேட்டார்.

சற்று யோசித்த சுவாமிகள் 'காசிக்கு அருகிலுள்ள காடுகளில் ஒருவர் இருக்கிறார். ஆனால் அவர் அன்னிய தேசத்தவரை ஏற்றுக்கொள்ள மாட்டார். நீங்கள் திருவண்ணாமலைக்குப் போங்கள். மிக உயர்ந்த நிலையை அடைந்தவர் அவர். மகரிஷி என்று அவரை அழைப்பார்கள்' என்று கூறினார்.

இவ்வளவு நன்றாக ரமணரை வர்ணித்த சுவாமிகள் அவரைச் சந்தித்ததுகூட இல்லை. ஒருமுறை காஞ்சிப் பெரியவர் திருவண்ணாமலையில் முகாமிட்டிருக்கும் போது ஓர் அன்பர் 'நீங்கள் சங்கராச்சாரிய சுவாமிகளைச் சந்தித்திருக்கிறீர்களா?' என்று ரமணரைக் கேட்டார். அதற்கு ரமணரின் பதில் 'நாங்கள் எப்போதும் ஒன்றாகத்தானே இருக்கிறோம். எப்படிச் சந்திப்பது!' என்பதாக இருந்தது.

ஒரு ஞானி மற்றொரு ஞானியை, அவர் எவ்வளவு தொலைவில் இருந்தாலும், மிக எளிதில் அடையாளம் கண்டுகொள்கிறார். பால் பிரண்டனோ ஊருக்குத் திரும்பிப் போக ஏற்பாடுகள் செய்தாயிற்று. எனவே திருவண்ணாமலைக்குப் போவதாக உறுதியளிக்கவில்லை. ஆனால் முன்னரே ஒரு சாது இவரைத் திருவண்ணாமலைக்கு அழைத்ததும், தான் மறுத்ததும் நினைவுக்கு வந்தது. மீண்டும் சங்கராச்சாரிய சுவாமிகளிடம் விடைபெறும்போது அவர் கேட்டார் 'கண்டிப்பாகத் திருவண்ணாமலை போகிறீர்களல்லவா?'

மழுப்பலாக ஏதோ சொல்லிவிட்டுச் சென்னை வந்தபோது நள்ளிரவு. வந்தால் முதலில் இவரைக் கூப்பிட்ட அதே சாது, பிரண்டன் திருவண்ணாமலை வருகிறாரா என்று கேட்பதற்காகக் காத்திருந்தார். அவரிடம் பேசிவிட்டுப் படுத்தார் பிரண்டன். படுத்தவர் காரணமேயில்லாமல் சற்று நேரத்தில் விழித்து கொண்டார். ஏதோ மின்காந்த அலைகளால் சூழப்படுவதுபோல் உணர்ந்தார். ஒரே இருள். தலையணைக்கடியில் இருந்த பைக் கடிகாரத்தில் மணி பார்த்தார். இரண்டே முக்கால். கால்மாட்டில் அப்போது ஓர் ஒளிவட்டம் தோன்றியது. அதில் சங்கராச் சாரியாரின் தோற்றம்! இருக்க முடியாதே, அவர் செங்கல்பட்டில் அல்லவா இருக்கிறார். கண்ணை மூடினாலும் அந்த உருவத் தோற்றம் தெரிந்தது.

'அடக்கத்தோடும் எளிமையோடும் இரு. நீ தேடுவது உனக்குக் கிடைக்கும்' என்று சொன்னார் அமானுஷ்யமாக வந்த ஆச்சாரிய சுவாமிகள். தன்னை மீறிய பெரும் சக்தியின் திட்டத்தில் தான் ஒரு காய் ஆக இருப்பது பால் பிரண்டனுக்குப் புலப்படலாயிற்று. மறுநாள் ரமணரைப் பார்க்கப் புறப்பட்டுச் சென்னையிலிருந்து போனார். ரயிலில் போகும் போதெல்லாம் ஆயிரம் கேள்விகள் மனத்தில். பத்திரிக்கையாளர், அதிலும் நாத்திகர், கேள்வி கேட்பதில் என்ன ஆச்சரியம். எல்லாவற்றையும் ரமணரிடம் கேட்டுவிடுவது என்று திட்டமிட்டபடிச் சென்றார்.

மனத்தை ஈர்க்கும் மலையைப் பின்னணியாகக் கொண்ட எளிய ஆச்ரமம் பால் பிரண்டனை வரவேற்றது. சாது சுப்பிரமண்யா, ரமணர் இருக்கும் அறைக்குள் பிரண்டனை அழைத்துச் சென்றார். சுமார் இருபது பேர் அமைதியாக உட்கார்ந்திருக் கிறார்கள். பகவான் இவர் வந்ததைக் கண்டுகொண்டதாகவே தெரியவில்லை. உயர்ந்த நெற்றி, நீண்ட கைகளும் கால்களும், விழிகளில் அசாதாரண ஒளி. கற்சிலை தோற்றுப்போகும். அப்படியே உட்கார்ந்திருந்தார் பகவான்.

தன் பக்கம் திரும்ப மாட்டாரா என்று பிரண்டனின் மனம் ஏங்கியது. இத்தகைய அலட்சியமான வரவேற்புக்குப் பழக்கப் பட்டவரல்ல அவர். 'இது தன்னைப் பெரிய ஆளாகக் காட்டிக்கொள்ளும் நடிப்புத்தானோ என்றுகூட அவருக்குத் தோன்றியது. ஆனாலும் மவுனமாக அமர்ந்திருந்தார் பகவானின் முன்னே. நேரம் செல்லச் செல்ல மனம் அலை ஓய்ந்த கடல்போல ஆயிற்று. எல்லாக் கேள்விகளும் ஒவ்வொன்றாய் மறைந்தன. 'நம்முடைய அறிவு ஏராளமாய்க் கேள்விகளை எழுப்பி நமக்குத் தொல்லை கொடுக்கிறதோ?' என்று தோன்றத் தொடங்கியது. பகுத்தறிவாளருக்கு இப்படித் தோன்றியது விந்தையே.

யாரோ ஓர் அன்பர் கேட்டார் 'சுவாமியிடம் ஏதாவது கேட்க வேண்டுமா?'

கேள்வியா? கேட்டால் இப்போதிருக்கும் இந்த அளவற்ற அமைதி குலைந்துவிடும்போல் இருக்கிறதே. பேச்சே தேவை யில்லை போலிருக்கிறதே. இப்படி நினைக்கின்ற நேரத்தில் பகவன் சிறிதே தலையைத் திருப்பி ஆயிரம் நிலவுகளின் குளிர்ச்சி பொருந்திய பார்வையை பிரண்டனின் மீது பதித்தார். உள்ளே

ஆனந்தம் பொங்கி எழுந்தது. 'இப்போது எதுவும் கேட்கத் தோன்றவில்லை' என்று கூறிவிட்டு எழுந்தார்.

பகலுணவுக்குப் பின் மீண்டும் அறைக்கு வந்தனர். முதல் அனுபவத்தின் உயரத்திலிருந்து சற்றே கீழே இறங்கி வந்திருந்த பால் பிரண்டன் கேள்வி கேட்டார்:

பால்: எனக்கு ஞான அனுபவம் வேண்டும். நீங்கள் உதவி செய்வீர்களா? இல்லை, தன்னைத் தேடுவது ஒரு மாயை தானா?

பக: 'நான்' என்று சொல்கிறீர்கள். 'எனக்கு' அனுபவம் வேண்டும் என்கிறீர்கள். அந்த 'நான்' என்பது யார்? முதலில் 'நான்' யாரென்று தெரிந்து கொண்டால் உண்மை தெரிந்துவிடும். செய்யவேண்டியது ஒன்றுதான். தனக்குள்ளே பார்வையைத் திருப்பினால் எல்லா விடைகளும் அங்கே இருக்கின்றன.

பால்: குருவின் உதவியோடு செய்தால் தன்னை அறிய எவ்வளவு நாட்களாகும்?

பக: சிஷ்யனின் பக்குவத்தைப் பொறுத்தது அது. வெடிமருந்தில் உடனே தீப்பற்றுகிறது. அதுவே கரியில் தீப்பிடிக்க நிறைய நேரமாகிறது.

இது பகவானின் உபதேசங்களுள் தலையாயதாகும். அதை மிக எளிமையாகச் சொல்லிவிட்டார். அவருடனான இன்னுமொரு உரையாடலும் பகவானின் கருத்தை நமக்குத் தெளிவாக்கும்.

பால்: நாம் மிகச் சிக்கலான காலத்தில் வாழ்கிறோம். இந்த உலகத்தின் எதிர்காலத்தைப் பற்றி பகவானின் கருத்து என்ன?

பக: எதிர்காலத்தைப் பற்றி நீ ஏன் கவலைப்படுகிறாய்? உனக்கு நிகழ்காலம் நன்றாகத் தெரிந்துவிட்டதா? நிகழ்காலத்தில் கவனம் வை, எதிர்காலம் தானாகவே சரியாக அமையும்.

பால்: ஒரு நட்புறவும் பரஸ்பர உதவியும் கொண்ட நல்ல யுகத்தை உலகம் விரைவிலேயே காணுமா, இல்லை குழப்பமும் போருமே நீடிக்குமா?

பக: இந்த உலகை ஆள்கிறவன் ஒருவன் இருக்கிறான். அதைக் கவனித்துக் கொள்வது அவனுடைய வேலை. உலகைப் படைத்தவனுக்குப் பார்த்துக்கொள்ளவும் தெரியும். இந்த உலகின் பாரத்தைத் தாங்குவது அவன், நீயல்ல.

பால்: *பாரபட்சமற்ற கண்களோடு சுற்றுமுற்றும் பார்த்தால் இந்தக் கருணைக்கான அடையாளமே தெரியவில்லையே.*

பக: நீ எப்படியோ, இந்த உலகம் அப்படியே. உன்னைப் புரிந்து கொள்ளாமல் இந்த உலகைப் புரிந்துகொள்ள முயற்சிப்பதில் என்ன பலன்? ஓர் உண்மையான தேடுவோன் நீ கேட்கிற கேள்வியைக் கேட்கவேண்டிய அவசியமில்லை. இத்தகைய கேள்விகளில் மக்கள் தமது சக்தியை விரயம் செய்கின்றனர். உன்னிடமிருக்கும் உண்மையை முதலில் கண்டுபிடி, பிறகு உலகத்தின் உண்மையை நீ புரிந்துகொள்வாய்.

1934-ல் பால் பிரண்டன் 'ரகசிய இந்தியாவில் ஒரு தேடல்' (A Search in Secret India) என்ற புத்தகத்தை எழுதினார். அது உலகம் முழுவதும் அவருக்குப் பெரும் பெயரைப் பெற்றுத் தந்ததோடு, ரமண பகவானின் அற்புத வாழ்க்கையையும் போதனைகளையும் கடல்கடந்து எடுத்துச் சென்றது. இன்றைக்கும் இப்புத்தகம் அதிகம் விற்பனையாகும் புத்தகங்களில் ஒன்று. பூமி உருண்டை யின் ஏதேதோ மூலைகளிலிருந்து ஆன்மிகப்பசி கொண்ட வர்களை அருணாசலத்துக்கு இழுத்து வருவதில் இப் புத்தகத்துக்கு நிகர் கிடையாது.

தன்னுடைய தேடல் முடிந்தது என்று புரியாத பால் பிரண்டன் மீண்டும் இந்தியாவை ஒருமுறை சுற்றினார். எங்குமே அவருக்கு மனம் ஒன்றவில்லை. எனவே ரமணாச்ரமத்துக்கு இரண்டாம் முறையாகச் சில வருடங்களிலேயே திரும்பி வந்தார். இந்த முறை பகவானின் அருட்பார்வையின் கீழ் அவருக்குச் சமாதி நிலையின் சுவை சற்றே தெரிந்தது. உடல்நிலை காரணமாக இந்தியாவை விட்டுச் சென்றாலும் வாழ்நாள் முழுவதும் பகவானைத் தன்னுடனே உணர்ந்து, வழிகாட்டலைப் பெற்றார் பால் பிரண்டன்.

16. எளியவர்க்கு எளியவன்

விருபாட்சியில் இருக்கும்போது தினமும் காலையில் ஒரு பாறைமீது உட்கார்ந்து பகவான் பல்லைச் சுத்தம் செய்வது வழக்கம். கொட்டுகிற மழையோ, பனியோ பகவான் இதைக் குறிப்பிட்ட நேரத்துக்குத் தவறாமல் செய்வார். அன்பர்கள் ஏன் இப்படி மழையிலும் குளிரிலும் தன்னை வருத்திக்கொள்ள வேண்டும் என்று கேட்டு அவரிடம் வாதாடினர். ஒருநாள் அதற்கான காரணத்தைச் சொன்னார் பகவான்.

சௌபாக்கியத்தம்மாள் என்று ஒரு பெண்மணி மலையடி வாரத்தில் குடியிருக்கிறார். தினமும் ஸ்கந்தாச்ரமத்துக்கு வந்து அவரைத் தரிசனம் செய்தபின்பே போய் உணவு உட் கொள்ளுவார். ஒருநாள் அவர் வரவில்லை. மறுநாள் வந்தபோது பகவான் 'என்ன ஆச்சு?' என்று கேட்டார். 'நேத்திக்கு நீங்க பாறையிலே உக்காந்து பல் தேச்சப்போ தரிசனம் பண்ணிட் டேன். என்ன பண்றது, வயசாச்சே சுவாமி. மேலே ஏறிவர முடியல்லே. இனிமேல் அந்தத் தரிசனம்தான்னு தீர்மானிச் சுட்டேன்' என்றார். அன்றிலிருந்து பகவான் தவறாமல் அரைமணி நேரமாவது வெளியே அந்தப் பாறையில் மழையோ குளிரோ, உட்காரத் தொடங்கினார். அளவற்ற கருணை என்பது இதுதானோ!

ஒருமுறை முதலியார்ப் பாட்டி அரிசிப் பொரி கொண்டுவந்தாள். அதை அன்புடன் வாங்கிக் கொண்ட பகவான் மற்றவர்களிடம் 'இந்தப் பாட்டி மலை மேலிருந்த காலத்திலும் நமக்கு ஆகாரம் கொடுத்து வந்திருக்கிறாள். வயதாகிவிட்டதே, பேசாமல் இங்கேயே இருந்துகொண்டு சாப்பிடு என்றால் கேட்பதில்லை' என்று சொல்லியபடி 'பாட்டி, உனக்குத்தான் பார்வை

யில்லையே, எதுக்குத் தினமும் தரிசனத்துக்கு வருகிறாய்?' என்று கேட்டார். இந்தப் பரிவான வார்த்தைகள் பாட்டிக்கு மிகுந்த மகிழ்ச்சியூட்டின. அவள் சொன்னாள்: 'பகவானே! உமது பார்வை என்மேல் படவேண்டுமென்றுதான் நான் வருகிறேனே தவிர, நான் பார்க்கிறதுக்கு இந்தத் தோல் கண்ணை வெச்சுண்டு என்ன இருக்கு?' என்றார்.

பகவானைப் பார்க்க வரும் எல்லோரும் ஏதாவது கொண்டு போவதை வழக்கமாக வைத்துக்கொண்டிருந்தார்கள். ஒருமுறை சுந்தரேசய்யர் கையில் பணமில்லாததால் எதுவுமில்லாமல் போய்விட்டார். உற்சாகமின்றி அவர் பகவானிடம் 'இந்த ஏழை எதுவும் கொண்டுவரவில்லை' என்றார். அதற்கு ரமணர் 'நீதான் முக்கியமானதைக் கொண்டு வந்திருக்கிறாயே, மற்றதெல்லாம் முக்கியமல்ல' என்றார். புரியாமல் விழித்த சுந்தரேசய்யரிடம் 'உன்னைக் கொண்டு வந்திருக்கிறாயே, வேறென்ன வேண்டும்?' என்றார்.

சமநிலை கொண்ட சத்துவன்

பகவானைப் பொறுத்தவரையிலும் சாதிமத வேறுபாடுகளைக் கடந்தவராகவே இருந்தார். பூணூலும் அணிந்திருக்கவில்லை. எனவே அப்படிப்பட்டவரை அதிவர்ணாச்ரமி என்று சொல்வர். அதாவது வர்ணம் (நால்வகை ஜாதிப்பிரிவுகள்) மற்றும் ஆச்ரமம் (மாணவன், குடும்பஸ்தன், காடுசென்றவன், சன்னியாசி என்ற நான்கு நிலைகள்) இரண்டையும் கடந்தவர் என்பது பொருள். தாசிப்பெண் முதல் கம்மாளர் வரை பலதரப்பட்டவர் சமைத்துக் கொண்டுவந்ததைச் சற்றும் பேதமில்லாமல் அவர் உண்டு வந்ததை முன்னர் பார்த்திருக்கிறோம். அதேபோல அவர் மாணவப் பருவத்திலிருந்து திருமணம் முதலியன செய்யாமலே நேரடியாகத் துறவுகொண்டு, பின்னர் அந்நிலையையும் கடந்த ஞானி. எனவேதான் அவர் காவி உடுக்கவில்லை. அதேபோல அவருடனிருந்த சாதுக்களும் அன்பர்களும் பலதரப்பட்டவ ராகவே இருந்தனர். பின்னால் அவர் மூட்டு வலி வந்து சிரமப் பட்டபோது அவருக்குக் கால்பிடித்துவிடுவதை எல்லோரும் பெரும் பாக்கியமாகக் கருதினர். அப்படி அவரருகே இருந்து பணி செய்தவர்களில் ஹரிஜனரும் அடக்கம்.

ஆனால் ஆசாரமான குடும்பத்தில் வளர்ந்த அவருடைய தாயார் இதைக் கடைப்பிடிக்கச் சிரமப்பட்டார். ஒருமுறை தேசூரம்மாள்

என்னும் இஸ்லாமியப் பெண்மணி ஏதோ தின்பண்டம் கொண்டுவந்து பகவானுக்குக் கொடுத்தார். அதைத் தான் கையில் எடுத்துக்கொண்டு அம்மாவை, 'நீயும் சாப்பிடு' என்றார். அம்மாவோ 'நீ சாப்பிட்டால் அதுவே போதும்' என்றார். பகவானுக்குப் புரிந்தது. 'எல்லோருடனும் கலந்து இருப்பது உனக்குச் சரிப்பட்டு வரவில்லை என்றால் வீட்டுக்குப் போவது நல்லது' என்று தாயாருக்கு அறிவுறுத்தினார் பகவான்.

கார்த்திகை தீப உற்சவ சமயத்தில் கிராமத்து மக்கள் ஈரத்துணியும், இடுப்பில் குழந்தையும், தலையில் மூட்டையுமாக கிரிவலம் வரும் வழியில் ஆச்ரமத்துக்கு ரமணரைப் பார்க்கக் கூட்டம் கூட்டமாய் வருவார்கள். அவர்கள் வந்துபோனால் பகவான் உட்காரும் சோபாவின் எதிரே ஈரமும் மண்ணுமாகச் சேர்ந்து அசுத்தமாகிவிடும். இப்படிச் சமயத்தில் ஒருநாள் பகவான் குளிக்கப் போனார். பகவானின் இருக்கைக்கு முன்னே ஒரு மரத்தாலான தடுப்பு இருந்தது. தொண்டர் ஒருவர் அதை எடுத்து நகர்த்தி வைத்துவிட்டார். வருகிறவர்கள் சற்று தூரத்திலிருந்தே தரிசித்துவிட்டுப் போகட்டும் என்பது அவரது எண்ணம்.

இத்தகைய சிறிய கட்டுப்பாடுகளைச் சாதாரணமாக அவமதிப்ப தில்லை பகவான். அவரே முன்னோடியாக இருந்து அனு சரிப்பார். ஆனால் பக்தர்களுக்குச் சிரமம் என்றால் அதை அவரால் ஒப்பமுடியாது. அதே நேரத்தில் கட்டுப்பாட்டையும் உடைக்கமுடியாது. எனவே தடுப்பை நகர்த்தவில்லை. அருகிலிருந்த தொண்டரிடம் 'அவர் ஏதோ தள்ளி வச்சுட்டுப் போயிருக்கார். நீங்க நம்ம சோபாவை அதன்கிட்டே போடச் சொல்லக் கூடாதா?' என்று சொல்லி நகர்த்த வைத்தார்!

அதே நேரத்தில் தவறான நம்பிக்கைகளுடன் தன்னிடம் வருப வர்களையும் ஊக்குவிக்க விரும்பவில்லை. ஒருசமயம் திருவண்ணாமலையில் ஒரு சாமியார் எல்லோருக்கும் திருநீறு கொடுத்து வியாதிகளைத் தீர்ப்பதாக நம்பி அவருக்கு நிறையக் கூட்டம் போயிற்று. அப்போது ரமணருக்கு மூட்டுவலிக்குத் தைலம் தினம்தோறும் தடவிக்கொண்டிருந்தார்கள். பகவான் சொன்னார் 'இங்கே வந்து பார்க்கிறவர்கள் இந்தச் சாமியே மூட்டுவலிக்கு எண்ணெய் தேய்த்துக் கொண்டிருக்கிறது. இது நம்மை எங்கே குணமாக்கும் என்று நினைத்துப் போய் விடுவார்கள்' என்று சொல்லிச் சிரித்தார்.

யாரும் விலக்கல்ல

ஒரு சமயம் ஸ்கந்தாச்ரமத்துக்கு ஒரு ஹரிஜனக் குடும்பத்தினர் வந்திருந்தனர். அவர்கள் வாசலில் இருந்த சுந்தரேச அய்யரிடம் 'நாங்கள் வந்து தரிசிக்கலாமா என்று சுவாமியிடம் கேட்டு வாருங்கள்' என்று வேண்டினர். இவருக்குப் புரியவில்லை. 'எதற்கு அனுமதி தேவை?' என்று கேட்டார். 'நாங்கள் ஹரிஜனங்கள்' என்றார் வந்தவர். இவரும் கேட்கலாம் என்று முதலில் உள்ளே திரும்பியவர், இப்படி ரமணரிடம் போய்க் கேட்பதுகூடப் பெரும் தவறு என்று தானே உணர்ந்து, வந்தவர் களை உள்ளே அழைத்துப் போனார். ரமணர் அவர்களுக்கு வழக்கம்போல அருள்பொழியும் கண்களால் ஆசிர்வதித்து அனுப்பினார். வந்தவர்களுக்குப் பேரானந்தம்.

இன்னொருநாள் அதிகாலை மூன்று மணிக்கு பகவான் சமையலறையில் வழக்கம்போல வேலையைத் தொடங்க லானார். அவருடன் சுப்பராமையா என்பவரும் இருந்தார். வெளியே கூடத்தின் அருகில் சிலபேர் சுப்பராமையாவைக் கூப்பிடுவதாகத் தகவல் வந்தது. நாயுடுபேட்டையிலிருந்து வந்த பெண்கள், குழந்தைகள் அடங்கிய கூட்டமொன்று கிரிவலம் வரக் கிளம்பிக்கொண்டிருந்தது. அவர்கள் பகவானிடம் ஆசி பெற விரும்பினர். 'இந்த நேரத்தில் பகவானைப் பார்க்க முடியாது' என்று வெடுக்கென்று கூறிவிட்டுத் திரும்பினார் சுப்பராமையா.

உள்ளே போனதும் சுவாமி விஷயம் என்னவென்று கேட்டுத் தெரிந்துகொண்டார். 'பாவம் அவா ஏன் ஏமாந்து போகணும்? பின் வாசலுக்குக் கூட்டிண்டு வா. நான் பாக்கறேன்' என்று சொல்லி விட்டு அங்கே வந்தார். அவர்கள் பகவானின் காலைத் தமது பக்திக் கண்ணீரால் கழுவிவிட்டே புறப்பட்டனர்.

தன்னைத் தேடிப் பலர் தொலைதூரத்திலிருந்து வருகிறார் களென்றும் அவர்கள் ஏமாற்றத்துடன் திரும்பிப் போகக்கூடாது என்பதற்காகவே எங்கும் தான் வெளியூர்களுக்குப் போகச் சம்மதிப்பதில்லை என்றும் ஒருமுறை பகவான் கூறியதுண்டு.

பக்தரின் உணர்வை மதித்துப் பணியாளரின் கட்டளையை இன்னொரு முறையும் மீறினார். தேவராஜ முதலியாரின் நண்பர் அருட்பிரகாசம் என்பவர் ஒருநாள் பிற்பகல் அன்னை பராசக்தி

மேல் சுப்பிரமணிய பாரதியார் பாடிய பாடலைப் பகவானின் முன்னிலையில் மிகுந்த உணர்ச்சிப் பெருக்கோடு பரவசமாகப் பாடிகொண்டிருந்தார். திடீரென்று பகவானது பணியாளர் (அலுவலக ஆணையின்படி) பாடுவதை நிறுத்துமாறு கூறினார். எதிர்பாராத, இங்கிதமற்ற இந்தக் குறுக்கீட்டினால் தம் உணர்ச்சியை அடக்கமுடியாமல் அருட்பிரகாசம் விம்மிவிம்மி அழுதார். இதைப் பார்த்து மனம் நெகிழ்ந்த பகவான், பணியாளரைக் கடிந்துகொண்டு அவ்விளைஞரைத் தொடர்ந்து பாடுமாறு கூறினார்.

இதே சுப்பராமையாவின் தாயார் 'பிரணவ (ஓம் என்ற மந்திர) ஜபம் செய்யப் பெண்களுக்கு அனுமதி உண்டா?' என்று பகவானிடம் கேட்டார்.

'எல்லாச் சாதனைகளையும்போல் பிரணவ ஜபத்தின் முடிவான நோக்கமும் ஞானமே. எந்தச் சாதனையின் மூலமானாலும் ஞானத்தைத் தேடுகிறவர்களுக்கு, ஆண்களானாலும் சரி, பெண்களானாலும் சரி, எந்தவிதமான தடையும் கிடையாது' என்று தெளிவாகச் சொன்னார் பகவான். அதோடு நிற்கவில்லை. 'பொதுவாகச் சாதகர்கள் தாங்கள் பின்பற்றும் சாதனை முறையில் பற்றுக்கொண்டு அதையே முடிவாகக் கருதிவிடுகிறார்கள். எந்தச் சாதனை மார்க்கத்தையும் அவர்கள் பின்பற்றலாம் என்பதை அவர்கள் மறந்துவிடுகிறார்கள். அதனால்தான் இந்த மாதிரிச் சந்தேகங்களெல்லாம் எழுகின்றன. எல்லாச் சாதனைகளும் – பிராணாயாமம், ஜபம், தவம், யோகம், வேள்வி முதலிய எல்லாமே – மனத்தைக் கட்டுப்படுத்தும் உபாயங்களே.' இதைச் செய்யப் பெண்களுக்கும் சம அருகதை உண்டு என்பதை ஆணித்தரமாகக் கூறிவிட்டார் சமத்துவ மூர்த்தியான ரமணர்.

மடக்கு வாதம்

வெளிநாட்டவர்கள் தரையில் காலை மடக்கி உட்கார்ந்து பழக்கமில்லாதவர்கள். ஒருமுறை சில வெள்ளைக்காரர்கள் பகவானைப் பார்க்க வந்தனர். பகவான் பழைய கூடத்தில் வடக்குச் சுவரில் சாய்ந்து தென்புறம் நோக்கி உட்கார்ந்திருந்தார். வந்தவர்களுள் ஒரு பெண் காலை நீட்டி உட்கார்ந்தார். பகவானை நோக்கிக் காலை நீட்டி உட்காருவது பகவானுக்கு அவமரியாதை என்று கருதிப் பகவானின் உதவியாளர் ஒருவர் அப்பெண்ணைக் காலை மடக்கி உட்காரும்படிக் கூறினார். அந்தப் பெண்ணோ

தான் ஏதோ பெரும் தவறு இழைத்துவிட்டோமோ என்ற எண்ணத்தில் அழுகிற நிலைக்கே வந்துவிட்டார்.

பக்தர்களின் மனத்தை அறியும் பகவானின் எல்லையற்ற கருணையை அங்கே பார்க்க முடிந்தது. 'நம்மைப் போல உக்காந்து அவாளுக்குப் பழக்கமில்லை. காலை நீட்டியே உட்காரலாமே' என்றார் பகவான். அந்தப் பெண் அதற்கு இணங்கவில்லை.

பகவானுக்குக் கீல்வாதநோய் இருந்ததால் சிறிது நேரத்துக்கு மேல் காலை மடக்கி உட்கார முடியாது. நீட்டி ஆகவேண்டும். இது நிகழும் சமயத்தில் அவர் சோபாவில் காலை நீட்டி அமர்ந்திருந்தார். ஆனால் இப்படி நிகழ்ந்ததும் பகவானும் தன் காலை மடக்கி உட்கார்ந்தார். அருகிலிருந்தவர்கள் எவ்வளவோ சொல்லிப் பார்த்தார்கள், கேட்கவில்லை. 'அந்தப் பெண்ணுக்கு அந்தச் சட்டம் என்றால் அது எல்லோருக்குமே பொருந்தும். நானும் காலை நீட்டக்கூடாது' என்று தீர்மானமாகச் சொல்லி விட்டார். வழக்கம்போலக் காலை நீட்டி அமர மறுநாள்தான் அவரை இசைய வைக்க முடிந்தது.

அரசனும் ஆண்டியும்...

ஒருநாள் காலை 10 மணி அளவில் பகவானைத் தரிசிக்க அரச பரம்பரையைச் சேர்ந்த ஒருவர் வந்தார். மறைநூல்கள், பக்தி நூல்கள் ஆகியவற்றை நன்கு படித்தவராகவும் சிவபக்திச் செல்வராகவும் இருந்தார். சாதுக்களைத் தரிசிப்பதில் ஆர்வம் கொண்டவராக இருந்தார். அரசருக்கேயான உடையில் இருந்த அவர் சுமார் அரைமணி நேரம் பகவானின் சன்னதியில் சிலை போல நின்றிருந்தார். யாரும் அவரை உட்காரச் சொல்லக்கூடத் துணியவில்லை. பகவானின் கருணை ஒளி பொழியும் கண்கள் அருளை வழங்கிய வண்ணமிருக்க, அதை உடையார்முன் இல்லார்போல் அள்ளிக்கொண்ட அவ்வரசர், மவுனத்திலேயே விடைபெற்று அகன்றார்.

அவர் சென்ற பின் ஒரு வேடிக்கையான சம்பவம் நடந்தது. ஒரு சாது கையில் சில நூறு ரூபாய் நோட்டுகளுடன் வந்தார். பகவான் ஏது என்று கேட்க அவர் அவ்வரசரை வழியனுப்ப வாசலுக்குச் சென்றபோது இதைக் காணிக்கையாகக் கொடுத்தார் என்று சொன்னார். அதற்கு பகவான் சொன்ன வார்த்தை

அற்புதமானது. 'எப்படி இருக்கிறது இது! அரசன் தான் வாழும் சூழ்நிலையில் அமைதியையோ சுகத்தையோ காணமுடியாமல் இந்தக் கோவணாண்டியிடம் பிச்சை கேட்க வந்தது, நம்மிடம் உள்ளதுதான் உண்மையான வாழ்க்கைக்கு அவசியமான உயர்ந்த செல்வம் என்ற எண்ணத்தினால்தானே? ஆனால் நீங்களோ அந்தப் பிச்சைக்காரனிடம் ஓடிப் பிச்சை எடுக்கச் சென்று விட்டீர்களே! எவ்வளவு கெட்டிக்காரர்கள்.'

பாறையிடுக்கில் விழுந்த ஆடு

முதலியார்ப் பாட்டியின் மகனும் சன்னியாசம் ஏற்று விருபாட்சி யில் இருந்தார். அவரை முதலியார் சுவாமி என்று அழைப்பது வழக்கம். ஒருமுறை அவரும் பகவானும் ஸ்கந்தாச்ரமத்துக்குப் பின்புறமாகப் போய்க்கொண்டிருந்தார்கள். அங்கே பதினைந்து அடி உயரப்பாறை ஒன்று இருந்தது. அதில் பெரும் பிளவு இருந்தது. அதனருகே ஒரு இடைச்சிறுமி நின்று அழுதுகொண்டி ருந்தாள்.

'ஏனம்மா அழறே?' என்று கேட்டார் பகவான்.

'என்னோட ஆட்டுக்குட்டி ஒண்ணு அந்தப் பாறையிடுக்கில விழுந்திடுச்சு' என்று அழுதபடியே சொன்னாள் அந்தச் சிறுமி. ஆடில்லாமல் வீட்டுக்குப் போனால் அவளுக்குச் சரியான தண்டனை கிடைக்கும்.

பகவான் மிக லாவகமாகப் பாறையிடுக்கில் இறங்கினார். மெதுவாக அந்தக் குட்டியை எடுத்துத் தோளில் போட்டுக் கொண்டு, மேலே ஏறிவந்து அவளிடம் கொடுத்தார்.

'அவ்வளவு உயரமான பாறையின் குறுகிய இடுக்கில் இறங்கி எடுப்பது சாதாரணமாய் யாராலும் முடிகிற காரியமல்ல' என்றாராம் இதைப் பின்னாளில் நினைவுகூர்ந்த முதலியார் சுவாமி.

இடையன் வார்த்த கூழ்

1948-ல் நடந்தது இது. சாப்பாட்டு மணி அடித்ததும் எல்லோரும் சோற்றுக் கூடத்துக்குப் புறப்பட்டனர். மூட்டுவலி காரணமாகப் பகவான் சற்று மெதுவாகத்தான் நடப்பார். கதவுக்குப் பக்கத்தில் ஒருவன் கையில் மண்சட்டியுடன் நின்றுகொண்டிருந்தான். 'ஓ சின்னப்பனா! வாவா, சாமிக்குக் கூழ் கொண்டு வந்திருப்பாயே'

என்றார். அந்த எளிய ஆட்டிடையனுக்கு ஒரே சந்தோஷம். கூழை ஊற்ற ஊற்ற பகவான் கையைக் குவித்துப் பிடித்து அதிலிருந்து உறிஞ்சிக் குடித்தார்.

அதற்குள் உள்ளே போன ஒருவர் பகவானைத் தேடிக்கொண்டு வந்தார். 'நாங்களெல்லாம் அங்கே காத்திருக்கிறோம். நீங்கள் கூழ் குடித்துக்கொண்டிருக்கிறீர்களே சுவாமி' என்றார்.

'மலைமேலே நான் இருக்கறச்சே, நீங்கள்ளாம் வரதுக்கு முன்னாடி, என்னை யாரு கவனிச்சுண்டான்னு நெனக்கிறேள்! ஆட்டுக்காராதான்' என்று சொன்னார் பகவான்.

கிருஷ்ணர் விதுரரின் குடிலுக்குப் போனபோது அவர் ஊற்றிய கஞ்சியை இரண்டு கையிலும் ஏந்திக் குடித்த அழகை பகவான் வர்ணிப்பதைக் கேட்க எத்தனைக் காதுகள் இருந்தாலும் போதாது. அப்படிக் குடிக்கும் போது கீழே சிந்திவிடக் கூடாதே என்று மேலும் தனது இரண்டு கரங்களையும் (விஷ்ணுவுக்கு நான்கு கைகளல்லவா) கீழே வைத்துப் பிடித்துக்கொண்டதாக பகவான் சொல்லுவார்.

அந்த எளிய மக்களுக்காக ரமணர் தொண்டு செய்ததும் உண்டு.

கோடையிலே குளிர் நீர்

வெயில்காலம் மலைமீது மிகக் கொடுமையாக இருக்கும். சில குடியானவ மகளிர் மலையில் புல்லறுக்கப் போவார்கள். உச்சி வெயில்நேரத்தில் பகவான் இருக்கும் விருபாட்சி அருகில் வருவார்கள். பல பானைகளில் தண்ணீர் நிரப்பி வைத்திருப்பார் பகவான். 'சாமீ, கொஞ்சம் மேலுக்குத் தண்ணி ஊத்து சாமி' என்பார்கள். இவரும் அவர்கள் முதுகில் ஒரு பானைத் தண்ணீரை ஊற்றுவார். பின்பு அவர்கள் கையைக் குவித்து இவர் ஊற்றும் தண்ணீரைத் தாகம் அடங்கக் குடிப்பார்கள். 'அவா அந்தக் கொளத்துத் தண்ணியைத் தொடக்கூடாதே. அவாளுக்கு யார் ஊத்துவா?' என்று பகவான் சொல்லும்போது அவருடைய குரல் கருணையால் தழுதழுக்கும். அருகில் இருந்த முலைப்பால் தீர்த்தத்தை அம்மகளிர் அக்காலத்தில் தொட அனுமதியில்லை.

'பாவம், காலங்கார்த்தல கொஞ்சம் கஞ்சியைக் குடிச்சிட்டு வந்திருப்பா. நடுமத்தியானம், பசிக்குமே. நம்ம எடத்துலே அப்போல்லாம் சமையல் கெடையாது. எப்பவாவது அரிசி

கெடைச்சா அதை நீர்க்கக் கஞ்சியாக் காச்சி அதிலெ உப்பு, சுக்கு எல்லாம் சேத்து அவாளுக்காகப் பானையிலே விட்டு வெச்சிருப் போம். அவா வரச்சே குளிரக் குளிர ஆளுக்கு ஒரு டம்ளர் விடுவேன். அது என்ன தேவாமிர்தமா இருக்கும்னு அவாளைக் கேட்டாத்தான் தெரியும்' என்பார் சுவாமி அளவற்ற அன்போடு.

தோசைப்பாட்டி

பலரும் தம்மாலியன்ற பழம், இனிப்புகள், உணவுப்பண்டங்கள் என்று ஏதாவது பகவானைப் பார்க்க வருகையில் கொண்டு வருவது வழக்கம். பகவானோ ஒரு சிறிதை எடுத்துக்கொண்டு மற்றவற்றை எல்லோருக்கும் பகிர்ந்து கொடுக்கச் சொல்லி விடுவார். அன்றைக்கு யாரோ நிறைய இனிப்பு வகைகள் கொண்டு வந்திருந்தனர். அதே சமயத்தில் ஓர் ஏழைக்கிழவி ஒரு கையில் இலையில் சுற்றிய ஏதோ பொருளோடும், மறுகையில் கம்புமாக உள்ளே நுழைந்தாள். மற்றவர்கள் தடுப்பதைப் பொருட்படுத்தாமல் கம்பைத் தட்டியபடி நேரே ரமணரிடம் சென்றாள். தன் கையிலிருந்த இலைப் பொட்டலத்தைப் பகவானிடம் கொடுத்தாள்.

'கோவிச்சுக்காதே பாட்டி, அவங்களுக்கு உன்னைப் பத்தித் தெரியுமா என்ன' என்று சொல்லியபடியே தனது நீண்ட கரங்களில் அவள் கொடுத்ததை வாங்கிப் பார்த்தார். அதில் தோசை. சில தோசைகள் வேகாமலும், சில தோசைகள் கருகலுமாக! 'தம்பி பசங்க கவனிச்சுக்கறானுகளா? எப்படி இருக்கே?' என்று அன்போடு குசலம் விசாரித்தபடி தோசையைத் தின்னத் தொடங்கினார் பகவான். மற்றவர்களுக்குக் கொடுக்காமல் என்றுமே தின்னாத ரமணர் அன்றைக்கு ஒரு துளிகூட மிச்சம் வைக்காமல் தானே எல்லாவற்றையும் ருசித்துத் தின்றார். வேகாததும் கருகியதுமான அதை அவர் அப்படித் தின்றதில் அருகிலிருந்தவர்களுக்கு ஒரே ஆச்சரியம்.

'யாரு என்னை கவனிச்சா என்ன, கவனிக்காட்டா என்ன? உன் அனுக்ரஹத்திலே ஏதோ தோசை சுட்டு வித்துக்கிட்டு நல்லாத்தான் இருக்கேம் போ' என்றாள் கிழவி.

வந்திருந்த இனிப்புகள் வினியோகிக்கப்பட்ட போது தன் பங்கையும் ரமணர் அந்தக் கிழவிக்குக் கொடுத்தார். மிகுந்த சந்தோஷத்துடன் கிளம்பிப் போனாள் தோசைப்பாட்டி. 'இந்த

தோசையைவிட பட்சணம் ஒசத்தின்னு நெனக்கறேள். நீங்களே தின்னுங்க உங்க பட்சணத்தை' என்று சொன்ன பகவான் அருகிலிருந்த சூரி நாகம்மாவிடம் 'ஏதோ தன்கிட்ட இருந்ததைக் கொண்டுவந்தா பாவம்' என்றாராம்.

தயார் சமாதி அருகே முதலில் ஒரு மரத்தடியில்தான் பகவான் இருப்பது வழக்கம். அங்கே இந்தத் தோசைப்பாட்டி வந்து பார்த்துவிட்டு, சாமி வெய்யிலில் இருக்கிறதே என்று இரக்கப் பட்டு, ஒரு திண்ணை கட்டி, மேலே கூரை வேய்ந்து கொடுத் தாராம். இதைப் பகவானே சொல்லியிருக்கிறார்.

எல்லோருக்குமானது நமக்கும்

ரமணருக்கு முதுமையுடன் நோயும் சேர்ந்து உடல் மிக நலிந்திருந்த சமயம். ஆனால் எப்போதும் யாராவது அவரைத் தரிசிக்க வந்தவண்ணம் இருந்தனர். மருத்துவரோ கண்டிப்பாக ஓய்வு தேவை என்று கூறினார். குறைந்தபட்சம் மதியச் சாப்பாட்டுக்குப் பின் பகவான் சற்று ஓய்வு எடுக்கட்டும் என்று மிகுந்த நல்லெண்ணத்தோடு தீர்மானித்த நிர்வாகம் ஒரு போர்டு வைத்தது. 'பகல் பன்னிரண்டு மணிமுதல் இரண்டு மணிவரை யாருக்கும் அனுமதியில்லை' என்று அதில் எழுதியிருந்தது.

சாப்பிடப் போயிருந்த பகவான் திரும்பி வந்தார். போர்டைப் பார்த்தார். பேசாமல் கூடத்துக்கு வெளியே உட்கார்ந்துவிட்டார்.

'பகவான் உள்ளே போகலாமே' என்று மற்றவர்கள் கூறினர்.

'யாருக்கும் அனுமதியில்லை என்று எழுதியிருக்கிறதே. அது நமக்கும்தானே' என்று சொல்லிப் பகவான் எல்லோரையும் திகைக்க வைத்தார்.

நானும் பரதேசிதான்...

பகவான் அருணாசலப் பதிக்கு வந்த ஐம்பதாவது ஆண்டுவிழா மிக விமரிசையாக நடந்துகொண்டிருக்கிறது. ஒரேயடியாகக் கூட்டம் திரண்டுவிட்டது. எதிர்பார்க்கவேயில்லை. என்ன செய்வதென்றும் புரியவில்லை. எல்லோரையும் உட்கார வைத்துச் சாப்பாடு போடுவது சாத்தியமில்லை என்று ஒரு அபிப்பிராயம் வந்தது. ஒரு தீர்வு கண்டார்கள். அதன்படிப் பெரிய மனிதர்களுக்கு இலைபோட்டுச் சாப்பாடு. மீதமுள்ளவர் களுக்குப் பொட்டலத்தில் சோறு வினியோகிக்கப்படும்.

இலை போட்டாயிற்று. பகவானைத் தேடினால் காணோம். கடைசியில் வெளியே உட்கார்ந்துகொண்டிருந்தார். 'நாமெல்லாம் பரதேசிதானே. வரிசையில நின்னு பொட்டலம் வாங்கிக்கறோம். பெரியமனுஷா உக்காந்து சாப்பிடட்டும்' என்று மட்டும்தான் சொன்னார். அவர் எப்போதுமே புகார் கூறுவதோ, கடிந்து கொள்வதோ கிடையாது. குறிப்பால்தான் உணர்த்துவார்.

பகவான் சொன்னதைப் புரிந்துகொண்டார்கள். எல்லோருக்குமே இலைபோட்டுச் சாப்பாடு என்று தீர்மானமாயிற்று.

நாவிதர் நடேசன்

நாவிதர் நடேசன் திருவண்ணாமைமலைக்கு அருகிலிருக்கும் போளூரைச் சேர்ந்தவர். அவருடைய தந்தை அருணாசலேசுவரரின் தீவிர பக்தர். ஒவ்வொரு மாதப்பிறப்பன்றும் இருபது மைல் தூரம் நடந்துவந்து, கிரிவலம் வருவார். தன் தந்தை செய்த புண்ணியம்தான் ரமணருக்குத் தொண்டுசெய்யும் பாக்கியம் தனக்குக் கிடைத்தது என நடேசன் நம்பினார். தந்தையார் இறந்ததும் நடேசனை அவரது சித்தப்பா சுப்பராயன் தத்து எடுத்துக் கொண்டார்.

பகவான் சடைமுடியோடு ஆரம்ப காலத்தில் குருமூர்த்தத்தில் இருக்கும்போது சுப்பராயன் போய், தலைச்சவரம் செய்யட்டுமா என்று கேட்டதற்கு பகவான் மவுனம் சாதித்தார். வேண்டாம் என்று சொல்வதாக நினைத்த சுப்பராயன் திரும்பிவிட்டார். பின்னர் சில அன்பர்கள் பகவானுக்கு முண்டனம் செய்விப்பது என்று தீர்மானித்துச் சுப்பராயனை அழைத்து வந்தனர். சுப்பராயனின் மரணத்துக்குப் பின் இந்தப் பணி நடேசனுக்கு வாய்த்தது.

பகவான் ஒவ்வொரு பவுர்ணமி தினத்தன்றும் தலை, முகம் மழித்துக் கொள்வார். அன்று கோசாலையில் ஓரிடத்தைச் சுத்தம் செய்து கோலம் போடுவார்கள். ஒரு முக்காலியின் மேல் சுவாமி உட்கார்ந்துகொள்ள, சவரம் நடக்கும். நடேசன் அன்றைக்கு மிகுந்த பக்தியுடன் குளித்து, திருநீறு பூசிக்கொண்டு வருவார். பகவானை நமஸ்காரம் செய்துவிட்டுத்தான் சவரம் செய்வார். 'நான் கீழே உட்கார்ந்து, நீ ஸ்டூலில் உட்கார்ந்தால் சவுகரியமாக இருக்குமோ உனக்கு?' என்று பகவான் நடேசனைக் கருணையோடு கேட்டதுண்டு. அடுத்தவருடைய சவுகரியம் பகவானுக்கு மிகவும் முக்கியம், அவர் நாவிதராக இருந்தாலும்.

நடேசன் விசேடங்களுக்கு நாயனம் வாசிக்கப் போவதுண்டு. ஒரு முறை பகவானுக்கு தலைச்சவரம் செய்துகொண்டிருக்கையில் நடேசனின் மாமா வந்து வேலை முடிந்ததும் ‘ஊருக்குள் ஒரு விசேஷத்துக்கு நாயனம் வாசிக்கவேண்டும்’ என்று கூறினார்.

வேலை முடிந்தது. ‘நடேசன் ஏதோ நாயனம் வாசிக்கப் போகணுமாம். கார்த்தலேயிருந்து சாப்பிட்டிருக்க மாட்டான்’ என்றார் பகவான். உடனே பகவானின் மனக் கிடக்கையைப் புரிந்துகொண்ட உதவியாளர்கள் சமையலறையிலிருந்து சாப்பாடு கொண்டுவந்தனர். நாவிதர்கள் தாழ்ந்த வகுப்பினராகக் கருதப்பட்டவர்கள். உயர்வகுப்பினர் உணவருந்திய பின்னரே இவர்கள் உணவுண்ணலாம். ஆனால் பகவானின் சன்னிதியில் அத்தகைய தாரதம்மியங்கள் ஏது? நடேசனுக்குப் பகவானின் கருணையப் பார்த்துக் கண்ணீர் வந்துவிட்டது.

பகவானுக்கு மாதாந்திர சேவை செய்வதை நடேசன் தனது தலையாய பணியாகக் கருதினார். ஒருமுறை பவுர்ணமிக்கு முதல்நாளன்று, நடேசனின் அண்ணன் நோய்வாய்ப்பட்டுச் சாகும் தறுவாயில் இருந்தார். நடேசன் பகவானுக்குத் தன் கடமையைத் தவறாமல் செய்ய விரும்பினார். இதைப் புரிந்துகொண்ட மற்றவர்கள் ‘நீ போய்வா’ என்று சொல்லி அனுப்பிவைத்தனர்.

மறுநாள் நடேசனின் வேலை முடியவும் சகோதரரின் மரணச் செய்தியோடு ஊரிலிருந்து ஆள் வரவும் சரியாக இருந்தது. பகவான் உடனே அருகிலிருந்தவர்களிடம் 'நடேசனின் அண்ணா தவறிட்டார் போலிருக்கு. நடேசன் சாப்பிட்டிருக்க மாட்டான். போளூருக்குப் போறதுக்குக் காசு இருக்கோ இல்லையோ’ என்றார். சாப்பிடும் மனநிலையில் இல்லாத நடேசன் சில கோப்பைகள் காப்பி மட்டுமே குடித்தார். அவர் அங்கு பெற்ற ஐந்து ரூபாய் மிகமிக அத்தியாவசியத் தேவையாக இருந்தது.

நாவிதனாகிய தனக்கும் மற்ற பக்தர்களுக்கும் எந்த வேற்றுமையும் காட்டாத கருணைக் கடலான பகவானுடன் தான் கழித்த அந்தக் கணங்களை விலைமதிப்பற்றதாக நடேசன் கருதியதில் என்ன ஆச்சரியம்?

17. பக்குவம் செய்ய வந்த பரமன்

நளபாகம் என்றால் நளனின் சமையல் போன்ற உயர்ந்த கைப்பக்குவம் என்று பொருள். அட, கைப்பக்குவம் என்றால் சமையல்தானே. பக்குவம் செய்தல் என்றால் சமைத்தல்தான். நம்போன்று அன்றாட உலகின் சுகதுக்கங்களிலேயே உழன்று கொண்டிருப்போரைச் சற்றே வெளியெடுத்துத் தன் தங்கக் கரத்தால் ஆன்மிக உலகுக்குப் பக்குவப்படுத்த வந்தவரல்லவா ரமண மகரிஷி. அவருக்குச் சமைத்தலாகிய உணவைப் பக்குவப்படுத்தும் கலையிலும் திறன் இருந்தது.

ரமணாச்ரமத்தில் தனியாகச் சமையல் கூடம் என்று தொடங்கிய பின் பகவான் காலை இரண்டரை மணிக்கே சமையலறைக்கு வந்துவிடுவார்! முதலில் மற்றவர்களுடன் சேர்ந்து காய்கறி நறுக்குவார். பிறகு சட்னி, சாம்பார் ஆகியவை தயாரிப்பதில் ஈடுபடுவார். காலை நான்கு மணிவரை சமையலறை வேலை. அடுப்படியில் வேலை செய்தால் வேர்க்காமலா இருக்கும்? ஆனால் பகவானின் மேனியில் வியர்வை கொட்டுவதைப் பார்த்த சுப்பராமய்யாவுக்கு மனது கேட்கவில்லை. ஒரு விசிறியை எடுத்து வீசினார். பகவான் கண்டிப்பாகத் தனக்கு எந்தச் சலுகையும் கூடாது என்று கூறிவிட்டார். ஆனாலும் பகவான் கவனிக்காத சமயத்தில் மெதுவாக விசிறினார்.

பகவான் திரும்பிப் பார்த்துச் சிரித்துவிட்டு 'உனக்கு அதை ரகசியமாச் செய்யணும்னு இருக்கு. ஆனா சரியாக்கூடச் செய்யத் தெரியலை. இந்தா நான் சொல்லித் தரேன் பார்' என்று சொல்லி விட்டு அவரே விசிறியை வாங்கி விசிறிக் காட்டினாராம். பகவானின் தெய்வக் கரம் தீண்டியதும் சிலிர்த்துப் போனார் சுப்பராமய்யா. இன்னொரு சமயம் இப்படித்தான் இவர்

ஆட்டுரலில் சட்னி அரைக்கும் போது குழவியைப் பிடித்துச் சுழற்றுவது எப்படி என்று ரமணர் கற்றுத் தந்திருக்கிறார்.

பொதுவாக மற்றவர்கள் வெளியே இருந்த கூடத்தில் பகவானைச் சந்திக்க வேண்டியிருந்தாலும் சமையலறையில் பணி செய்பவர்களுக்கு இன்னும் நெருங்கிப் பழக வாய்ப்புக் கிடைக்கும். ஆனால், பகவான் வேலையில் ரொம்பக் கண்டிப்பு. குறிப்பறிந்து சரியான நேரத்தில் எல்லாம் எடுத்துத் தரவேண்டும். ஒருமுறை வேலைக்கு ஐந்து நிமிடம் தாமதமாகச் சென்றார் சுப்பராமய்யா. சமைத்ததை ருசி பார்த்துவிட்டு, 'நீ வராததால் உப்புப் போடும்போது உன்னை நினைத்தேன். உப்பு ஜாஸ்தியாயிடுத்து' என்றார் பகவான். இதுதான் தாமதமாக வந்ததை பகவான் சுட்டிக்காட்டும் முறை.

எல்லாம் நமது தோட்டமே

இங்கிலாந்தில் விளைந்த காய் ஒன்றை ஒருவர் கொண்டுவந்து தந்தார். சமயலறையில் பணிசெய்த ஒருவர் 'இந்தக் காய் நம் ஆச்ரமத் தோட்டத்திலேயே விளைந்தால் எப்படி இருக்கும்!' என்றார். உடனே 'எங்கே விளைந்ததுன்னு நெனக்கறே. அதுவும் நம் தோட்டம்தானே. இல்லாட்டா நமக்குக் கிடைக்குமா. உலகத்துலே எல்லாத் தோட்டமும் ஆச்ரமத் தோட்டம்தான்' என்றார் மகரிஷி சற்றும் தாமதிக்காமல்.

இன்னொருமுறை சாம்பாரில் புளிப்புத் தூக்கலாக இருந்தது. அதை நாக்கில் விட்டு ருசி பார்த்துவிட்டு 'புளிப்பு பித்தத்துக்கு நல்ல மருந்து. அனேகமா இங்க வரவா எல்லாமே பித்தர்கள் தானே. நல்லதுதான்' என்றாராம். அப்போதும் சரி, இப்போதும் சரி, ஆச்ரமச் சாப்பாட்டின் சுவையே தனிதான். அது பகவான் அருள் பிரசாதமல்லவா!

ஒருமுறை மோர் நிறைய மிஞ்சிவிட்டது. அதை எப்படிப் பத்திரப்படுத்தவேண்டும் என்று பகவான் வழிசொல்லிவிட்டுச் சென்றார். ஆனால் மற்றவர்கள் அதைச் செய்யத் தவறிவிட்டனர். அன்றிலிருந்து அவர் சமையலறைக்குள் நுழைவதை நிறுத்தி விட்டார். இதைச் சாதாரண மனிதர்கள் சொல்வதுபோல் கோபம் என்று நாம் புரிந்துகொள்ளக் கூடாது. சமைக்கும் செயலை ஒரு சமயம் நிறுத்தி ஆகவேண்டும். இது ஒரு சாக்காக வாய்த்தது, அவ்வளவே. சிறிதே தாமதமானதால் உணவுக்குப் பின் வெற்றிலை போடுவதை நிறுத்தவில்லையா, அதுபோலத்தான்.

அப்பளப் பாட்டு

மதுரையில் இருக்கும் காலத்தில் அவருடைய சிற்றன்னை அப்பள மாவைத் தொட்டுத் தரும்படி ரமணரைக் கூறுவார் என்று முன்னொரு அத்தியாத்தில் பார்த்தோம். அப்போது அவரைத் 'தங்கக் கை' என்று அழைப்பார்கள் என்றும் பார்த்தோம்.

பின்னாளில் பகவானின் தாயார் ஆச்ரமத்தில் ஒருமுறை தானே அப்பளம் இட ஆசைப்பட்டு வேலையைத் தொடங்கினார். அவருக்குத் தன் மகன் தனக்கு இதில் உதவி செய்யவேண்டும் என்று ஆசை! ரமணரை அழைத்தார். உடனே ரமணர் ஒரு அழகான பாட்டிலேயே ஆன்மிக அப்பளம் ஒன்றை இட்டுத் தந்தார். அந்தப் பாடல் இவ்வாறு போகிறது:

பல்லவி

அப்பளம் இட்டுப் பாரு அத்தைச்
சாப்பிட்டுன் ஆசையைத் தீரு

அனுபல்லவி

இப்புவி தன்னில் ஏங்கித் திரியாமல்
சத்போத சுக சத்குருவானவர்
செப்பாது சொன்ன தத்துவம் ஆகிற
ஒப்புயர்வில்லா ஓர் மொழியின்படி (அப்பளம்)

இதற்குப் பின்னே நான்கு சரணங்களில் வெகு அழகாக எப்படி ஆன்மபோத அப்பளத்தைத் தயார் செய்வது என்று விவரிக்கிறார். 'நானார்' என்கிற ஆன்மவிசார அரவைக் கல்லில் 'நான் இதுவல்ல' என்று மறுப்பதன்மூலம் 'நான்' என்னும் அகந்தையாகிற உளுந்தைப் பொடிக்கவேண்டும்.

அந்தப் பொடியான அகந்தையில் 'நல்லோர் சேர்க்கை' என்னும் பிரண்டைச் சாறு, 'சமநிலை' என்னும் மிளகுப்பொடி, 'புலனடக்கம்' என்னும் சீரகப்பொடி, 'பற்றின்மை' என்னும் உப்பு, 'நல்விருப்பம்' என்னும் பெருங்காயம் ஆகியவற்றைக் கலக்க வேண்டும். 'நான், நான்' என்னும் உள்முகப்பட்ட உலக்கையால் சிறிதும் கலக்கமில்லாமல் தனது கல் நெஞ்சிலே விடாது இடிக்க வேண்டும். சமத்துவமான பலகையின் மேல் மாவை வைத்து, சாந்தம் என்ற குழவியால் சலிக்காமல் மகிழ்ச்சியோடு அப்பளத்தை இடவேண்டும்.

'மோன முத்திரை' என்னும் சட்டியில், 'ஞான' நெருப்பிலே காய்கின்ற பிரம்மமாகிய நெய்யில், 'நான் அது'வாக அந்த அப்பளத்தைப் பொரித்துத் 'தானே தானாக' உண்டு தன்மயமாவதே ரமணர் சொல்லும் அப்பள உபாயம்.

ஓர் அப்பளத்தை வைத்துகொண்டு அற்புதமான தத்துவத்தைப் 'பொரிந்து' தள்ளிவிட்டாரே இந்த தெய்வமாக் கவி!

ஒரு சமயம் அவர் சொன்னார் 'இதெல்லாம் (சுவைபடச் சமைப்பதெல்லாம்) உங்களுக்காகத்தான். நமக்கென்ன. எச்சம்மா ஒண்ணு கொண்டுவருவா, முதலியார் பாட்டி இன்னொண்ணு கொண்டுவருவா. எல்லாரும் கொண்டுவரதைக் கலந்து சாப்பிடவேண்டியதுதானே' என்றார். முன்பே அவர் வேறிடத்தில் குறிப்பிட்டதுபோல, 'உங்களுக்கெல்லாம் பல ருசி, நமக்கு ஒரே ருசி'தானே!

18. காக்கை குருவி எங்கள் ஜாதி

காக்கை குருவி எங்கள் ஜாதி நீள்
கடலும் மலையும் எங்கள் கூட்டம்

என்று பாரதி கூறியதை வெறும் தோழமை வாசகமாகக் கருதி, அதன் முழு அத்வைத ஆழத்தைப் புரியாத பலர் வெறுமனே சொல்லித் திரிகிறார்கள். அடுத்த இரண்டு வரிகளைப் பார்த்தால் இது இன்னும் தெளிவாகும்.

நோக்கும் இடமெல்லாம் நாமன்றி வேறில்லை;
நோக்க நோக்கக் களியாட்டம்.

'நோக்கும் இடமெல்லாம் நாம்' என்பதை உணர்ந்த ரமணர் போன்ற மகான்களைக் காக்கை குருவிகளும் தமது ஜாதியாகவே கருதி அன்பும் நட்பும் பாராட்டின என்பதைக் கேட்டு வியப்புற வேண்டித்தான் இருக்கிறது. ஆனால் அதில் வியப்பில்லை. ஏனெனில் 'எந்தவொரு யோகி அஹிம்சையில் நிலைத்து நிற்கிறானோ, அவனது முன்னிலையில் விரோதம் இருப்பதில்லை' என்று சொல்கிறது பதஞ்சலி யோக சூத்திரம் (சுலோகம்: 235). தன்னைத் தடிகொண்டு தாக்கிய திருடர்கள் மீதும் கருணை காட்டினார் பகவான் என்பதை முன்னர் பார்த்தோம். நாம் அஞ்சுகிற, நம்மை அஞ்சுகிற பிராணிகளும் பகவானிடம் எப்படிச் சொந்தம் கொண்டாடி வாழ்ந்தன என்பதைக் கேட்க ஏதோ பஞ்சதந்திரக் கதை படித்தாற்போல இருக்கும்.

நாராயணன் என்பவர் 1948-ல் ரமணாச்ரமத்தில் தான் பார்த்ததை வர்ணிக்கிற காட்சியை நீங்களும் மனக்கண்ணில் பாருங்கள். பகவான் எங்கு தேடியும் கிடைக்காமல் போகவே நாராயணனும் அவரது நண்பரும் ஆச்ரமத்தைச் சுற்றி வருகையில் ஓரிடத்தி

லிருந்து 'சீ அசத்தே!' என்றொரு குழந்தை போன்ற குரல் கேட்டது. அங்கே பார்த்தால் பகவான், ஒரு வெள்ளாடு, ஓர் அணில், ஒரு குரங்கு ஆகிய நால்வரும் இருக்கிறார்கள். பகவான் முழந்தாளை மடக்கி உட்கார்ந்துகொண்டிருக்கிறார். ஆடு அவரது முழங்கால்களுக்கு நடுவே தலையை வைத்திருக்கிறது, வலது முழங்காலில் குரங்கு, இடது முழங்காலில் அணில். கையிலிருந்த ஒரு பொட்டலத்தில் இருந்து வேர்க்கடலையை ஒவ்வொன்றாக எடுத்து முறையே ஆடு, குரங்கு, அணில் இவற்றுக்குக் கொடுத்துத் தன் வாயிலும் ஒன்று போட்டுக் கொள்கிறார் பகவான். பார்ப்பதற்கு யாரோ நான்கு நண்பர்கள் உட்கார்ந்து பேசிக்கொண்டே கடலை தின்பது போலத்தான் இருந்தது. நான்கு பேரின் முகத்திலும் அத்தனை திருப்தி, நெருக்கம். ஒருமுறை அணிலுக்குக் கொடுத்த கடலையை குரங்கு பிடுங்கப் போகவேதான் பகவான் அதை 'சீ, அசத்தே' என்று திட்டியிருக்கிறார்.

கடலை தீர்ந்ததும் அவற்றைப் பார்த்து 'போங்கடா' என்றார் பகவான். எல்லாம் தம் வழியே போய்விட்டன. பகவானும் எழுந்தார். ஒரு தெய்விகக் காட்சியைப் பார்த்த நிறைவோடு நாராயணன் அங்கிருந்து நகர்ந்தார்.

ஒருமுறை அவரது உடல்மீது நாகப் பாம்பு ஏறிச் சென்றிருக்கிறது. 'எப்படி இருந்தது?' என்று கேட்டதற்கு 'குளிர்ச்சியாக, மிருதுவாக' என்று பதிலளித்தார் பகவான். இன்னொரு முறை நாகம் ஒன்று அவர்முன் வந்து படம் எடுத்து நின்றது. சிறிது நேரம் அவரது கண்களையே பார்த்துகொண்டிருந்துவிட்டுத் தலையைத் தாழ்த்தியது. என்ன நினைத்ததோ தெரியவில்லை, தானாக ஊர்ந்து அவருக்கு மிக அருகில் சென்று அப்படியே செடிகொடிகளுக்குள் மறைந்தது. ஸ்கந்தாச்ரம காலத்தில் சிறுத்தைப் புலிகள் அந்தக் காட்டில் நிறைய இருந்தன. இவர் முன் திண்ணையில் உட்கார்ந்திருக்கும்போது ஒரு கம்பீரமான சிறுத்தை வந்து, ஏதோ தான் வந்ததை அறிவிப்பதுபோல கர்ஜித்ததாம். சிறிது நேரம் அவர் முன்னே நின்றபின்னர், தான் போகிறேன் என்று அறிவிப்பது போலக் கர்ஜித்துவிட்டு ஓடிப் போயிற்றாம். இதோ போல இன்னொரு சிறுத்தையும் வந்து சென்றதாக பகவான் கூறுவார்.

அமெரிக்கத் திரையுலகில் வசனகர்த்தாவாக இருந்த மெர்சிடிஸ் டி அகோஸ்டா என்பவர் பகவானுடன் நடத்திய உரையாடல் இங்கே நமக்குச் சில உண்மைகளைத் தெளிவாக்கும்:

அகோஸ்டா: ஞானமடைந்தவர் 'நான்' என்ற உணர்வை இழக்கிறாரா?

பகவான்: முழுவதுமாக.

அகோ: அப்பொழுது உங்களுக்கும் எனக்கும், அங்கே நிற்கும் என் பணியாளுக்கும் இடையே எந்த வித்தியாசமும் இல்லையா?

பக: எல்லாம் ஒன்றே, அந்தக் குரங்குகள் உட்பட.

அகோ: குரங்கு மனிதனில்லையே. அவை வித்தியாசமனவை அல்லவா?

பக: அவையும் மனிதனைப் போலவேதான். ஒருமை உணர்வில் எல்லாமே ஒன்றுதான்.

அந்த ஒருமை உணர்வில் தானே வள்ளலார் 'வாடிய பயிரைக் கண்டபோதெல்லாம் வாடினேன்' என்று பாடியதும்.

குரங்குக் கதைகள்

'குரங்குகளுக்குத் தவத்தைப் பற்றித் தெரியும்' என்றும் பகவான் ஒரு முறை சொல்லியிருக்கிறார். அதற்கு ஒரு சம்பவத்தையும் குறிப்பிடுகிறார். மொட்டைப்பையன் என்று ஒரு குரங்கு இருந்தது. (இப்படிக் குரங்குகளுக்குக் காரணப் பெயர் வைத்து அழைப்பதைப் பின்னாலும் பார்க்கலாம்.) அதன் கும்பலைச் சேர்ந்த குரங்குகள் அதை மிகவும் இம்சைப் படுத்தின. மொட்டைப்பையன் சில நாள்கள் காட்டுக்குள் போய்த் தனியாக உட்கார்ந்து தவம் செய்தான். பிறகு திரும்பப் போய் தன் கும்பல் இருக்கும் இடத்தில் ஒரு மரத்தின்மேல் ஏறி அதை உலுக்கினான். இப்போது அவனைத் துன்புறுத்திய மற்றவைகள் அஞ்சி நடுங்கின. 'ஆமாம், எனக்குத் தெரியும், குரங்குகளுக்குத் தவத்தைப் பற்றிய அறிவு உண்டு' என்று கூறினார் ரமணர்.

குரங்குகளின் வாழ்க்கைமுறை பற்றி பகவான் மிக நன்றாக அறிவார். ஒருமுறை பெரிய குரங்கொன்று பக்தரின் கையிலிருந்த பழத்தைப் பிடுங்கிக் கொண்டு போய்விட்டது. 'கோபப் படாதீர்கள். தன் பங்கை அது எடுத்துக்கொண்டு போய்விட்டது. எங்கே பழம் இருக்கிறதென்று சிலதுக்குத் தெரியும். கண்ணைச் சிமிட்டறதுக்கு முன்னாலே எல்லாமா வந்து தூக்கிண்டு போயிடும். அதோட கண்ணு பழத்து மேலேயேதான். அதனால

வேதாந்தத்துல குரங்குப் பார்வையை 'லட்சிய திருஷ்டி'ன்னு சொல்லுவா. ஒரு சாதகனோட மனசு எப்பவும் (ஞானம் அடையும்) தன் லட்சியத்திலேயே இருக்கணும், குரங்கைப் போல' என்றார் பகவான்.

'நொண்டி' என்று ஒரு குரங்கு ஸ்கந்தாச்ரமத்தில் ரமணரோடு இருந்தது. அது நொண்டியானதற்குக் காரணம் அதன் கும்பலில் மற்றொரு குரங்கு அதை நன்றாகக் கடித்துவிட்டதுதான். சாகக் கிடந்த நொண்டியை ரமணர் தூக்கி வந்து பராமரித்தார். உடல் தேறி, ரமணருடன் ராஜ போகமாக வாழ்ந்துகொண்டிருந்தது. சாப்பாட்டு வேளையில் பகவானுக்கு அருகிலேயே அதற்கும் ஒரு தட்டு வைப்பார்கள். கொஞ்சமும் இறைக்காமல் சுத்தமாகச் சாப்பிடும். ஒருமுறை ஏனோ சாதத்தை இறைக்கவே பகவான் 'என்ன ஆச்சு, ஏன் இறைக்கிறாய்?' என்று கேட்டதும் நொண்டி கோபித்துக்கொண்டு அவரைக் கடித்துவிட்டது.

அதற்கு முன்னாலும் ஒருமுறை இப்படிக் கடித்திருக்கிறது. நொண்டிக்குத் தினமும் பால் கொடுப்பது வழக்கம். ஒருநாள் பால் சூடாக இருக்கவே அதை ஊதி ஆறவைக்க பகவான் தன் வாயருகே டம்ளரைக் கொண்டு போனார். எங்கே தன்னுடைய பாலை ரமணர் குடித்துவிடுவாரோ என்று பயந்த நொண்டி அவரைக் கடித்தது. இரண்டு முறையும் சில நாள்கள் தன் அருகே வரவிடாமல் நொண்டிக்குத் தண்டனை கொடுத்தார். நொண்டியோ குழைந்து, அழுது அவரை மன்னிக்கும்படிக் கெஞ்சும். தன் தப்பைப் புரிந்துகொண்டுவிட்டது என்றதும் பகவான் மீண்டும் அதை ஏற்றுக்கொள்வார்.

சாதாரணமாக மனிதர்களால் வளர்க்கப்பட்ட குரங்கைக் காட்டிலிருக்கும் குரங்குக் கூட்டம் திரும்ப ஏற்றுக்கொள்ளாது. ஆனால் நொண்டி மீண்டும் திரும்பிப் போய் தன் கூட்டத்துக்கு ராஜாவானது. அது தன் மூன்று பட்டத்தரசிகளுடனும், பிரஜை களுடனும் வந்து பகவானைத் தரிசித்துப் போயிற்று. பலமுறை தாய்க்குரங்குகள் தம் குட்டியை அழைத்துவந்து பகவானைக் காட்டும் அரிய காட்சியை அன்பர்கள் பார்த்ததுண்டு.

ஒருமுறை முஸ்லிம் ஒருவர் பெரியவர் மரத்தில் அட்டகாசம் செய்த குரங்கொன்றை விரட்டுவதற்காகக் கல்லெறிந்தார். கல் பட்டு ஒரு குரங்கு இறந்துபோனது. கொல்வது அவருடைய நோக்கமல்ல என்றாலும் எதிர்பாராமல் இப்படி ஆகிவிட்டது.

உடனே குரங்குக் கூட்டம் இறந்த குரங்கின் உடலைத் தூக்கிக் கொண்டுவந்து ரமணரின் முன்னிலையில் வைத்து முறை யிட்டது. பகவான் ஏதோ அவற்றிடம் பேசித் திருப்பி அனுப்பினார்.

அதே சமயம் முஸ்லிம் பெரியவர் நோய்வாய்ப்பட்டார். எந்த மருத்துவத்துக்கும் குணமாகவில்லை. உயிர்போகுமோ என்ற அச்சம். குரங்குகள் புகார் செய்ததால் பிராமண சுவாமி தன்னைச் சபித்துவிட்டார் என்று அவர் நம்பினார். 'நீங்கள் போய் அவரிட மிருந்து எனக்குத் திருநீறு வாங்கி வாருங்கள். இல்லாவிட்டால் நான் பிழைக்க மாட்டேன்' என்று வீட்டாரிடம் கூறினார். அவர்கள் பகவானிடம் வந்து விஷயத்தைக் கூறினர்.

'நான் யாரையும் சபிப்பது கிடையாது, திருநீறு கொடுப்பதும் கிடையாது' என்று பகவான் உறுதியளித்தார். வந்தவர்கள் கேட்க வில்லை, மிகவும் வற்புறுத்தினர். அவர்களின் திருப்திக்காக அடுப்படிக்குப் போய் பகவான் சிறிது சாம்பல் எடுத்துக் கொண்டுவந்து கொடுத்தார். ஒரு ஞானியின் கைபட்ட சாம்பல் விபூதிதானே! வீட்டிற்குக் கொண்டுபோய்ப் பூசிவிட்டனர். பெரியவர் சில நாட்களில் உடல்நிலை தேறி நடமாடத் தொடங்கினார்.

காகம் செய்த தவம்

இப்போது தாயார் சமாதியின் அருகில் இருக்கும் கிணற்றுக்கு ஆரம்பகாலத்தில் சுற்றுச் சுவர் கிடையாது. கரையில் ஒரு மரக்கம்பை நட்டு வைத்திருந்தார்கள். அதைப் பிடித்துக்கொண்டு சாதுக்கள் தண்ணீர் முகந்து எடுப்பது வழக்கம். சற்றும் இயற்கைக்கு ஒவ்வாத வகையில், அந்தக் கொம்பின் மேல் ஒரு காகம் மூன்று நாள்கள் அப்படியே கண்ணை மூடி உட்கார்ந் திருந்தது. அது மனிதர்களுக்கும் பயப்படவில்லை.

ஒருநாள் பகவான் ஆசிரமத்தைச் சுற்றி நடந்துவந்த பின் இதை அவருக்குத் தெரிவித்தார்கள். அப்படியா என்று கேட்ட பகவான் உடனே எழுந்து வெளியே போனார். இதுவரை அந்த நேரத்தில் அவர் வெளியே போனதில்லை. காக்கை உட்கார்ந்திருக்கும் கொம்பை அடைந்து 'ஏண்டா, என்ன விஷயம்?' என்றார். காகம் கண்களைத் திறந்தது. அருகிலிருந்த உதவியாளரிடம் தன் கமண்டலத்தை எடுத்து வரச் சொன்னார். ஒரு கையில் காகத்தை

வைத்துக்கொண்டு மறுகையில் அதன் அலகில் சில துளிகளைப் புகட்டினார். உடனே அவரது கையிலேயே உயிரை விட்டது காகம்.

அதன் சமாதியை இன்றும் ரமணாச்ரமத்தில் பார்க்கலாம். 'காகம் ஒரு மகாத்மாவோ, உங்கள் கையில் உயிரை விட்டதே?' என்று ஒரு பக்தர் கேட்டபோது 'அப்படித்தான் இருக்கணும்' என்று பதில் சொன்னார் பகவான்.

சிறுத்தை திரும்பிப் போனது

சுமார் 1930-ம் ஆண்டுவரை கூட அருணாசலத்தின் காடுகளில் ஏராளமான சிறுத்தைகள் இருந்தன. ஒருசமயம் பகவான் விருபாட்சியில் இருக்கும் போது நல்ல வெயில்நேரத்தில் ஒரு பக்தர் வந்தார். குளிக்கவேண்டும் என்று அவர் சொல்லவே மற்றவர்கள் அருகிலிருந்த ஒரு குளத்துக்கு அவரை அனுப்பி னார்கள். பகவான் உட்கார்ந்து பேசிக்கொண்டே இருந்தவர், திடீரென்று எழுந்து வெளியே போனார். ஏதோ இயற்கையின் உபாதையால் போகிறார் என்று மற்றவர்கள் இருந்தனர்.

பகவான் குளத்தை நோக்கி வந்தார். அங்கே ஒரு பக்கத்திலிருந்து சிறுத்தையொன்று தண்ணீர் குடிக்க வந்துகொண்டிருந்தது. 'டேய், போடா. கொஞ்சம் நேரம் கழித்து வா. உன்னைப் பார்த்தால் அவர் பயப்படுவார்' என்று சொல்ல சிறுத்தை வந்தவழியே போயிற்று. குளித்துக் கொண்டிருந்தவருக்கு இது தெரியாது.

குகைக்குத் திரும்பி வந்த பகவான் மற்றவர்களிடம் 'உச்சி வெயில் நேரத்தில் குளத்துப் பக்கம் போகாதீர்கள். வன விலங்குகள் தண்ணீர் குடிக்க வரும்' என்று எச்சரித்தார். பிறகு தான் சென்ற விஷயத்தை விவரிக்கவும், எல்லோரும் அதிசயித்துப் போனார்கள்.

பசு லட்சுமியின் பக்தி

லட்சுமி கன்றுக்குட்டியாகத் தன் தாயுடன் 1926-ல் வந்தது. அதைப் பராமரிக்க ஒரு பக்தர் ஒப்புக்கொண்டதால் அவரிடம் வளர்ந்தது. அதை வளர்த்தவர் அவ்வப்போது பகவானின் தரிசனத்துக்காக ரமணாச்ரமத்துக்கு லட்சுமியைக் கொண்டு வருவார். பிறகு லட்சுமியே வழியைத் தெரிந்துகொண்டு

விட்டது. காலையில் ரமணாச்ரமத்துக்கு வரும். பகவானின் பாதத்தில் தலையை வைத்து நமஸ்கரிக்கும். பகவான் அதற்குப் பழம் மற்றும் தின்பண்டங்கள் கொடுப்பார். மாலையில் வளர்ப்பவர் வீட்டுக்குத் தானே திரும்பிப் போய்விடும்.

1930-ல் ராமநாத பிரம்மச்சாரி லட்சுமியையும் அதன் கன்றையும் பராமரிக்க ஒப்புக்கொண்டதால் ரமணாச்ரமத்திலேயே ஒரு கொட்டகை போடப்பட்டது. அங்கே கோசாலை வருவதற்கு இது வழிவகுத்தது.

லட்சுமியின் அறிவுத்திறன் பகவானால் மிகவும் சிலாகிக்கப் பட்டது. சரியாகச் சாப்பாட்டு வேளைக்கு அவர் இருக்கும் கூடத்துக்கு வந்து அவருடன் சாப்பாட்டுக் கூடத்துக்குப் போகும். ஏதோ வேலையில் பகவான் மறந்துவிட்டால் கூட லட்சுமி வந்ததும் கடிகாரத்தைப் பார்ப்பார். அது நேரம் தவறாது. அதுவும் யார் இருந்தாலும் கவனியாமல் தனி உரிமையோடு பகவானைப் போய் அழைக்கும்.

ஆச்ரமத்தில் பசுக்களின் எண்ணிக்கை அதிகரிக்கவே ஒரு பசுக்கூடம் அமைக்கப்பட்டது. அதில் லட்சுமியை முதலில் 'கிரகப் பிரவேசம்' செய்வதற்காக மஞ்சள் குங்குமம் பூவெல்லாம் சார்த்தி அலங்கரித்துக் கூட்டிச் சென்றார்கள். பகவான் அங்கில்லை என்பதைக் கவனித்துவிட்ட லட்சுமி, மெல்ல அங்கிருந்து நழுவிப் போய் ரமணரை அழைத்துவந்தது. அவருடைய பாதம்தான் முதலில் கோசாலையைப் புனிதப் படுத்தியது.

பாஸ்கலின் மாலே என்ற வெளிநாட்டு அன்பர் தனது குறிப்பில் இவ்வாறு எழுதிவைத்துள்ளார்: 'மகரிஷியின் அன்புக்குகந்த பசுவான லட்சுமி மிக அழகானது. நளினமான கொம்பும் வாதுமைக் கண்களும் கொண்டது. மகரிஷியிடம் அது காட்டும் அன்பு மனத்தைத் தொடுவதாக இருக்கும். ஆச்ரமக் கூடத்தில் நாங்களெல்லாம் உட்கார்ந்திருக்கும்போது ஒரு சத்தம் கேட்டது. பார்த்தால், லட்சுமி மிக இயல்பாக உள்ளே நுழைந்தது எங்களுக்கு ஆச்சரியமாக இருந்தது. நேராக மகரிஷியின் இருக்கைக்கருகில் லட்சுமி போனதும் அவர் மிக அன்பாக அதை வரவேற்றார். சில வாழைப்பழங்கள் கொடுக்கச் சொன்னார். திருப்தியடைந்த லட்சுமி திரும்பிப் போனது. அங்கிருந்தவர்கள் சிரித்தபடியே அதற்கு வழி விட்டனர். அதே ஆன்மாவை

மஹரிஷி எல்லாவற்றிலும் காண்கிறார், வடிவங்கள்தாம் வேறு. அவருடைய சமத்துவப் பார்வை, பலவற்றிலும் ஒன்றே உறைவதை உணர்ந்ததால் ஏற்பட்டது.'

அண்ணாமலை சுவாமி இந்தச் சம்பவத்தை நினைவுகூருகிறார். 'ஒருசமயம் ஆச்ரமத்தில் பசும்புல் இல்லாமல் போய்விட்டது. லட்சுமிக்குப் போதுமான ஆகாரம் இல்லை. பகவான் சாப்பாட்டுக் கூடத்துக்குப் போனார் ஆனால் உணவு உண்ண மறுத்துவிட்டார். 'இதை லட்சுமிக்குக் கொடுங்கள்' என்றார். உடனே அவர்களுக்குக் காரணம் புரிந்துவிட்டது. ஊருக்குள்ளே போய், புல்லுக்கட்டு வாங்கி வந்து லட்சுமிக்குப் போட்டதும் தான் பகவான் மீண்டும் வழக்கம்போல இருந்தார்.'

1948-ம் ஆண்டு ஜூன், 17 அன்று லட்சுமி நோயில் விழுந்தது. அடுத்தநாள் மரணத்தறுவாய் போலத் தோன்றியது. காலை பதினொரு மணிக்கு பகவான் லட்சுமியின் அருகில் போனார். கவிழ்ந்து படுத்துக்கொண்டு கனமாக மூச்சு விட்டுக் கொண்டிருந்தது லட்சுமி. அதன் தலையைத் தன் கையில் எடுத்து, மறு கையால் கழுத்தை வருடியபடி அதன் கண்களுக்குள் தன் பார்வையைச் செலுத்தினார் பகவான். லட்சுமியின் மூச்சு உடனே சீரானது. அதன் கண்களிலிருந்து கண்ணீர் பெருக்கெடுத்தது. அவரது கண்ணிலும் நீர் பெருகவே, சுற்றியிருப்பவர்கள் உணர்ச்சி வசப்பட்டனர். 'என்னம்மா, நான் இங்கே இருக்கணுமா? எல்லாரும் உன்னைச் சுத்தி நிப்பாளே, பரவாயில்லையா? நான் போகட்டுமா?' என்று கேட்டார். லட்சுமி ஏதோ நிஷ்டையில் இருப்பதுபோல இருந்தது. பெருங்கருணையோடு பகவான் சொன்னார் 'அம்மா அழகம்மாள் ரொம்பப் புண்ணியம் பண்ணியிருந்தா. நீயும்தான்'.

அங்கேயிருந்து போய்விட்டு மறுபடியும் பத்து நிமிடத்தில் பகவான் வந்து 'எல்லாம் முடிஞ்சதா?' என்று கேட்டார். லட்சுமியின் முகத்தை ஒரு குழந்தையைப் போல இரண்டு கைகளிலும் வைத்துக்கொண்டு 'லட்சுமி!' என்றார். பின்னர் பக்கத்திலிருந்தவர்களிடம் 'இவளாலேதான் ஆச்ரமம் இவ்வளவு பெரிசா வளர்ந்தது' என்றார்.

லட்சுமியின் உடலை ஒரு வண்டியில் கொண்டுவந்தார்கள். ஏராளமான கூட்டம் திரண்டிருந்தது பகவான் அங்கேயே ஒரு நாற்காலியில் உட்கார்ந்துகொண்டார். முதலில் லட்சுமியின்

உடலை நீரால் கழுவினர். பிறகு பால், தயிர், நெய், பன்னீர் இவற்றால் நீராட்டினர். பட்டுத் துணியால் மூடி, முகத்தில் மஞ்சள் குங்குமம் பூசினர். மாலைகளை உடலில் சார்த்தினர். 'ஹரஹர மஹாதேவ' என்ற கோஷத்துடன் உடல் காலை ஏழு மணிக்குச் சமாதியில் வைக்கப்பட்டது.

லட்சுமிப் பசு முக்தி, உண்மையாகவே முக்தி, அடைந்ததாக பகவான் ஒரு பக்தருக்கு உறுதியளித்தார். மனிதர்கள்தானே முக்தியடையமுடியும், பிராணிகளுக்கு முக்தி ஏது என்று கேட்டதற்கு 'கஜேந்திர மோட்சம் பற்றிக் கேள்விப்பட்ட தில்லையா?' என்று பதிலிறுத்தார்.

விரிசலடைந்த முட்டை

ஒருநாள் காலையில் குளித்துவிட்டு வந்த பகவான் மேலே மூங்கில் கழியில் காயவைத்த துண்டை எடுக்க முயன்றார். கழியின் ஒரு மூலையில் ஒரு குருவி கூடுகட்டி முட்டை வைத்திருந்திருக்கிறது. துண்டை எடுக்கும்போது அதில் பட்டு ஒரு முட்டை கீழே விழுந்தது. அந்த முட்டை உடைந்துவிட வில்லை, ஆனால் ஓட்டில் சிறிது விரிசல் கண்டிருந்தது. இதைப் பார்த்த பகவான் மனது ரொம்பத் துன்பப்பட்டது.

'மாதவா, என்ன காரியம் பண்ணிட்டேன் பார்' என்று மாதவ சுவாமியிடம் சொல்லியபடியே கீழே கிடந்த முட்டையை எடுத்துப் பரிசோதித்தார். 'இதோட அம்மாவுக்கு எவ்வளவு மனசு கஷ்டப்படும். என் மேலே கோவிச்சுக்கும். ஏதாவது பண்ண முடியுமான்னு பாக்கலாம்' என்று சொல்லிக்கொண்டே விரிசலடைந்த முட்டையை ஒரு ஈரத்துணியில் நன்றாகச் சுற்றி அதன் கூட்டிலேயே வைத்தார். ஒரு மூன்று மணி நேரம் கழித்து மீண்டும் அதை எடுப்பார். தன் கருணை பொழியும் கண்களால் அதைப் பார்த்துக்கொண்டே 'விரிசல் சேர்ந்துகொள்ளட்டும். முட்டை பொரிந்து நல்லபடியாகக் குஞ்சு வெளிவரட்டும்' என்பார். ஒரு நாளைக்குப் பலமுறை இப்படிச் செய்வார். இப்படியே ஏழு நாட்கள் சென்றன.

'மாதவா! என்ன ஆச்சரியம், இங்கே பார் விரிசல் சேர்ந்துடுத்து. அம்மாக் குருவி சந்தோஷப்படும்' என்று குதூகலமாகச் சொன்னார் பகவான். அதேபோலவே சில நாட்களில் சிறிய குஞ்சு வெளிவந்தது. பகவான் தன் கைகளில் எடுத்து அதை மென்மையாக வருடிப் பேரானந்தப்பட்டார். உயிர்ச்சேதம்

தடுக்கப்பட்டதில் அவர் அடைந்த மகிழ்ச்சியை விவரிக்க முடியாது.

புறாவுக்கும் காவல், வேடனுக்கும் தோழன்!

ஒருநாள் பகவான் மலையில் உலாவிவிட்டு வரும்போது அவர் காலடியில் ஒரு புறா வந்து விழுந்தது. சற்றுத் தொலைவில் ஒரு வேடுவச் சிறுவன் தயங்கியபடி நின்று கொண்டிருந்தான். 'அவன் பசிக்கு இது ஆகாரம். இரண்டணா இருந்தால் அவனுடைய பசி போய்விடும்' என்று சொல்லியபடி ரமணர் புறாவை எடுத்து ஆதரவாகத் தடவிக் கொடுத்தார். அருகில் ராஜகோபாலய்யரும் பகவானின் உதவியாளரும்தான் இருந்தார்கள். 'ஆச்ரமத்தி லிருந்து இரண்டணா வாங்கி வா' என்று பகவான் சொல்லி யிருந்தால் உதவியாளர் போயிருப்பார். ஆனால் 'தன்னுடைய ஆச்ரமம்' என்றெல்லாம் எதையாவது அவர் நினைத்தால்தானே! அதேபோல, புறாவை அடித்ததற்காக வேட்டுவச் சிறுவனையும் கடிந்துகொள்ளவில்லை. அவரவர் தர்மம் அவரவருக்கு என்பதில் தெளிவாக இருந்தார் பகவான். அவனுடைய பசி தீரவேண்டும் என்று கருணையும் காட்டினார்.

ராஜகோபாலய்யர் ஓடிப்போய் ஆச்ரம அலுவலகத்தில் கடனாக இரண்டணாவை உடனடியாக வாங்கிக் கொடுத்து அவனை அனுப்பிவிட்டார். பின்னர் ஊருக்குள்ளிருந்த தனது வீட்டிலிருந்து கொண்டுவந்து அந்தக் கடனை அடைத்தார்.

புறா பகவானின் கையில் மயங்கிக் கிடந்தது. கூடத்துக்கு வந்தார்கள். 'பச்சை திராட்சையைப் பிழிந்து இதன் தலையில் விட்டால் சரியாகிவிடும்' என்று பகவான் சொல்லிக் கொண்டி ருக்கும்போதே, ஒரு வெளியூர் அன்பர் பச்சை திராட்சைப் பொட்டலத்துடன் நுழைந்தார். 'அடடே! சொல்லும்போதே திராட்சை வந்துவிட்டதே' என்று பகவான் ஆச்சரியப்படுவதாகக் காண்பித்துவிட்டு, புறாவின் தலைமேல் திராட்சையைப் பிழிந்தார். சிறிது நேரத்தில் தலைதூக்கிப் பார்த்த புறா, தத்தித் தத்தி நடந்தது, கொஞ்சம் பறந்து காட்டியது. பின்னர் வெளியே பறந்தே போய்விட்டது.

மரம் செடிக்கும் கருணை

மாமரத்தில் பழம் பறித்துக் கொண்டிருந்தனர் தொண்டர்கள். பழத்தை மட்டும் நேரடியாகப் பறிக்காமல், கம்பால் அடித்து

விழவைத்தனர். இதனால் பழத்தோடுகூடக் கிளைகளும் இலைகளும் ஏராளமாக விழுந்தன. அந்த வழியாக நடந்துவந்த பகவான் அதைப் பார்த்தார். 'போதும், நிறுத்துங்க. நமக்குப் பழம் குடுக்கறதுக்கு நன்றியா மரத்துக்கு அடியா?' என்று கோபமாகச் சொன்னார்.

இன்னொரு முறை எச்சம்மாள் 'லட்சம் இலை பூஜை' செய்வதாக வேண்டிக்கொண்டாள். தினமும் கிடைப்பதைப் பொறுத்து நூறோ ஆயிரமோ இலைகளை அர்ச்சனை செய்தாள். வெய்யிற்காலம் வந்ததும் செடிகள் காய்ந்து இருந்தன. ஒரு துளிர்கூடக் கிடைக்க வில்லை. தன் குறையைப் போய் பகவானிடம் கொட்டினாள். 'அப்படியா, இலை கெடக்கிலியா? ஏன் ஒன்னையே கிள்ளிக் கிள்ளி அர்ச்சனை பண்றதுதானே?' என்றார் பகவான். சற்றும் எதிர்பார்க்காத எச்சம்மாள் 'ஏன் சுவாமி அப்படிச் சொல்றேள்?' என்று பரிதாபமாகக் கேட்டாள்.

'பின்னே. நம்மள மாதிரிதானே செடிகளும்! கிள்ளினா உனக்கு வலிக்கலியா? மரத்துக்கும் வலிக்கும்' என்றார் கருணைக் கடலான பகவான். 'வானில் பறக்கும் புள்ளெலாம் நான், மண்ணில் திரியும் விலங்கெலாம் நான், கானிழல் வளரும் மரமெலாம் நான், காற்றும் புனலும் கடலுமே நான்' என்பதை வாழ்ந்து காட்டியவர் பகவானேயன்றோ! ஆச்ரமத்தில் வளர்ந்த மயில்கள், வள்ளி என்ற மான், நாய்கள், காகம், அணில்கள், ஆடு, சிறுத்தை தவிர மரஞ்செடிகொடிகள் கூட இதற்குச் சாட்சி சொல்லும்.

19. ரமண தரிசனம்

பிறந்த திருச்சுழியிலிருந்து தொடங்கி திண்டுக்கல், மதுரையில் வளர்ந்தைப் பார்த்துவிட்டுத் திருவண்ணாமலைக்கு அழைத்து வந்தோம் சுவாமியை. அங்கே ஆயிரங்கால் மண்டபம், பாதாள லிங்கக் கோவில், குருமூர்த்தம், மாந்தோப்பு, விருபாட்சி, ஸ்கந்தாச்ரமம் வழியே ரமணாச்ரமத்துக்கும் கூட்டிவந்தோம். சுவாமியுடன் கிரிவலம் வந்தோம். எத்தனையோ நிகழ்ச்சிகளைப் பார்த்தோம். அவர் கூறிய தத்துவங்களைப் புரிந்துகொள்ள முயற்சி செய்தோம். இவ்வளவு பெரிய மகான் எப்படி எளியார்க்கும் எளியானாய் வாழ்ந்தான் என்பதைக் காட்டும் சம்பவங்களை அறிந்து நெகிழ்ந்தோம்.

ஆனால் ரமணரை முழுதுமாய் அறிந்துகொண்டோமா என்றால், இல்லை. அறிய நினைப்பது ஒரு முயற்சிதானே தவிர, அது இயலக்கூடுவது அல்ல. ஒரு ஞானியை இன்னொரு ஞானியே அறியமுடியும் என்பார் பகவான். ஒரு பக்தனை, ஒரு யோகியைப் பார்த்த உடனே புற அடையாளங்கள் அவனை இனம் காட்டும். ஒரு ஞானிக்கு எந்த வெளிப்படையான சின்னங்களும் கிடையாது. ரமணரே சொல்லும் கதை ஒன்று உண்டு. அது பிரபுலிங்க லீலை என்ற நூலில் இருக்கும் 'மருள சங்கர தேவரின் கதை' என்பதாகும்.

மருள என்றால் கன்னடத்தில் பைத்தியக்காரன் என்று பொருள். இந்த மருள சங்கர தேவர் ஒரு மடத்தின் வெளியே எச்சில் இலைகள் எறியப்படும் இடத்தில் வாழ்ந்தார். மடாதிபதியோ மற்றவர்களோ இவரைப் பற்றி அறிய மாட்டார்கள். ஒருமுறை அல்லம பிரபு என்னும் உலகறிந்த ஞானி அந்த வழியே போகும்போது மருள சங்கரர் அந்தக் குப்பையிலிருந்து எழுந்து வந்து அல்லமரின் முன்னே நெடுக விழுந்து நமஸ்கரித்தார்.

அல்லமர் அவரை அப்படியே தூக்கி எடுத்து அரவணைத்தார். இருவருக்குமே மற்றவரின் அருமை தெரிந்திருந்தது என்பார் ரமணர்.

நம்மைப் போலவே சாப்பிட்டு, உறங்கி, உலவி, பேசி, பல வேலைகள் செய்யும் இவரிடம் அப்படி என்ன இருக்கிறது என்று பகவானைப் பற்றி நினைத்தவர்கள் பலருண்டு. அவரது தரிசனத்தால் பலன் பெறும் அரிய சந்தர்ப்பம் அவர்களுக்கு இன்னும் வரவில்லை என்றுதான் அதற்குப் பொருளே தவிர, பகவான் தானாகவேதான் எப்போதும் இருந்தார். இன்னும் சொல்லப்போனால் 'பகவானுடைய சிரிப்பைவிட அழகான பொருளொன்று உலகில் இருப்பதாக என்னால் நினைத்துப் பார்க்கக் கூட முடியவில்லை' என்றார் சாட்விக். அருளின், கருணையின், ஞானத்தின் சிரிப்பல்லவா அது. அதைவிட அழகு வேறெது இருக்கமுடியும்.

சாட்விக் எப்படி ரமணரின் தோற்றத்தை வர்ணிக்கிறார் கேளுங்கள் 'ஸ்ரீ பகவான் காண்பதற்கு எழில் மிக்கவர். அவர் அளவற்ற பிரகாசமுடையவராக விளங்கினார். அவருடைய கைகள் நான் பார்த்தவற்றிலெல்லாம் மிகவும் நளினமானது. தனது திருக்கரங்களால் அவர் பேசுவது போலவே விளக்க முடியும். அவரது அங்கங்கள் மிக நேர்த்தியானவை. அவருடைய கண்கள் அதிசயப் புகழ் வாய்ந்தவை. அவருடைய நெற்றி உயர்ந்தது. அவருடைய தலையுச்சி நான் பார்த்தவற்றிலெல்லாம் மிக உயர்ந்த அமைப்புடையதாக இருந்தது. இந்திய நாட்டில் இத்தகைய அமைப்பு அறிவின் உச்சி என்று சொல்லப்படுவதால் இது இப்படி அமைந்துள்ளது இயற்கையே!

'அவரது உடல்வாகு நல்ல அமைப்புடன் கூடியது. அவர் நடுத்தர உயரமுடையவராயினும் அவருடைய தோற்றம் கம்பீரம் உடையதானதால் அவரை உயரமானவர் என்றே கருதினர்.'

பகவானது கண்களின் காந்த சக்தியைப் பற்றி எழுதாதவர் கிடையாது. ஒரு பார்வை, ஒரு புன்முறுவல், ஒரு தலையசைப்பு இவை கிடைத்தால் போதுமென்று தவங்கிடந்த அன்பர்கள் உண்டு. இதனாலெல்லாம் அவர் ஏதோ கற்சிலை போன்றவர் என்று நினைக்க வேண்டியதில்லை. அவருக்கு நல்ல நகைச் சுவை உணர்வு இருந்தது.

ஓர் இளைஞன் பகவானிடம் 'சுவாமி! ராமகிருஷ்ண பரமஹம்சர் விவேகானந்தரைத் தொட்ட மாத்திரத்தில் நிர்விகல்ப சமாதியில்

இருக்கச் செய்ததுபோல் பகவானும் என்னை நிலைபெறச் செய்ய முடியுமா?' என்று கேட்டார். அதற்கு பகவான் 'கேக்கறது விவேகானந்தர் தானோ?' என்றார். எவ்வளவு விஷயங்களை இந்தச் சுருக்கமான பதில் சொல்லுகிறது! விவேகானந்தருக்குப் பக்குவம் இருந்ததால் மட்டுமே அவருக்கு ராமகிருஷ்ணர் தன் தொடுகையால் நிர்விகல்ப சமாதியைக் கொடுத்தார். நாமோ உழைக்காமலேயே குருவின் திருவருளால் மட்டுமே தனக்குப் பக்குவமும் வந்து, ஆன்மிக மேல்நிலையும் வந்துவிட வேண்டும் என்று எதிர்பார்க்கிறோம்.

அதுவும் சாத்தியம்தான் நாம் குருவே கதி என்று பரிபூரண சரணாகதி அடையும்போது. இதைத்தான் பகவான் தேவராஜ முதலியாருக்குச் சொன்னார். தன்னால் பகவான் கூறியபடி ஆன்மிக சாதனைகள் செய்யமுடியவில்லை என்றும் அதனால் பகவானின் அருளுக்குத் தான் பாத்திரமாகவில்லை என்று முதலியாருக்குத் தோன்றியது. அவருக்குத் தன் மீதே ஒரு வெறுப்பும் உண்டானது. 'நீ கூறுகிறபடி மனதை ஒடுக்கவில்லை. உலக ஆசைகளைத் துறக்கவில்லை. மனம் போகும் வழி யெல்லாம் போகிறேன். திருந்தவே மாட்டேனென்கிறேன். நீயும் என்னைத் திருத்த மாட்டெனென்கிறாய். உன்னைத் தவிர வேறு துணை எனக்கு யார் இருக்கிறார்கள்? இப்படி நீ பாராமுகமாக இருப்பது உனக்குத் தகுமோ ரமண சத்குருவே?' என்று பொருள்படும்படியான மூன்று பாடல்களை (சிவப்பிரகாசம் பிள்ளையவர்கள் இயற்றியது) தனது பிரார்த்தனையாகச் சொன்னார் முதலியார்.

ஓரிரண்டு நிமிடங்கள் மவுனமாயிருந்தார் பகவான். பின்னர் 'நான் செய்யறேன், இல்லை. நீ சரண்டர் பண்ணிவிட்டுச் சும்மா இருக்க வேண்டியதுதானே' என்று கூறினார். குரு செய்கிறாரா இல்லையா என்று சீடனால் அறிய முடியாது. ஆன்மிக மாற்றங்கள் வெளிப் படையாகத் தெரிவன அல்ல. சரணாகதி அடைந்தபின் அங்கே சந்தேகத்துக்கே இடமில்லை என்பதுதான் பகவானின் அறிவுரை.

'எல்லாத்தையும் என்கிட்ட விட்டுட்டு, சரணாகதி செய்வதுதான் உன் வேலை. உண்மையாவே சரணாகதி செய்துட்டால். அதுக்கப் புறம் குரு 'இதைச் செய்யலை, அதைச் செய்யலை'ன்னு புகார் பண்ண இடமே கெடையாது' என்பதுதான் ரமணர் தேவராஜ முதலியாருக்கு இறுதியாக மகாசமாதிக்குமுன் சொன்ன உபதேசம்.

ராமகிருஷ்ண பரமஹம்சர் விவேகானந்தருக்குக் கொடுத்த நிர்விகல்ப சமாதி என்றால் என்ன என்பதை ஓர் உதாரணத்தின் மூலம் தெரிந்துகொள்ளலாம்.

ஒரு பலூன் இருக்கிறது என்று வைத்துக்கொள்வோம். அதை ஒரு நூலால் கட்டிவைத்திருக்கிறது. ஒரு சிறுவன் நூலை அறுத்து விட்டான். இப்போது பலூன் மெல்ல மேலே எழும்புகிறது. போய்க்கொண்டே இருக்கிறது. மேலே போகப் போகக் காற்று மண்டலத்தின் அழுத்தம் குறைந்துகொண்டே வருவதால் பலூன் பெரிதாகிக் கொண்டே போகிறது.

எப்போது உள் காற்றின் அழுத்தம் வெளிக்காற்றின் அழுத்தத்தை விட அதிகமாகிறதோ, அப்போது பலூன் வெடித்து விடுகிறது. அப்போது உள்ளிருந்த காற்றும் வெளியேயிருந்த காற்றும் ஒன்றாகிவிடுகிறது.

இந்த பலூன்தான் நாம் என்று வைத்துக்கொள்வோம். ஒருவன் வைராக்கியத்தின் மூலம் தன்னை கட்டவிழ்த்துக் கொள்கிறான். அது நூலறுந்த பலூன் போல. அவனது மனம் தியானத்தில் மேலே மேலே போகிறது. ஆனாலும் பலூன் இருக்கிறது. அதுபோல, இவன் தன்னை மறந்து தியானத்தில் ஆழ்ந்தாலும் 'நான் தியானம் செய்கிறேன்' என்ற உணர்வு இருக்கிறது. இதைத்தான் பெரியோர் *சவிகல்ப சமாதி* என்று சொல்கிறார்கள். விகல்பம் என்றால் வேற்றுமை, சவிகல்பம் என்றால் வேற்றுமையுடைய என்றாகும். அதாவது இந்தச் சமாதி நிலையில் தான் வேறு, தான் தியானம் செய்யும் பொருள் வேறு என்ற பிரக்ஞை இருக்கிறது.

மேலே போகப் போக பலூன் விரிவடைவது போல, அவன் தியானத்தில் அதிகம் நிலைத்திருக்கும்போது அவன் அதிகமாகத் தனது மெய்ந்நிலையில் நிலைத்திருக்கிறான். அவனால் அதிக நேரம் தன்வயமிழந்து சமாதி நிலையில் இருக்க முடிகிறது. இந்த நிலைதான் நிர்விகல்ப சமாதி. எவ்வளவு நேரம் சமாதி நிலையில் இருந்தாலும், அவன் மீண்டும் தன்னிலைக்குத் திரும்பித்தான் ஆகவேண்டும். இங்கேயும் அகந்தையாகிய பலூன் இருக்கிறது, ஆனால் பலவீனப்பட்டிருக்கிறது, அவ்வளவுதான். இந்த நிலையிலே தியானம் செய்கையில் தானும், தியானிக்கிற பொருளாகிய பிரம்மமும் வேறு என்ற உணர்வு இல்லை. எனவே இது *நிர்விகல்ப* அல்லது வேற்றுமையற்ற சமாதி ஆகும்.

மூன்றாவது நிலை பலூன் வெடித்துவிட்ட நிலை. 'நான்' என்ற அகங்காரம் அழிந்துபோய், 'தான்'தான் எல்லாமும் என்பது இங்கே உணர்ந்தாயிற்று. பலூனுக்கு உள்ளிருந்ததும், வெளியே இருப்பதும் அதே காற்றுத்தான் என்று உணர்ந்துவிட்ட நிலை. இனிமேல் பலூனுக்கு வேலையில்லை. அது செயற்கையான தடை. தான் வேறு, பிரபஞ்சம் வேறு அல்ல. தன்னில் பிரபஞ்சத்தைக் காணுகிறான். இது இரண்டற்ற நிலை. இந்த நிலையிலிருந்து அவன் வெளியே வருவதே கிடையாது. அவனுக்கு தியானம் என்ற ஒன்று தனியாகக் கிடையாது. விழிப்பு, உறக்கம், கனவு என்ற மூன்று நிலைகளையும் கடந்த நிலை இது. இதை *சகஜ சமாதி* என்பார்கள். இங்கே தியானம் செய்கிறவனுக்கும் பிரம்மத்துக்கும் வேறுபாடு இல்லை. அவனே பிரம்மமாகிவிட்டான். அதுதான் இயல்பு நிலை.

சகஜம் என்றால் இயல்பு. மனிதனின் இயல்பான நிலை 'தன்'னை அறிந்திருப்பதுதான். பகவான் இந்த நிலையை அடைந்தவராதலால், அவர் என்ன செய்தாலும் தனது இயல்பு நிலையான சகஜ சமாதி நிலையிலேயே இருந்தார். அவர் செய்கின்ற செயல்களோ, உடலின் உபாதைகளோ அவரது இயல்பு நிலையைப் பாதிக்கவில்லை.

அவரது கையில் சார்க்கோமா என்ற புற்றுநோய்க்கட்டி ஆரம்பத்தில் சிறியதாக ஒரு வேர்க்கடலையளவு தோன்றியது. அதைப் பார்த்துவிட்டு அவர் 'நம் கையிலேயே ஒரு சுயம்பு லிங்கம் வந்திருக்கிறதே' என்று விளையாட்டாகப் பேசியிருக்கிறார். இந்தக் கட்டியே அவரது தேகத்தின் அழிவுக்குக் காரணமாக இருந்ததைப் பின்னர் பார்க்கப் போகிறோம்.

ஒருமுறை எல்லோரும் 'ரமண சத்குரு ராயனே' என்ற பாடலைப் பாடிக்கொண்டிருந்தார்கள். பகவானும் அதில் உற்சாகமாகக் கலந்துகொண்டு பாடினார். அது சிலருக்கு வியப்பளித்தது. அப் போது பகவான் சொன்னார் 'இந்தச் சிறிய உடலுக்குள் ஏன் என்னை அடைக்கப் பார்க்கிறீர்கள்?' என்று. தேகான்ம புத்தி என்பது பகவானுக்குச் சிறிதும் இருந்து யாரும் பார்த்ததே கிடையாது.

எலினார் பாலின் நோயீ என்ற பெண்மணி பகவான்மேல் மிகுந்த அன்பு கொண்டவராக இருந்தார். அவரால் பகவானைவிட்டு நீங்கி அமெரிக்கா திரும்புவதைப்பற்றி நினைத்துக் கூடப் பார்க்கமுடியவில்லை. புறப்படவேண்டிய நாள் முழுவதும் அழுதுகொண்டே இருந்தார். 'அன்பு எனும் பிடிக்குள் அகப்படும்

மலையல்லவா' இந்த ரமண மலை. எலினாரிடம் அவர் சொன்னார் 'நீ எங்குச் சென்றாலும், நான் உன்னுடன் எப்போதும் இருப்பேன்' என்று கூறினார். இது மிக அபூர்வமான வாக்கு. எளிதில் இப்படியெல்லாம் அவர் கூறிக் கேட்க முடியாது.

ஆர்தர் ஆஸ்பர்ன் என்பவர் குடும்பத்தோடு வந்து திருவண்ணா மலையில் இருந்தார். அவர் ஆங்கிலத்தில் எழுதிய Ramana Maharshi and the part of Self Knowledge என்ற புத்தகம் முன்னாள் குடியரசுத் தலைவர் எஸ். ராதாகிருஷ்ணன் அவர்களின் முன்னுரையோடு வெளியாகிய மிகச் சிறந்த நூலாகும். இவரது குழந்தையான கிட்டி என்னும் சிறு பெண் 'பகவான் என்னை மறக்கக் கூடாது' என்று வேண்டிக்கொண்டாள். பகவான் அதற்கு விடையாக 'கிட்டி பகவானை நினைவில் வைத்துக்கொண்டால் பகவானும் கிட்டியை நினைவில் வைத்துக்கொள்வார்' என்று உறுதி கூறினார்.

நினைப்பார், மறப்பார் என்பதல்லாம் நம்முடைய பரிபாஷைகள். வார்த்தைகளுக்கு அப்பாற்பட்ட பகவானை நமது வார்த்தை களால் அளக்க நினைக்கிற முயற்சி. 'உங்களுக்கு எப்படிச் சிந்திக்காமலிருக்க முடியாதோ, பகவானுக்குச் சிந்திப்பது அவ்வளவு கஷ்டம்' என்றார் ஒருமுறை. ஞானிகளின் மனது முற்றிலுமாய் இல்லாததாகிப் போய்த் 'தன்'னில் ஒடுங்கி விடுங்கிறது என்று நாம் முன்பு பார்த்தோம். ஆனால் மற்றவர்கள் அதை இருப்பதாக நினைக்கிறார்கள். ஞானி மனமும் உடலும் வெறும் தோற்றங்களே. ஞானியின் அவற்றின் தனிப்பட்ட இருப்பை உணருவதே இல்லை.

'அது எரிந்துபோன கயிற்றின் சாம்பலைப் போன்றது' என்றார் ரமணர். பார்ப்பதற்குக் கயிறுபோல் தோற்றமளித்தாலும் அதனால் எதையும் கட்டமுடியாது.

தினந்தோறும் பகவான் சாப்பிட்டதும் வெற்றிலை பாக்குப் போடுவதை வழக்கமாக வைத்திருந்தார். அதை மென்று முடித்ததும் வாயைக் கொப்பளித்து விடுவாராம். வெற்றிலைச் சிவப்பை அவரது வாயில் பார்க்கவே முடியாது. ஜீரணத்துக்காக அதைச் செய்துவந்திருக்கிறார். ஆனால் எதுவுமே அவரை அடிமையாக்கியதில்லை. ஒருநாள் எப்போதும் வெற்றிலை மடித்துக் கொண்டுவரும் அன்பர் கொஞ்சம் தாமதமாக வந்திருக் கிறார். அன்றைக்கு வேண்டாம் என்று மறுத்தவர்தாம், என்ன சொல்லியும் மறுபடியும் தாம்பூலம் தரிக்கவில்லை. அவருக்கு

இதிலே யார்மீதும் கோபமோ தாபமோ கிடையாது. ஒரு தீங்கற்ற பழக்கத்தை உதற இதை ஒரு சாக்காக வைத்துக்கொண்டார், அவ்வளவுதான்.

பேசாமல் பேசிய காஷ்மீரி

பகவானின் மௌனம் பிரசித்தி பெற்றது. பால் பிரண்டன் எவ்வாறு அவரிடம் பேசாமலே தனது கேள்விகள் மறையப் பெற்றார் என்று முன்னர் பார்த்தோம். பகவான் பேசாமலே பேசியதும் உண்டு!

ஒரு பெரியவர் காஷ்மீரத்திலிருந்து தன் பணியாளுடன் ரமணாச்ரமத்துக்கு வந்திருந்தார். பணியாளுக்குக் காஷ்மீரி மொழியைத் தவிர வேறு மொழி தெரியாது. ஓரிரவு கூடத்தில் ஒரு அரிக்கன் விளக்குமட்டும் எரிந்துகொண்டிருந்தது. அதிக வெளிச்சம் இல்லை. அந்தப் பணியாள் காஷ்மீரி மொழியில் பகவானிடம் ஏதோ சொன்னார். பகவான் எதுவும் சொல்லாமல் அவரையே கூர்ந்து பார்த்துக் கொண்டிருந்தார்.

மறுநாள் காலை பெரியவர் பகவானிடம் வந்தார். 'சுவாமி, உங்களுக்குக் காஷ்மீரி மொழி பேசத் தெரியும் என்று என்னிடம் சொல்லவே இல்லையே! இது நியாயமா?' என்று முறையிட்டார். 'எனக்குத் தெரியாதுதான். என்ன விஷயம்?' என்று கேட்டார் சுவாமி.

'என் பணியாள் நேற்று உங்களிடம் காஷ்மீரியில் கேட்ட கேள்விகளுக்கெல்லாம் நீங்கள் பதில் சொல்லிச் சந்தேகங் களைப் போக்கினீர்களாமே' என்றார் பெரியவர்.

'நான் அவரிடம் ஒரு வார்த்தைகூடப் பேசவில்லையே' என்றார் பகவான். உடலுக்கும், மனத்துக்கும் அப்பாற்பட்ட பகவானுக்கு மொழியெப்படி ஒரு தடையாக இருக்கமுடியும்!

பகவானும் துறவும்

இளமையிலேயே பகவான் துறவு பூண்டபோதும் அது ஒன்று தான் ஞானம் பெறுவதற்கான வழி என்று அவர் யாருக்கும் சொன்னது கிடையாது. குடும்ப வாழ்வின் துயரம் தாங்காமலோ அல்லது மெய்யான ஆன்மிக நாட்டத்தினாலோ வந்து அவரிடம் பலர் துறவு பூணுவதாகச் சொன்ன போதெல்லாம், அதற்கான சமயம் வந்திருந்தாலொழிய யாரையும் சன்னியாசம் பெறக்

கூறியதில்லை. நீங்கள் சிறு வயதிலேயே துறவியானீர்களே என்று யாராவது கேட்டால் 'அது அப்படி அமைந்தது' என்றுதான் சொல்வார்.

'துறவு என்பது மனத்தைப் பற்றியது. அது வெளி விஷயங் களையோ, சூழ்நிலையையோ சார்ந்ததல்ல. ஒருவன் தன் ஊரில் குடும்பத்துடன் வாழ்ந்து, தனது தொழிலைச் செய்துகொண்டிருந் தாலும் மனதில் பற்றில்லாதவனாக இருக்கலாம். மற்றொருவன் தொழில், குடும்பம், உடைமை ஆகியவற்றை விட்டுவிட்டுக் காட்டில் இருந்தாலும் புறத்தில் விட்டவைகளை மனத்தில் விடாமல் அவற்றின் மேல் பற்றுள்ளவனாக இருக்கலாம். நீ காட்டுக்குச் செல்வதால் என்ன பயன்? குடும்பத்தையும் தொழிலையும் விட்டுவிடலாம், உன் மனம் உன்கூட வருமே!' என்று விளக்குவார் பகவான்.

பக்குவமில்லாமல் சன்னியாசி ஆனால் எப்படி இருக்கும் என்பதை இப்படிச் சொல்லுவார், 'நான் குடும்பஸ்தன் என்ற எண்ணத்துக்குப் பதிலாக நான் துறந்தவன் என்ற எண்ணத்தை மேற்கொள்கிறாய். பழைய பற்றுக்களுக்குப் பதிலாகப் புதிய பற்றுக்கள் வளரும்.'

அப்படியானால் எது மெய்யான துறவு? 'மனத்தில் துறந்து', 'நான் குடும்பஸ்தன்', 'நான் துறவி' என்ற எண்ணங்களைவிட்டு, 'நான் இருக்கிறேன்' என்னும் உணர்வு மாத்திரமாய் இருக்க வேண்டியதே அவசியம்' என்று கூறியிருக்கிறார் பகவான்.

ஒரு துறவி அடுத்தவேளை உணவைக் குறித்துக் கவலைப்படக் கூடாது என்பார்கள். பகவான் உண்மையிலேயே இதைப் பரி பூரணமாகக் கடைப்பிடித்தார். இதன் உட்பொருள் என்ன வென்றால் தன்னைப் பராமரிக்கும் கவலையை யார் துறந்து விடுகிறானோ அவனை இறைவன் பராமரிக்கிறான் என்பதுதான். இந்தச் சம்பவத்தைப் பாருங்கள்.

ஒருநாள் ஆச்ரமத்தில் சேமிப்பு அறை (ஸ்டோர் ரூம்) காலி. சர்வாதிகாரி (ஜெனரல் மேனேஜர் என்று பொருள் கொள்ளலாம்) நிரஞ்சனானந்தர் பக்தர்கள் எல்லோரும் வெளியே போய்ச் சாப்பிட்டுக்கொள்ள வேண்டியது என்று அறிவித்துவிட்டார். இதை அறிந்த பகவான் 'பசு பறவைகளுக்கு எந்த உக்கிராணம் (சேமிப்பு அறை) இருக்கிறது? நீங்கள் யாரும் எங்கும் போகவேண்டியதில்லை' என்றார்.

ரமணரின் இந்தக் கூற்று -

இந்தப் புவிதனில் வாழு(ம்) மரங்களும்
இன்ப நறுமலர்ப் பூஞ்செடிக் கூட்டமும்
அந்த மரங்களைச் சூழ்ந்த கொடிகளும்
ஔடத மூலிகை பூண்டு புல் யாவையும்
எந்தத் தொழில் செய்து வாழ்வனவோ?

என்று தொடங்கி 'ஊனுடலை வருத்தாதீர், உணவு இயற்கை கொடுக்கும்; உங்களுக்குத் தொழில் இங்கே அன்பு செய்தல் கண்டீர்' என்று பாரதி ஆணையிட்டதை நினைவுபடுத்த வில்லையா? இதிலே 'அன்பு செய்தல்' என்பதற்கு பதிலாக 'ஆன்ம விசாரம் செய்தல்' என்று போட்டுக்கொண்டால் சரியாகிவிடும்.

சரி, யாரும் வெளியே போகவேண்டியதில்லை என்று பகவான் சொல்லிவிட்டார். சாப்பாட்டுக்கு என்ன செய்வது என்று யோசித்துக் கொண்டிருக்கையில் ஒரு வண்டி வந்து நின்றது. அதிலிருந்து அரிசி, பருப்பு, காய்கறி என்று எல்லாச் சமையல் சாமான்களையும் ஒருவர் இறக்கினார். ஏதோ பிரார்த்தனையை நிறைவேற்றக் கொண்டுவந்ததாகச் சொன்ன அவர் தன் பெயரைக் கூடச் சொல்ல மறுத்துப் போய்விட்டார்!

ரமண கவி

ஊர் ஊராகச் சுற்றித் திரிந்து கூழுக்குப் பாடிய அவ்வை ஒருமுறை பசியின் கொடுமையை மிக அழகாகப் பாடினார்.

ஒருநாள் உணவை ஒழியென்றால் ஒழியாய்
இருநாளைக்(கு) ஏலென்றால் ஏலாய் ஒருநாளும்
என்நோ(வு) அறியாய் இடும்பைகூர் என்வயிறே
உன்னோடு வாழ்தல் அரிது

'துன்பந்தரும் வயிறே! ஒரே ஒரு நாளைக்குச் சாப்பிடமால் இரு என்று சொன்னால் கேட்கமாட்டாய். சரி, அதுதான் போகட்டும் இரண்டு நாளைக்குச் சேர்த்துக் கிடைத்தபோதே சாப்பிட்டுக் கொள் என்றாலும் செய்யமாட்டாய். எனது கஷ்டம் உனக்கெங்கே தெரிகிறது. உன்னோடு காலம் தள்ளுவது மிகச் சிரமம்' என்கிறார் இந்தப் பாட்டில். இதை உயிரானது வயிற்றைக் குறை கூறுவதாக எடுத்துக்கொண்டார் ரமணர்.

ஆனால் நவீன காலத்தில் பசியின் பிரச்சினையைவிட அதிகம் உண்பதால் ஏற்படும் துன்பமே எங்கும் காணப்படுகிறது. ஆன்மிகத்தில் முன்னேற நினைப்பவர்கள் மிதமான, சாத்துவிக உணவையே உண்ணவேண்டும் என்று பகவான் எப்போதும் சொல்வார். 'பட்டினியால் இறந்தவர்களை விட மிதமிஞ்சிய உணவால் இறந்தவர்கள் அதிகம்' என்று மருத்துவர்கள் சொல்கிறார்கள்.

எனவே தற்காலத்தில் வயிறு, தனக்கு அளவில்லாமல் வேலை கொடுக்கும் உயிரைப் பழிக்கக் காரணம் இருக்கிறது என்று கருதினார் ரமணர். அவ்வையாரின் பாடலுக்குப் பதில் தருமுகமாக அவர் ஒரு பாடல் எழுதினார்:

ஒருநாழிகை வயிறெற்(கு) ஓய்வீயாய் நாளும்
ஒருநாழிகை உண்பது ஓயாய் ஒரு நாளும்
என் நோவு அறியா இடும்பை கூர் என் உயிரே
உன்னோடு வாழ்தல் அரிது

(வயிறெற்கு-வயிறு எனக்கு; ஓய்வீயாய்-ஓய்வு தரமாட்டாய்)

'தொந்தரவு பிடித்த உயிரே! ஒரு நாழிகைப் பொழுதும் எனக்கு ஓய்வுதர மாட்டெனென்கிறாய். உண்ணுவதை ஒரு நாழிகை நேரமும் நிறுத்தமாட்டாய். வயிறாகிய எனது துன்பத்தை அறிவதில்லை நீ. எனக்கு இனிமேல் உன்னோடு வாழமுடியாது!' என்று வயிறு சொல்வதாகப் பொருள்படுகிறது பகவானின் இப்பாடல்.

அதுமட்டுமல்ல. ஆன்மவித்தை மிக எளியது என்கிறார் சுவாமி. நந்தனார் சரித்திரக் கதையில் 'ஐயே மெத்தக் கடினம்' என்ற கோபாலகிருஷ்ண பாரதியாரின் பாடல் ஒன்று உண்டு. அதே பாடலின் பாணியில் ஆன்ம வித்தை எளிது என்று விளக்க ஒரு பாடலை எழுதினார் நமது பெருமான். பாடலின் பெயர் 'ஆன்ம வித்தை'.

பல்லவி

ஐயே! அதி சுலபம் ஆன்மவித்தை
ஐயே! அதி சுலபம்

அனுபல்லவி

நொய்யார் தமக்கும் உளம் கையாமலகக்கனி
பொய்யாய் ஒழிய மிகு மெய்யாய் உளதான்மா (ஐயே)

என்று வெகு அழகாகத் தொடங்கி ஐந்து சரணங்கள்வரை போகிறது. ஒவ்வொரு சரணத்தின் இறுதியிலும்

விளங்குமே; இரு ளடங்குமே; இட ரொடுங்குமே;
இன்பம் பொங்குமே

என்பது போன்ற தித்திக்கும் ஒலிநயம் கொண்ட அடிகள் உண்டு.

பல அன்பர்கள் வெவ்வேறு சந்தர்ப்பத்தில் கேட்ட சந்தேகங் களுக்கான விடைகளை வெண்பாவாக இயற்றி வைத்திருந்தார் பகவான். ஒரு நாற்பது வெண்பாக்கள் இருந்தால் தொகுத்து வெளியிடலாமே என்று முருகனார் வேண்டிக்கொள்ள தினமும் ஓரிரு வெண்பாக்களை எழுதி வரலானார். அவ்வாறு பிறந்தது தான் அற்புதத் தத்துவங்களை அப்படியே தன்னுள்ளடக்கிய உள்ளது நாற்பது என்னும் நூல். இதற்கு நாற்பது செய்யுள்களால் ஆன ஓர் அனுபந்தமும் உண்டு.

விருபாட்சி குகைவாச ஆரம்பக் காலத்தில் பகவானுடன் இருந்த சாதுக்கள் ஊருக்குள் பிட்சையெடுக்கப் போகும்போது பாடிய வண்ணம் செல்ல ஏதுவாக எழுதப்பட்டது அருணாசல அக்ஷர மணமாலை. இது நாயகனை வேண்டும் நாயகியின் பாவத்தில், எளிய தமிழில், அகரவரிசையில் எழுதப்பட்ட பாடலாகும்.

அருணாசலம் என அகமே நினைப்பவர்
அகத்தை வேர் அறுப்பாய் அருணாசலா

என்று தொடங்கும் இப் பாடல்

அகம்புகுந்து ஈர்த்து உன் அக குகை சிறையாய்
அமர்வித்தது என்கொல் அருணாசலா (3)

சுகக்கடல் பொங்கச் சொல்லுணர்வு அடங்கச்
சும்மா பொருந்திடு அங்கு அருணாசலா (31)

என்பது போன்ற 108 கண்ணிகளைக் கொண்ட வண்ண மாலையாக விளங்குகிறது.

இதுதவிர சிவப்பிரகாசம்பிள்ளை, தேவராஜ முதலியார், சுந்தரேசய்யர் உட்படப் பலர் பகவானின் முன்னிலையில் அமர்ந்து தாமே இயற்றிய பதிகங்களையோ, ஆழ்வார்கள், நாயன்மார்கள், வள்ளலார், தாயுமானவர் ஆகியோர் அருளிச்செய்த பனுவல் களையோ பாடுவதை வழக்கமாகக் கொண்டிருந்தனர்.

தானே பல நூல்கள் செய்ததோடு மட்டுமல்லாமல், சுற்றியிருந் தோருக்கும் பல கவிதை, கட்டுரை நூல்கள் எழுத பகவானின் அண்மை ஊக்கம் தருவதாய் இருந்தது. தமிழில் மட்டுமின்றி சம்ஸ்கிருதம், தெலுங்கு, மலையாளம், இந்தி, ஆங்கிலம் முதலான பல இந்திய மற்றும் அன்னிய மொழிகளில் பகவானின் வாழ்க்கை மற்றும் போதனை குறித்த நூல்கள் விரைவிலேயே வெளியாகத் தொடங்கின.

வழிபாடு விரும்பா வள்ளல்

முன்பொருமுறை குருமூர்த்தத்தில் இருந்தபோது அண்ணா மலைத் தம்பிரான் இளைய பிராமண சுவாமிக்கு பன்னீர், சந்தனம் முதலியவற்றால் அபிஷேகம் செய்யத் தயார் செய்ததையும், அதற்குச் சுவாமி 'இதற்குத் தொண்டு இதுவே' என்று கூறி உணவை மட்டுமே ஏற்றதையும் பார்த்தோம். இந்த விஷயங் களில் எப்போதுமே கண்டிப்பாகத்தான் இருந்தார்.

பல பக்தர்கள் தமது வீட்டுப் பூஜையறையில் ரமணரின் படத்தை வைத்துத் தேங்காய் உடைத்து நிவேதனம் செய்வது, கற்பூரம் ஏற்றுவது போன்றவற்றைச் செய்தனர். அந்தப் பழக்கம் மாறாமல் திருவண்ணாமலைக்கு வரும்போதும் சுவாமியின் முன் தேங்காய் உடைக்கவும், கற்பூரம் ஏற்றவும் முயற்சி செய்தவர்கள் உண்டு. இதைப் பகவான் விரும்பியதில்லை. அருகிலிருந்த பணியாளர்கள் மென்மையாகக் கூறித் தடுத்துவிடுவார்கள்.

அதேபோல அவரது பாதங்களைப் பற்றுவது, அவர் உண்ட எச்சில் இலையில் உண்பது, அவர் மிதித்த இடத்திலிருந்து மண்ணை எடுத்து இட்டுக் கொள்வது போன்ற பலவற்றையும் அவர் தடுக்கவே முயற்சி செய்தார்.

1912-ல் முதன்முறையாக அவரது பிறந்த நாளை விமரிசையாகக் கொண்டாட வேண்டும் என்று அன்பர்கள் விரும்பினர். தன்னைப் பொறுத்தவரை எல்லாவகை ஆடம்பரங்களையும் அவர் தவிர்த்தார். அதுபோலவே இந்தப் பிறந்த நாள் விழாவையும் வேண்டாம் என்றுதான் சொன்னார். அதற்குக் காரணம் சொல்லு முகமாகக் கீழ்க்கண்ட இரண்டு செய்யுள்களை இயற்றினார்.

பிறந்த நாள் ஏதோ பெருவிழாச் செய்வீர்
பிறந்தது எவண் ஆமென்று பேணிப் பிறந்துஇறத்தல்

இன்று, என்றும் ஒன்றாய் இலகு பொருளில் பிறந்த
அன்றே பிறந்த நாளாம்.

பிறந்த நாளேனும் பிறப்புக்கு அழாது
பிறந்த நாள் உற்சவமே பேணல் இறந்த
பிணத்திற்கு அலங்கரிக்கும் பெட்பென்றே தன்னை
உணர்ந்து ஒடுங்கல் தானே உணர்வு

'பிறந்தநாளைப் பெரிய விழாவாகக் கொண்டாடுகிறவர்களே!
எது பிறந்தநாள்? எங்கிருந்து நான் பிறந்தேன் என்பதை
ஆராய்வதன் மூலமாக, பிறப்பும் இறப்பும் இல்லாத ஒளி
கொண்ட பிரம்மத்தில் பிறந்த அந்த நாளே உண்மையான பிறந்த
நாளாகும்.'

'பிறந்த நாள் அன்றைக்காவது, இந்த உலகில் பிறந்தோமே
என்று அழவேண்டும். அவ்வாறு அழாமல், அதை விழாவாகக்
கொண்டாடுவது எப்படி இருக்கிறது என்றால், ஒரு பிணத்தை
மிக அழகாகச் சிங்காரித்தது போல இருக்கிறது. தன்னை
உணர்ந்து, தனக்குள் ஒடுங்குவதுதான் மெய்யான ஞானமாகும்.'

சிறியவரோ, பெரியவரோ, புகழ் கொண்டவரோ, புகழை
விரும்புகிறவரோ, ஆயிரக் கணக்கில் செலவு செய்து, பெரிய
அலங்கார வளைவுகளும், வண்ண வண்ணச் சுவரொட்டிகளும்
ஊர்வலமுமாகத் தம் பிறந்த நாளைக் கொண்டாடுகிற இந்த
நாளில், பகவானின் ஆடம்பரமற்ற தன்மை நம்மை அவசியம்
சிந்திக்கவும், செயல்படவும் வைக்கவேண்டும். விளம்பர
மில்லாமல் இந்தப் பணத்தை ஏழை எளியவரின் கல்வி, உடல்
நலம், உணவு, உடை ஆகியவற்றுக்குச் செலவிடுவோமானால்
சமுதாயத்தில் எத்தனை மகிழ்ச்சி விளையும். ரமணாச்ரமத்தில்
எல்லா நாள்களுமே ஏழைகளுக்கு அன்னமிடுதல் தவறாமல்
நடந்து வருகிறது என்பதையும் நாம் மனதில் கொள்ளவேண்டும்.

அதே நேரத்தில் இந்த ஒப்பில்லாத மகானின் வாழ்க்கையையும்
படிப்பினைகளையும் நினைவுகூருவதற்கான வாய்ப்பாகவே
இந்நாளில் ரமண ஜயந்தி விழா போன்றவை அமைகின்றன
என்கிற வகையில் ஏற்புடையனவே.

20. அதிசய ரமணர்

'இதயம் இதயம் என்கிறார்களே, அது எங்கே இருக்கு?' என்று ஒருமுறை ஒரு பக்தர் கேட்டார். உடனே ரமணர் தன் ஆள்காட்டி விரலால் அவருடைய நெஞ்சின் வலதுபக்கம் குத்தி 'இங்கே தான்' என்றார். கேட்டவருக்கு விரல் பட்ட இடத்தில் மின்சாரம் பாய்ந்தது போலிருந்தது.

இதயம் மனித உடலின் இடப்பகுதியில் இருப்பதாக அல்லவா மருத்துவப் புத்தகங்கள் சொல்கின்றன? ரமணர் வலப்புறத்தில் இருப்பதாகச் சொல்லியிருக்கிறாரே என்று ஆச்சரியமாக இருக்கலாம். இது ஆன்மிக இதயம். 'இதயம் என்பதன் மூலம் நான் எந்த ஒரு உறுப்பையும் குறிப்பிடவில்லை. ஒவ்வொரு மனிதனும், வெவ்வேறு மதம், மொழி அல்லது இனத்தைச் சேர்ந்தவனாக இருந்தாலும் உலகம் முழுதிலும் நான் என்று சொல்லும்போது இயல்பாகத் தனது வலது மார்பில் கையை வைக்கிறான். இந்த இடத்திலிருந்துதான் 'நான்' என்னும் பிரக்ஞை உண்டாகிறது.'

இதைத் தனது அனுபவத்திலிருந்து கூறுவதாக பகவான் கூறினார். ஆனால் *சீதா உபநிஷதம்* என்ற மலையாள நூலில் இந்த உண்மை சொல்லப்பட்டிருப்பதைப் பின்னாளில் கண்டறிந்தார். The Modern Psychic Gazette என்ற புத்தகம் மனிதனின் இதயம் வலதுபுறம் இருக்கிறது என்றும் அதை விஞ்ஞானக் கருவிகள் மூலம் உணரமுடியுமா என்றும் ஒரு கேள்வியை எழுப்பி யிருந்தது. இதைப் பற்றிப் பேசுகையில் ஒருவர் 'சில அன்பர்கள் பகவானின் வலது மார்பில் கையை வைத்துத் துடிப்பை உணர்ந்திருக்கிறார்கள் என்று கூறப்படுவது உண்மையா' என்று ஒரு பக்தர் கேட்டதற்கு 'ஆமாம்' என்று பதில் சொன்னார். விஸ்வநாத சுவாமி, நாராயண ரெட்டி போன்ற சிலர் இவ்வாறு

கையை வைத்துப் பார்த்துத் துடிப்பை வலதுபுறம் உணர்ந்தது உண்டு. 'கையாலே உணரமுடியுமானால், அதைவிட நுண்ணுணர்வு கொண்ட இயந்திரங்கள் எளிதில் உணருமே' என்றார்.

'வலது, இடது, நடு என்று விவாதித்துக் கொண்டிருந்தால் அதன்மேல் தியானம் செய்வது எப்படி?' என்று கேட்டார் ஒருவர். அதற்கு பகவான் சொன்ன பதில் குறிப்பிடத் தக்கது. 'வலது, இடது என்பதெல்லாம் உடலை முன்னிறுத்திய விவாதங்கள். நீ தியானம் செய்வதே இதயத்தில்தான் நிகழ்கிறது. அது இதயத்தைக் குறித்துச் செய்யப்படுவது அல்ல.'

இரண்டாவது மரண அனுபவம்

முதல் மரண அனுபவம் மதுரையில் நிகழ்ந்தது நமக்கு நினைவிருக்கும். விருபாட்சியில் இருக்கும்போது இன்னொரு சம்பவம் நடந்தது. அதற்கும் ஆன்மிக இதயம்தான் வாழ்க்கையை நடத்துகிறது என்பதற்கும் தொடர்பு உண்டு. அந்தச் சம்பவத்தைப் பார்க்கலாம்.

ரமணர், வாசுதேவ சாஸ்திரி மற்றும் பழனிசுவாமி மூவரும் பச்சையம்மன் கோவில் குளத்தில் போய் எண்ணெய் தேய்த்துக் குளித்துவிட்டு நடந்து வந்துகொண்டிருந்தார்கள். காலை பத்து மணிதான் என்றாலும் வெயில் பலமாக இருந்தது. ஆமைப் பாறைக்கு அருகில் வரும்போது திடீரென்று ரமணருக்குத் தலை சுற்றியது. அப்போது என்ன நடந்தது என்பதை ரமணரே சொல்லட்டும்.

'சுற்றியிருக்கும் இயற்கையை ஒரு வெள்ளைத் திரை வந்து மறைத்தது. திரை படிப்படியாக நகர்வது என்னால் உணர முடிந்தது. ஒரு கட்டத்தில், பாதியை நகரும் திரை மறைத்திருக்க மீதியில் இயற்கைக் காட்சி தெரிந்தது. உடனே விழுந்து விடுவோமோ என்று நின்றுவிட்டேன். கொஞ்சம் சரியானதும் நடந்தேன். மறுபடியும் இருளும் மயக்கமும் வந்ததும் பாறையின்மேல் சாய்ந்துகொண்டேன். மூன்றாவது முறையாக, பரவாயில்லை என்று தோன்றியதும் பாறையில் சாய்ந்தபடி உட்கார்ந்தேன். அப்போது அந்த வெள்ளையான ஒளிகொண்ட திரை என் பார்வையை முழுவதுமாய்ச் சுற்றி மறைத்தது, என் தலை சுற்றியது, மூச்சு விடுவதும் ரத்த ஓட்டமும் நின்று

போயிற்று. தோல் பளீரென்று நீலமாய் மாறியது. அது சாவின் நீலம், அடர்த்தி ஏறிக்கொண்டே போயிற்று.

'வாசுதேவ சாஸ்திரி நான் இறந்ததாகவே நினைத்து, என்னைக் கையில் தாங்கிக் கொண்டு அழுது ஓலமிட்டார். அவரது உடல் நடுங்கியது. என்னுடைய நிறம் மாறுவதையும், இதயத் துடிப்பும் மூச்சும் நிற்பதையும், கைகால் நுனிகள் சில்லிட்டுப் போவதையும் நான் பார்க்க முடிந்தது. அப்போதுகூட எனது பேரின்ப நிலை மாறவில்லை. எனக்கு அச்சமோ, வருத்தமோ ஏற்படவில்லை. வழக்கமான ஆசனத்தில் பாறைமேல் சாயாமல் உட்கார்ந்துவிட்டேன். ரத்த ஓட்டமோ, மூச்சோ இல்லாத உடல் அப்படியும் நிலையாக இருந்தது. பத்துப் பதினைந்து நிமிடங்கள் ஆகியிருக்கவேண்டும். வலது இதயத்திலிருந்து இடதுபுற இதயத்துக்கு ஒரு மின்னல் பாய்ந்தது. நான் மீண்டும் நினைவுக்கு வந்தேன். உயிர் மீண்டும் திரும்பி, சரியாக உடல் வேலை செய்யத் தொடங்கியது.'

இந்த ஆன்மிக இதயத்தின் இருப்பிடம் மற்றும் தோற்றத்தைத் தான் எழுதிய 'உள்ளது நாற்பது' என்ற செய்யுள் நூலின் அனுபந்தத்தில் இவ்வாறு கூறியிருக்கிறார் பகவான்:

இருமுலை நடு மார்பு அடிவயிறு இதன்மேல்
இருமுப் பொருள்உள நிறம்பல இவற்றுள்
ஒரு பொருள் ஆம்பல் அரும்பென உள்ளே
இருவிரல் வலத்தே இருப்பதும் இதயம்.

அதன் முகம் இகல் உளது அகமுள சிறுதுளை
அதனில் ஆசாதியொடு அமர்ந்துளது இருந்தமம்
அதனை ஆசிரித்து உள அகிலமா நாடிகள்
அது வளி மனது ஒளி அவற்றினது இருப்பிடம்.

(பாடல்கள்: 18, 19)

இரண்டு முலைகள், நடுமார்பு, அடிவயிறு இவற்றுக்கு மேலே பல நிறங்கள் கொண்ட ஆறு பொருள்கள் உள்ளன. இவற்றுள்ளே, அல்லி மொட்டுப்போல – ஒரு பொருள் நடு மார்புக்கு வலப்புறம் இரண்டு விரல் தொலைவில் – உள்ளதுதான் இதயம்.

அந்த அல்லி மொட்டுப் போன்று இதயத்தின் முகம் குவிந்துள்ளது. அதன் உள்ளே இருக்கும் ஒரு சிறிய துளையில்

ஆசை, கோபம் போன்றவற்றின் அளவற்ற இருள் மண்டியுள்ளது. அதிலே அகிலத்தின் எல்லாச் சூட்சும நாடிகளும் வந்து சேர்கின்றன. அந்த இதயமே பிராணன், மனம், அறிவின் ஒளி இவற்றின் இருப்பிடமாகும்.

இந்தப் பாடல்களின் பகவான் ஒரு வினோதமான நிலையை விவரிக்கிறார். இங்கே ஒரே இடத்தில் காமம் முதலியவற்றின் அடர்ந்த இருளும், அறிவின் ஒளியும் சேர்ந்து இருக்கிறது! ஏன் ஒளியின் முன்னிலையில் இருள் விலகவில்லை? அறிவானது இருளாலே சூழப்பட்டிருக்கிறது. இது சாதாரணமான மனித அறிவு. உடலையே 'நான்' என்று தவறாக நினைத்திருக்கும் பொய்யறிவு. எனவே இது உலகியலில் ஈடுபட்ட அறிவு. தான் 'ஒளி' என்பதை அறியாமல் இருளால் மூடப்பட்டிருக்கிற அறிவு. 'நான் யார்?' என்று ஒரு எண்ணம் புறப்படும் போதும், 'இது எங்கிருந்து புறப்படுகிறது?' என்று விசாரணை செய்கையிலும், ஆன்மிக இதயமாகிய உற்பத்திஸ்தானத்துக்கு மனம் செல்கிறது. தொடர்ந்த பயிற்சியில் மனம் நாசமடைகையில் மெய்யறிவு துலங்குகிறது. அப்போது இருள்விலகுகிறது. இது 'திருடனைக் கொண்டே திருடனைப் பிடிக்கும் தந்திரம்' என்கிறார் பகவான்.

பகவானுடைய அறிவுரைகளை அறிய விரும்புகிறவர்கள் அவசியம் படிக்க வேண்டிய நூல்கள் *நானார்* மற்றும் *உள்ளது நாற்பது*. இவற்றோடு அவர் மொழிபெயர்த்த சில நூல்களையும் சேர்த்து ரமணாச்ரமம் *ரமண நூற்றிரட்டு* என்ற பெயரில் வெளியிட்டுள்ளது. ஆன்மிக நாட்டம் உள்ளவர் அன்றாடம் படிக்க வேண்டிய நூல் இது.

பகவான் பல அற்புதங்களைச் செய்ததுண்டு. தம் வாழ்வில் பகவான் நடத்தியதாகப் பலர் எழுதியிருப்பதையும் தொகுத்தால் அதுவே தனியான ஒரு புத்தகமாகிவிடும். ஆனாலும் இவ்வா றெல்லாம் நடந்தன என்பதை அறியும் பொருட்டாகச் சிலவற்றை இங்கே பார்ப்போம்.

எங்கும் நிறைந்தவர்

தென்னமெரிக்க நாடுகளில் ஒன்றான பெரூ (Peru) நாட்டிலிருந்து ஒரு தம்பதியர் வந்திருந்தனர். அதிக வருமானமில்லா விட்டாலும், சிறிதளவைச் சேமித்து வைத்து ஆர்வத்தோடு இந்தியாவுக்கு வந்து பகவானைத் தரிசித்தனர். அவர்களைப்

பொறுத்தவரை இயேசு கிறிஸ்துவின் மறு அவதாரமாகவே பகவானைக் கருதினர். ஒரு தொடையில் திருடர்கள் அடித்த போது மறு தொடையிலும் விருப்பமிருந்தால் அடியுங்கள் திருடனிடம் சொன்னவராயிற்றே. அருணாசலத்துக்கு வருவதற்காக அவர்கள் பட்ட சிரமத்தை அறிந்ததும் பகவான் 'நீங்க இவ்வளவு கஷ்டப்பட்டிருக்க வேண்டாமே. அங்கே இருந்தாப்பலேயே என்னை மனசில நினைச்சால் போது மாயிருந்தது. முழுப்பயனும் ஆறுதலும் கெடச்சிருக்கும்' என்றார்.

அன்று மாலை அவர்களுடைய உரையாடல் பெரூ நாட்டைப் பற்றியதாக இருந்தது. அப்போது அவர்கள் தங்கள் ஊரின் கடலோர மணல் நிறைந்த பகுதியைப் பற்றி விவரித்தனர். 'கடற்கரையில் தரைத் தளத்தில் சலவைக்கல் போட்டிருக்கிற தல்லவா? இடையிடையே தென்னை மரங்கள் உள்ளதல்லவா? கடலைப் பார்த்து உட்காரும்படி சலவைக்கல் பெஞ்சுகூடப் போட்டிருக்கிறதே. நீங்களும் உங்கள் மனைவியும் ஐந்தாவது பெஞ்சில்தானே வழக்கமாக உட்காருவீர்கள்?' என்று பகவான் சொன்னதும் தம்பதியர் மட்டுமின்றி அங்கிருந்த பக்தர்கள் எல்லோருமே ஆச்சரியப் பட்டுப் போயினர். இத்தனை துல்லியமாக அவரால் எப்படி விவரிக்க முடிந்தது?

'இதையெல்லாம் எப்படி நான் தெரிஞ்சு சொல்றேங்கறது முக்கியமல்ல. தன்னிலையாக ஆத்மாவில் இருந்தால் தேசமோ, காலமோ தடைகளே அல்ல. அதைப் புரிஞ்சுண்டா போறும்' என்று கூறினார். இந்தப் பிரபஞ்சமே ரமணாச்ரமம் என்று அவர் கூறியது இப்போது புரிகிறதல்லவா?

எல்லாம் அறிந்தவர்

கே.என். சாஸ்திரி என்பவர் ரமணரைப் பார்க்கப் போகும்போது கையில் ஒரு சீப்பு வாழைப்பழம் கொண்டுபோனார். போகும் வழியில் அருணாசலேஸ்வரர் கோவிலுக்குப் போனார். சீப்பிலிருந்து பழத்தைப் பிய்த்தெடுக்காமலே சாஸ்திரி ஒரு பழத்தை மட்டும் அங்கிருந்த பிள்ளையாருக்கு மனதாலே நிவேதனம் செய்தார்.

இறுதியில் அவர் பகவானைப் பார்த்து பழங்களைக் கொடுத்தார். அங்கிருந்த ஒரு சாது பழச்சீப்பை குகைக்குள் வைப்பதற்காக

எடுத்துப் போகும் நேரம் பகவான் 'ஒரு நிமிஷம், பிள்ளையாருக்குக் கொடுத்த பழத்தை நாம எடுத்துக்கலாம்' என்று சொல்லி ஒரு பழத்தை வாங்கிக் கொண்டதும் சாஸ்திரியார் வியந்து போனார். எது தெரியாது பகவானுக்கு?

பகவான் மனதில் இருக்கும் சந்தேகங்களுக்குப் பேசாமலே பதில் கொடுத்ததை முன்னர் பார்த்திருக்கிறோம். சில சமயங்களில் கேட்காமலே அவர் வழிகாட்டியதும் உண்டு.

ஒரு அன்பருக்கு இல்லற வாழ்க்கையில் வரும் மேடுபள்ளங்கள், காயங்கள் இவை பிடிக்கவில்லை. பேசாமல் குடும்பம், உறவு, ஊர் இவற்றைத் துறந்துவிடலாமா என்றுகூடத் தோன்றியது. ஆனாலும், அப்படிச் செய்வதற்கு முன் ஒருமுறை ரமணரிடம் கேட்டுவிடவேண்டும் என்று நினைத்தார்.

அவர் வரும் வேளையில் பகவான் இலைகளை ஈர்க்குச்சியால் தைத்துத் தையல் இலை செய்துகொண்டிருந்தார். வந்தவர் எதுவும் கேட்பதற்கு முன்னரே பகவான் 'இதோ பார், எவ்வளவு கஷ்டப்பட்டு இந்தத் தையல் இலையைச் செய்யறோம். அப்புறம் அதைப் பயன்படுத்தறோம். அதோட வேலை முடிஞ்சதும், வேலை முடிஞ்சப்பறம்தான், நாம அதைத் தூக்கி எறியறோம்' என்றார். வாழ்க்கை என்கிற தையல் இலைக்கு அதற்கான பணிகள் இருக்கின்றன. அந்தப் பணிகளை முடிக்காமலே துயரங்களுக்கு அஞ்சி வாழ்க்கையை விட்டு ஓடிப் போய்விட முடியாது என்பதை எவ்வளவு நயமாகச் சொல்லி விட்டார் பகவான்! வந்தவருக்கும் மனதில் தெளிவு ஏற்பட்டது. தன்னிடம் வருகிறவர்களை 'ஒரு திறந்த புத்தகம் போலப் படித்துவிடுகிறார்' என்று பகவானைப் பற்றி ஹம்ஃப்ரீஸ் சொன்னது எவ்வளவு உண்மை!

நம்பியார் தந்த நோட்டுப் புத்தகம்

கே.கே. நம்பியார் என்ற ஒரு பக்தரின் கனவில் தோன்றி பகவான் ஒரு குறிப்பிட்ட நீளம், அகலம், கனம், அட்டை உடைய நோட்டுப் புத்தகம் வேண்டும் கேட்டார். பகவான் கேட்ட அதே நேரத்தில் அவரிடம் அந்த அளவுகள் கொண்ட நோட்டுப் புத்தகம் இருந்தது. அதைக் கொண்டுபோனார்.

அதைப் பார்த்ததும் பகவான் 'மாதவா, உன் கிட்ட நான் கேட்ட அதே நோட்டுப்புத்தகத்தை நம்பியார் கொண்டு வந்திருக்கிறார்

பார்' என்று கூறினார். உண்மையிலே மாதவசுவாமியிடம் இரண்டு மூன்று முறை பகவான் கேட்டும், ஏதோ காரணத்தால் மாதவசுவாமி மறந்து போயிருக்கிறார். இதே போலவே தன் கனவில் வந்து பகவான் கேட்டதாய்ச் சொல்லிக்கொண்டு இன்னொரு சமயம் டி.எஸ். ராஜகோபால அய்யர் இங்க் புட்டி கொண்டு வந்ததும் உண்டு. யாராவது ஒருவரைப் பற்றிப் பகவான் பேசுவார், அவரே வந்து நிற்பார். நார்த்தங்காய் அல்லது கடுக்காய் இருந்தால் நல்லது என்று சொல்வார், அன்றைக்கோ யாரோ ஒருவர் அதில் ஒரு மூட்டை அனுப்பிவைத்தது வந்து சேரும். இத்தகைய 'தற்செயல் நிகழ்வு'களுக்கு எண்ணிக்கையே கிடையாது. புறாவின் காயத்துக்குச் சாறு தடவப் பச்சை திராட்சை வந்தது ஞாபகம் இருக்கிறதா?

ஆனால் விளக்கத்துக்கு அப்பாற்பட்ட விந்தைகளையும் பகவான் நிகழ்த்தியதுண்டு.

பிழைத்த குழந்தை

டி.எஸ். ராஜகோபால அய்யரின் பேரன் ரமணன் என்பவன் சுட்டியான சிறுவன். ஆச்ரமத்தில் எல்லோருக்குமே அவனைப் பிடிக்கும். ஒருநாள் இரவு இருப்பிடத்துக்குத் திரும்பிப் போகையில் அவனை ஒரு பாம்பு கடித்துவிட்டது. அந்த இடத் தில் முதலுதவியோ, சிகிச்சையோ கொடுக்க வசதியில்லை. குழந்தையின் உடல் நீலம் பாரித்து, விறைத்து விட்டது. தூக்கிக்கொண்டு பகவானிடம் ஓடி வந்தார் அய்யர்.

பகவான் தன் கையால் குழந்தையைத் தடவிக் கொடுத்தார். 'ரமணா, நீ நன்றாக இருக்கிறாய்' என்று சொன்னார். அவ்வளவு தான், குழந்தை உடனே சாதாரணமாக விழித்து எழுந்தான். ஆனால் இவ்வாறு குழந்தைகளோ பெரியவர்களோ நோயி லிருந்தும் ஆபத்திலிருந்தும் பகவானை நினைத்த மாத்திரத்தில் தப்பித்த சம்பவங்கள் ஏராளம். அதற்குத் தொலைவு ஒரு பொருட்டே அல்ல.

ஆனால் சம்பந்தப்பட்டவர்கள் பகவானிடம் வந்து எவ்வாறு தாம் எல்லா முயற்சிகளும் தோல்வியுற்றபின் பகவானிடம் முறையிட அவர்களுக்குத் துன்பம் நீங்கியது என்று விவரிப்பார்கள். அவற்றையெல்லாம் பொறுமையோடு 'ஓ, அப்படியா!' என்று பகவான் கேட்டுக்கொள்வார். ஆனால் தான் ஏதும் அதிசயம்

நிகழ்த்தியதாகச் சொல்லிக்கொள்ளவே மாட்டார். 'ஆம், தானாகவே அப்படி நடக்கும்' என்று கூறினார் ஒருமுறை. 'அவ தாரம் கடவுளின் ஒரு அம்சம்தான். ஞானியோ இறைவனேதான்' என்று சொன்னதன் காரணம் இந்தச் சந்தர்ப்பங்களில் புரிகிறது.

இப்படி அதிசயங்களுக்கு ஆசைப்பட்டு மக்கள் சித்து விளை யாட்டில் விருப்பம் கொண்டுவிடப் போகிறார்களே என்ற எண்ணமும் அவருக்கு உண்டு. ஆன்மிக முன்னேற்றத்தின் மிகப்பெரிய சறுக்குமரம் சித்துக்கள்தாம். கிருஷ்ணன், இயேசு போன்றவர்கள் செய்த அற்புதங்கள்கூட அவர்கள் விரும்பிச் செய்தவை அல்ல, தன்னிச்சையாய் நிகழ்ந்தவை என்று ஒரு முறை பகவான் ஹம்ஃப்ரீஸிடம் குறிப்பிட்டதை முன்னமே பார்த்திருக்கிறோம்.

பகவானின் உபவாசம்

எல்லோரும் வகைவகையான உணவுப் பண்டங்களைக் கொண்டு வருவதும், அதை பகவான் சாப்பிட்டே ஆகவேண்டும் என்று வற்புறுத்துவதும் நாளுக்குநாள் அதிகமாகிக் கொண்டே வந்தது. இதையெல்லாம் தவிர்த்து, ஒருநாள் உபவாசம் இருக்க வேண்டும் என்று தீர்மானித்தார். விருபாட்சியில் இருந்தால் அது நடக்காது. எனவே அப்படியே கிரிவலம் வந்தால் சரியாக இருக்கும் என்று காலையிலேயே எழுந்து புறப்பட்டார்.

அப்படியே கீழே இறங்கி நடந்தார். தற்போது ரமணாச்ரமம் இருக்கும் இடத்தைத் தாண்டி இரண்டு பர்லாங் இருக்கலாம், சில பெண்கள் வந்தனர். அவர்கள் கையில் இருந்த பையைப் பார்த்தால் மலையில் இலைகள் சேகரிக்க வந்த ஏழைப் பெண்களைப் போல இருந்தது. பகவானிடம் 'இங்கே தண்ணீர் எங்கே கிடைக்கும்?' என்று கேட்டனர். பகவான் அவர்களை அழைத்துக் கொண்டுபோய்க் காட்டினார்.

அதில் ஒரு பெண் தான் தரும் உணவில் சிறிது ஏற்கவேண்டும் என்று வேண்டினாள். இவரும் சரி என்று வாங்கிக்கொண்டார். ஆனால், அந்தக் குழுவில் இருந்த ஏழுபேரும் வகைவகையான உணவுகளைக் கொடுத்து ஏற்கவேண்டும் என்று வற்புறுத்தவே வேறுவழியில்லாமல் பகவான் வயிறுமுட்டச் சாப்பிட்டார்.

பகவான் கிரிவலத்தைத் தொடர்ந்தார். மிக மெதுவாகவே அவர் நடப்பார். சில சமயம் முழுநாள் கூட ஆகிவிடும். அன்றைக்கும்

மதிய வேளை வரும்போது சில மைல் தூரமே போயிருந்தார். காலையில் சந்தித்த அதே ஏழு பெண்களும் மீண்டும் எதிர்ப் பட்டனர். 'நாங்கள் மதியச் சாப்பாடு சாப்பிடப் போகிறோம், சுவாமி அவசியம் எங்களோடு சாப்பிடவேண்டும்' என்று சொல்லி மீண்டும் ஒரு சுற்று பலமாகப் 'படையல்' செய்தனர். அன்புக்குக் கட்டுப்பட்டு அதையும் சாப்பிட்டார் பகவான்.

மறுபடியும் நடந்தார். எழுத்துமண்டபம் என்ற இடத்தை பகவான் அடையும்போது அங்கே மனவாசி ராமசுவாமி அய்யர் அவரைச் சந்தித்தார். பகவானின் உடம்புக்கு நல்லது என்று அன்று மிளகுரசத்தில் மாம்பழம் சேர்த்துத் தயாரித்து அவர் எடுத்து வந்திருக்கிறார். குகையில் சுவாமி கிரிப்பிரதட்சிணம் போயிருப்பதாகச் சொல்லவே, சரி அப்பிரதட்சிணமாகப் போனால் வழியில் பிடித்துவிடலாம் என்று அவர் வந்திருக் கிறார். அய்யர் நினைத்தது சரிதான், சரியாக இரண்டு மணிக்குச் சுவாமியைப் பிடித்துவிட்டார். உணவு கொண்டுவந்தவரின் சிரத்தையும், ஆர்வமும் பகவானைக் கட்டிப் போட்டன. இதையும் சாப்பிட்டார். பிறகு விருபாட்சிக்கு வந்து பகவான் தான் 'உபவாசம் இருந்த கதையை' எல்லோருக்கும் சொல்லிச் சிரித்தார்.

இதிலே விசேடம் என்னவென்றால், மதியவேளையில் பார்த்த போதும் அந்த ஏழு பெண்களும் கையில் வெறும் பைகளோடு இருந்தனராம். ஏதும் இலைகிலை சேகரித்ததாகத் தெரிய வில்லை. காலையில் அவர்களைச் சந்தித்த இடம் சப்த கன்னிகையர் கோவிலுக்கு அருகில்! எனவே சப்த கன்னியரே ஏழு குடியானவப் பெண்களாக வந்து பகவானின் உபவாசத்தைக் கலைத்தனர் என்று அன்பர்கள் கருதுகிறார்கள்.

இதில் நாம் புரிந்துகொள்ள வேண்டிய மற்றொன்று பகவானின் பரிபூரண சரணாகதி. எப்படி உண்ணவேண்டும் என்கிற விருப்பம் அவருக்கு இல்லையோ, உணவின் மேல் வெறுப்பும் இல்லாத வர் பகவான். தன்னை முழுதுமே இறைவனின் சித்தத்துக்கு ஆட்கொடுத்துவிட்டார். எனவே உணவு வந்தபோது, தான் உண்ணவேண்டும் என்று அருணாசலனே விரும்பினான் என்பதாக எடுத்துக்கொண்டு சாப்பிட்டார். தனக்கென்று ஒரு மனம் இல்லாதவனுக்கு ஏது விருப்பும், வெறுப்பும், தவிர்ப்பும்!

21. மதங்களைக் கடந்த மகான்

ரமணரின் போதனைகள் மதங்களைக் கடந்த உண்மைகளாய் இருந்தன. எல்லா மதங்களுமே ஆன்மிகத் தேடல்வரை அழைத்துச் செல்வதாய் இருக்கின்றன. அதற்கு அப்பால் மெய்யுணர்தலுக்குச் சுயத் தேடலொன்றே வழியாக இருக்கிறது. எனவேதான் மஸ்தான், டாக்டர் சையது போன்ற இஸ்லாமியர்களும் எண்ணற்ற கிறித்தவரும் வெளிநாட்டவரும் பிற மதத்தினரும் ரமணரின் முன்னிலையில் வந்தமர்ந்து எல்லையில்லாத அமைதியும் ஆனந்தமும் பெற்றதோடு ஆன்மிக நெறியும் உணர்ந்தனர்.

சில முகமதியர்கள் திருவண்ணாமலைக்கு ஒரு இஸ்லாமியக் கூட்டத்துக்கு வந்துவிட்டு, பகவானைக் காண வந்தனர். 'மனித வாழ்க்கையின் லட்சியம் என்ன?' என்று பகவானைக் கேட்டனர். 'இஸ்லாம்' என்று ஒரே வார்த்தையில் அவர்களுக்கு விடை கொடுத்தார் பகவான். இறைவனிடம் முழுமையாகச் சரணடைவதன் மூலம் சாந்தி பெறுவதே இஸ்லாம் என்ற சொல்லின் பொருளாகும். ரமணர் காட்டிய வழியும் இதுதானே. வந்தவர்கள் சற்று நேரம் ரமணரின் முன்னிலையில் அமைதியாக அமர்ந்திருந்துவிட்டுப் பின் அவரை வணங்கிச் சென்றார்கள்.

சாப்ஜான் என்று அன்போடு அழைக்கப்பட்ட அப்துல் வகாப் பகவானின் வகுப்புத் தோழனாக மதுரையில் இருந்ததை ஆரம்ப அத்தியாயங்களிலேயே பார்த்தோம். ரமணரோடு அவர் திருப்பரங்குன்றம் மலைக்குச் சென்று வந்திருக்கிறார்.

சாப்ஜான் காவல் துறையில் டெபுடி சூப்பரின்டெண்டாக ஓய்வு பெற்றார். மதுராந்தகத்தில் விஜயம் நாயுடு என்ற பக்தரிடத்தில் அவர் பகவானின் படத்தைப் பார்த்ததும் தன் பால்ய நண்பனை

அவருக்குத் தெரிந்துவிட்டது. பிறகு திருவண்ணாமலைக்கு வந்து பகவானைப் பார்த்தார். ஒருமுறை விழுப்புரம் ஜங்ஷனில் ரயில்பெட்டிக்குள் ஏறப்போகும் சமயம் மூன்று பர்மாக்காரர்கள் அவரைக் கத்தியால் குத்த முயன்றனர். இந்து இளைஞர் ஒருவர் குறுக்கிட்டு அந்தக் குத்துக்களைத் தன் உடலில் வாங்கிக் கொண்டதால் சாப்ஜான் உயிர் தப்பினார். அவர் நன்றிக்காகக் கூடக் காத்திராமல் கூட்டத்தில் சென்று மறைந்தார். இது பகவானின் கருணைச் செயலே என்று சுப்பராமய்யாவிடம் கூறியிருக்கிறார் சாப்ஜான்.

மற்றொரு சமயம் டாக்டர் சையது என்ற அன்பரின் முன்னிலையில் அல்லா உபநிஷத் என்ற நூலைப்பற்றி பகவான் குறிப்பிட்டார். உடனே டாக்டர் சையது இந்நூல் முகலாய மன்னர் அக்பரின் சபையில் இருந்த ஒரு பிராமணரால் எழுதப் பட்டது என்ற தகவலைத் தெரிவித்தார். பகவான் அப்போது இயேசு, முகமது ஆகியோரைத் தீர்க்கதரிசிகளாக ஏற்றுக் கொள்வதில் இந்து மதத்துக்குத் தடையில்லை என்றும் ஆனால் இன்னார்தான் கடைசித் தீர்க்கதரிசி என்று சொல்வதை ஏற்கமுடியாது என்றும் கூறினார்.

பகவான் யாரையுமே இந்துவாக வேண்டும் என்று கூறியதில்லை. பல கிறித்துவர்கள் அவரைக் கிறித்துவுக்கு இணையாகக் கருதியதுண்டு. அவருடைய சொற்களைப் பைபிளின் வசனங் களுடன் ஒப்பிட்டு வியந்ததுண்டு. ஹம்ஃப்ரீஸ் என்னும் போலிஸ்துறை இளைஞர் பதவியில் விருப்ப ஓய்வுபெற்று இங்கிலாந்தில் கத்தோலிக்கப் பாதிரியானதை நாம்.முன்னமே பார்த்திருக்கிறோம்.

வம்புக்கு வந்த பாதிரியார்

சிலர் பகவானின் உயர்வுக்கு மாசு கற்பிக்க வேண்டும் என்றோ, வம்புக்கு இழுத்து அவர் வாயிலாகவே அவரது 'அறியாமையை' உலகறிய வெளிப்படுத்த வேண்டுமென்றோ முயன்றதும் உண்டு. அவர்களிடத்தும் பொறுமையோடு பதிலளிப்பார் பகவான்.

ஜோன்ஸ் பாதிரியார் என்பவர் 1938-ல் தன்னுடன் இரண்டு பெண்களையும் ஒரு சுருக்கெழுத்தாளரையும் அழைத்து வந்திருந்தார். இந்தியா முழுதும் சுற்றுப் பயணம் செய்து தனது நூலுக்குத் தகவல் சேகரித்தார். அவருடைய நூலின் நோக்கம் 'எந்த ஒரு கிறித்துவ விசுவாசியினையும்விட இந்துமதப்

புண்ணிய புருஷர்கள் மிகச் சாதாரணமானவர்களே என்று நிரூபிப்பது' என்று கூறுகிறார் அந்தச் சமயத்தில் பகவானுடன் இருந்த A.W. சாட்விக். பலவகையிலும் பகவானை மடக்கிக் கேள்வி கேட்டும் அவர்களுக்குச் சாதகமான பதில் எதுவும் கிடைக்கவில்லை. கடைசியில் உரையாடல் இப்படித் திரும்பியது.

ஜோன்ஸ்: உங்கள் அனுபவம் என்ன?

பகவான்: என்னுடைய அனுபவம் எதுவாய் இருந்தாலும் அது கேட்பவருக்குப் பயன் தராது. ஒவ்வொருவரும் உண்மையைத் தானேதான் கண்டுகொள்ள வேண்டும். மற்றவர் எவரும் உங்களுக்காக அதைக் கண்டுபிடிக்க இயலுமா?

ஜோன்: அப்படியல்ல, ஒவ்வொருவரின் அனுபவத்துக்கும் மானுட அளவிலான மதிப்பு ஒன்று உண்டு. அதைப் பிறருடன் பகிர்ந்துகொள்ள முடியும்.

பக: கேள்வி கேட்பவர்தான் அந்தக் கேள்விக்குப் பரிகாரம் காணமுடியும் மற்றெவரும் அவருக்காக அதைச் செய்ய முடியாது.

ஜோன்: (கம்பீரமாக) எனக்கு அதன் விடை தெரியும்.

பக: சொல்லுங்களேன்!

ஜோன்: இருபது வருடங்களுக்கு முன் தேவ சாம்ராஜ்யம் எனக்குக் காண்பிக்கப்பட்டது.

இவ்வாறு தொடங்கிப் பெரிய சொற்பொழிவாற்றினார் ஜோன்ஸ். அவருக்கு வட இந்தியாவில் இரண்டு கிறித்தவ ஆச்ரமங்கள் இருக்கின்றன என்றும் அதன் மூலமாக அன்பை உலகெங்கும் பரப்புவதாகவும் கூறினார். பகவான் பேசவேயில்லை.

ஜோன்ஸ் பாதிரியார் மேலும் பகவானின் வாயைக் கிண்ட முயற்சிப்பதைக் கண்ட அங்கிருந்த பிரம்ம ஞானசபைத் தலைவரின் மனைவி திருமதி ஜினா ராஜதாசா 'மகரிஷிதான் பூமிக்குத் தேவராஜ்யத்தைக் கொண்டுவந்ததாக நாங்கள் நம்புகிறோம். நீங்கள் அவரை எதற்காக நச்சரிக்கிறீர்கள்?' என்று குறுக்கிட்டார்.

உடனே ஜோன்ஸ் பாதிரியார் 'அதை நான் எப்படி உணர்ந்துகொள்வது?' என்று மீண்டும் கேட்டார்.

இவ்வளவு நேரம் பேசாமல் ஒரு மூலையில் உட்கார்ந்திருந்த சாட்விக்குக்குப் பொறுமை போய்விட்டது. பகவானைத் தொடர்ந்து நச்சரிப்பது அவருக்குப் பிடிக்கவில்லை. கிறித்தவரான சாட்விக் 'தேவனின் சாம்ராஜ்யம் உன்னுள்ளேயே இருக்கிறது என்று பைபிள் கூறவில்லையா? நீங்கள் உங்கள் பொருட்டாக மகரிஷி மெய்ஞ்ஞானம் பெறவேண்டும் என்று ஏன் எதிர்பார்க்கிறீர்கள்?' என்று வலுத்த குரலில் கேட்டார்.

ஜோன்ஸ் உடனே 'யார் விசுவசிக்கிறார்களோ, அவர்களுக்குத் தான் பொருந்தும்' என்று கூறினார்.

'பைபிள் அப்படி எதுவும் சொல்லவில்லை. 'உன்னுள்ளே இருக்கிறது' என்று மட்டுமே சொல்கிறது' என்றார் சாட்விக். தனக்கே பைபிள் போதிக்க முயல்கிற இந்த ஆசாமி யார் என்று திரும்பிப் பார்த்தார் ஜோன்ஸ்.

'தேவசாம்ராஜ்யம் 'உங்களோடு வரும்' என்று சொல்கிறது பைபிள்' என்றார் ஜோன்ஸ்.

'இல்லை. 'உன்னுள்ளே' என்றே கூறுகிறது. மேலும் 'முதலில் தேவனின் சாம்ராஜ்யத்தைத் தேடுங்கள். அதன் பின்பு எல்லாமே உங்களுக்குச் சேர்த்துக் கிட்டும்' *(Seek ye first the kingdom of Heaven and then all things will be added to you)* என்கிறது. நீங்கள் ஏன் அதைச் செய்யக்கூடாது?' என்று சாட்விக் கேட்டதை ஜோன்ஸ் ரசிக்கவில்லை. தன்னைப் போன்ற அகில உலகப் பிரசித்த பெற்ற சமயபோதகருக்குத் தக்க மரியாதை இங்கே கிட்டவில்லை என்பதாக உணர்ந்த ஜோன்ஸ் பாதிரியார் தன் பரிவாரம் சூழ அங்கிருந்து போய்விட்டார்.

'அவர்களின் மொழியிலேயே அவர்களுக்குச் சரியான பதில் கொடுத்தாய்' என்றார் பகவான் சிரித்தபடி.

எரிச்சலைடைந்த கல்லூரி முதல்வர்

இதேபோல மற்றொரு சம்பவத்தைத் தேவராஜ முதலியார் தனது *தாயும் நீயே தந்தையும் நீயே* என்ற புத்தகத்தில் விவரிக்கிறார். முதலியார் ஆச்ரமக் கூடத்துக்குள் நுழைகையில் அவருக்குத் தெரிந்த ஒரு பெண்ணும் அவரது சகோதரியும் வெளியேறிக் கொண்டிருந்தனர். அந்தப் பெண் சென்னைக் கல்லூரி ஒன்றன் முதல்வர். அவர்களிடம் ஓரிரு நிமிடங்கள் பேசிக்கொண்டிருந்த

பின் அவர்கள் விரும்பினால் பகவானிடம் அவர்களை அறிமுகப் படுத்திவைப்பதாக முதலியார் கூறினார். கல்லூரி முதல்வரும் அதை விரும்பினார்.

அறிமுகம் ஆனவுடன் கல்லூரி முதல்வர், 'முக்தியடைவதற்காக உலகத்திலிருந்து பிரிந்து தனித்திருந்து தியானத்தில் ஈடு படுவதைக் காட்டிலும் உலக நன்மைக்காக ஏதாவதொரு விதத்தில் உழைப்பது நல்லதல்லவா?' என்று கேட்டார்.

இந்தக் கேள்வி பகவானுக்குப் புதியதல்ல. ஒரு சமூக சேவகன் செய்வதைவிடப் பல மடங்கு நன்மையை ஆத்மானுபூதி அடைந்தவன் செய்கிறான் என்று கூறி இதுபற்றி 'ஒரு குகையில் இருக்கும் ஞானி ஒரு சமூக சேவகனைவிட அளவுகடந்த நன்மையைச் செய்கிறான்' என்று விவேகானந்தர் கூறியுள்ளதையும் அவர் பல சந்தர்ப்பங்களில் விளக்கியதுண்டு. இது உண்மைதான் என்பதை கே.கே. நம்பியார் கண்கூடாகப் பார்த்திருப்பதாக எழுதியிருக்கிறார். நம்பியார் அமெரிக்கா வுக்குப் போனபோது கருப்பர் இனத்தவரின் மேன்மைக்காகப் பாடுபட்ட வெள்ளையர் ஒருவரின் வீட்டில் ரமணரின் படத்தைப் பார்த்தார். 'ரமணர்தான் தமது சேவையின் உந்து சக்தி' என்று அவர் சொன்னாராம்.

என்ன காரணத்தாலோ இப்போது பகவான் கல்லூரி முதல்வரின் கேள்விக்குப் பதில் சொல்ல விரும்பவில்லை. எப்படியாவது ரமணரின் வாயிலிருந்து வார்த்தையைப் பிடுங்கவேண்டும் என்ற எண்ணத்தில் அவர் பத்து நிமிடங்களுக்கு மேல் அதைப் பற்றியே தொடர்ந்து பேசினார். பகவான் வாயே திறக்காததைப் பார்த்து எரிச்சலடைந்த அவர்கள் ஏமாற்றத்துடன் வெளியேறினர்.

அவர்கள் வெளியே சென்றதும் பகவான் 'அவர்களிடம் என்ன சொன்னாலும் பயனில்லை. சொன்னால் இவை இன்னாரது கருத்து என்று பத்திரிகையில் வெளியாகும். அது முடிவில்லாத தர்க்க வாதத்தில் கொண்டுபோய் விடும். எனவே மவுனமாய் இருப்பதே மிகச் சிறந்தது' என்று தேவராஜ முதலியாரிடம் கூறினார்.

22. முழுமையில் கலந்த முழுமை

ஒருமுறை பகவான் விளையாட்டாகக் கூறினார் 'நீங்கள் என் காலைப் பிடித்துவிட்டுப் புண்ணியம் தேடிக்கொள்ளப் பார்க்கிறீர்கள். அந்த எண்ணெயை இங்கே கொடுங்கள், நானே தடவிக்கொள்கிறேன். எனக்கும்தான் கொஞ்சம் புண்ணியம் வரட்டுமே' என்று. எலும்புகள் தேய்ந்ததனால் அவருக்கு மூட்டு வலி வந்திருந்தது. முதுகு மற்றும் தோள்பட்டையையும் வலி தாக்கியது. ஒருமுறை அணிலொன்றைத் துரத்திய நாய் அதைப் பிடித்துவிடக் கூடாதே என்று தன் கையிலிருந்த தடியை வீசுகையில் கீழே விழுந்தார். அப்போது தோள்பட்டை எலும்பு முறிந்தது.

எதைப் பற்றியும் கவலை கொள்ளாதவரான அவரது தோற்றத்தில் வயதுக்கு மீறிய வயோதிகம் தென்பட்டது. அன்பர்கள் சத்தான உணவு, பழங்கள், ஊட்டமருந்துகள் அவர் உண்ணவேண்டும் என்று விரும்பினர். அவரோ எது வந்தாலும் 'எனக்கு நல்லதென்றால் மற்றவர்களுக்கும் அது நல்லதாகத்தானே இருக்கவேண்டும்' என்று கூறிப் பகிர்ந்தளிப்பவராகவே இருந்தார். யாராலும் அவருக்கென்று ஒன்றைத் தனியாகச் செய்ய முடியவில்லை.

இவை போதாதென்று அவருடைய இடது முழங்கை முட்டுக்குக் கீழே சார்க்கோமா என்ற ஒருவகைக் கழலைக்கட்டி வந்தது. அது வந்த இடத்திலேயே மீண்டும் வரும் புற்றுநோய் வகையைச் சேர்ந்தது என்பதை அறியாத ஆசிரம வைத்தியர், பகவான் அவசியமில்லை என்று கூறியும், அறுவைசிகிச்சை செய்து அகற்றினார். பிப்ரவரி 1949-ல் இது நடந்தது. ஒரு ஞானியின் உடலில் சஸ்திர சிகிச்சை செய்வது வழக்கமில்லை. ஆனால் அவர் மீது கொண்ட அளவுகடந்த அன்பே அவரது வார்த்தையை

மீறச் செய்தது. பிறருக்கு நன்மை என்றால் யாராலும் பகவானின் அபிப்பிராயத்தை மாற்ற முடியாது. சொல்வதைச் செய்வதில் உறுதியாக இருப்பார். தனது உடல் என்னும்போது அவர் அத்தனை 'கருணை' காட்டவில்லை என்றுதான் சொல்லவேண்டும்.

சில அன்பர்கள் பகவான் மனதுவைத்தால் தனது நோயைத் தானே குணப்படுத்திக்கொண்டு விடலாம் என்றனர். 'நான் என் மனவலிமையினால் என்னைக் குணப்படுத்திக் கொள்ள வேண்டு மென்று சுப்பராமய்யா விரும்புகிறார். ஆனால் ஞானிக்கு சுயமாக மனம் இல்லை. அவனுக்கு உடலும் இல்லை; அந்த உடலுள் அதன் வாரிசாக இருக்கும் வியாதிகளும் இல்லை' என்று பகவான் அருகிலிருந்த சிலரிடம் கூறினார்.

இதில் நாம் கவனிக்க வேண்டியவை, வியாதிகள் வருவது உடலுக்குத்தான் என்பதும் ஒரு ஞானி உடலுக்கு வரும் நோயைத் தனதாகக் கருதுவதில்லை என்பதும்தான். அதனால் பாதிக்கப் படுவதும் இல்லை. சிறிதும் மயக்க மருந்தே இல்லாமல் அந்தப் புற்றுக் கட்டியை பகவானின் கையிலிருந்து அகற்றினார்கள். மற்றவர்களானால் வலியில் கதறியிருப்பார்கள். பகவானோ யாருக்கோ நடப்பது போலப் பாராமுகமாய் இருந்தார். ஒரு முறை பகவானுக்குத் தொண்டர் ஒருவர் காலைப் பிடித்துவிட்டுக் கொண்டிருந்தார். சிறிது நேரம் கழித்து, 'எதுக்கோ என்னமோ செய்யற மாதிரி இருந்தது' என்றார். அதாவது கால் பிடித்துவிட்ட உணர்வுகூடத் தனக்கு இல்லை என்பது குறிப்பு.

ஆங்கில வைத்தியம், ஹோமியோபதி, யூனானி, மூலிகை வைத்தியம் என்று பலவகை முறைகளையும் அவர்மீது பிரயோ கித்துப் பார்த்தார்கள். எப்படியாவது பகவான் குணமடைந்துவிட மாட்டாரா என்கிற ஆவல் அவர்களுக்கு. ஒவ்வொன்றையும் வேண்டாம் என்று கூறுவார், ஆனால் அவர்களது தொடர்ந்த வற்புறுத்தலுக்கு இணங்குவார். ரேடியக் கதிர்கள் பாய்ச்சினர், பச்சிலை அரைத்துப் பூசினர், கஷாய அபிஷேகம் செய்தனர், ஒத்தடம் கொடுத்தனர். எதற்கும் மசியவில்லை கட்டி.

வைத்திய நாதனாக இருந்து தனது அன்பர்களின் நோய்களை யெல்லாம் குணப்படுத்திய பகவானுக்கு எப்படி நோய் வந்தது என்ற கேள்வி எழுவது இயற்கையே.

'உடலின் வாரிசு நோய்' என்றார் பகவான். நோய்கள் பாவத்தின் பலன் என்பது இந்தியத் தத்துவம். பிராரப்தம் என்று முன்னர்

பார்த்தோம். பாவபுண்ணியங்களை முழுதுமாய் எரித்து விட்டவன் தானே ஞானி. ஆனால் சரித்திரத்தில் பார்த்தால் இயேசு சிலுவையில் அறையுண்டார், ராமகிருஷ்ண பரமஹம்சர் தொண்டையில் புற்றுநோய் கண்டு இறந்தார் என்று காண்கிறோம். இவர்களுக்கு ஏது பிராரப்தம்? இந்த மகான்கள் தமது மிதமிஞ்சிய கருணையால் பிறரது பாவங்களை ஏற்றுக் கொண்டார்கள்.

அன்பரொருவர் தான் பெரிய பாவி என்று கருதினார். பகவானிடம் சரணடைந்தார். ரமணர், 'சரி, நான் என்ன கேட்டாலும் கொடுப்பாயல்லவா?' என்றார். 'ஆமாம் சுவாமி' என்றார் அன்பர். 'முதலில் உன் புண்ணியங்களை எனக்குக் கொடுப்பதாகச் சொல்' என்றார். 'சுவாமி, நான் எங்கே புண்ணியம் செய்தேன் உங்களுக்குக் கொடுப்பதற்கு. என் வாழ்வை நீங்கள் அறியமாட்டீர்கள்' என்றார். 'பேசாமல் நான் சொல்கிறபடிச் செய்' என்றார் பகவான்.

'சரி, என் புண்ணியத்தை எல்லாம் கொடுத்தேன்' என்றார். அடுத்து பகவான் சொன்னார்: 'இப்போது உன் பாவத்தை எல்லாம் எனக்குக் கொடுத்துவிட்டதாகச் சொல்'.

'ஐயோ பகவானே. நான் கொடிய பாவி' என்று அழுதார் அன்பர். 'சொல்லவே முடியாத பாவங்கள் செய்தவன் நான்' என்றார் அவர்.

'பரவாயில்லை, அதைப் பற்றி உனக்கென்ன. கேட்டால் கொடுக்க வேண்டியதுதானே உன் வேலை' என்று கூறினார். மிகுந்த துயரத்துடன் தனது பாபங்களையும் கொடுப்பதாகச் சொன்னார் அன்பர். அந்த நிமிடமே அவரது மனத்தில் மிகுந்த நிம்மதி ஏற்பட்டது, வாழ்க்கை மாறிப்போனது. பகவான் அவரது பாபங்களைச் சுமந்தார்.

கிருஷ்ண மூர்த்தி என்பவர் ஒருமுறை பகவான் முன்னிலையில் தரிசனக் கூடத்தில் உட்கார்ந்திருக்கையில் அவரது ஆள்காட்டி விரலில் தாங்கமுடியாத வலி ஏற்பட்டது. என்ன செய்வது என்று தெரியவில்லை, ஆனால் பொறுத்துக் கொண்டு உட்கார்ந் திருந்தார். சிறிது நேரத்தில் பகவான் தனது ஆள்காட்டி விரலை நீவி விட்டுக் கொள்வதைப் பார்த்தார் கிருஷ்ணமூர்த்தி, அவரது விரலிலிருந்த வலி முற்றிலும் நீங்கிவிட்டது. இவ்வாறு பகவான் கருணையினால் ஏற்ற நோய்கள் எவ்வளவோ.

ஒரு கதை உண்டு. நெடுநாள் தவம் செய்த ஒருவரின் முன்னே ஸ்ரீ கிருஷ்ணன் தோன்றினார். என்ன வரம் வேண்டுமோ கேள் என்றார் கிருஷ்ணன். பக்தர் தனது வலது காலில் இருந்த யானைக்கால் நோயை இடது காலுக்கு மாற்றும்படி வரம் கேட்டார். ஆச்சரியப்பட்ட கிருஷ்ண பகவான் 'நீ நோய் குணமாகும்படி வேண்டியிருக்கலாமே. அதைவிட்டு ஏன் கால் மாற்றி வைக்கும்படிக் கேட்டாய்?' என்று வினவினார். அதற்கு பக்தர் சொன்னார் 'பிராரப்தத்தால் வந்த நோயை அனுபவித்துத் தான் தீர்க்கவேண்டும். உன் வரத்தால் குணமாகிவிட்டதென்றால், மறுபடி அதை அனுபவிக்க இன்னொரு பிறவி எடுக்க வேண்டிய தாகிவிடும்' என்றாராம் அவர்.

எனவே அவரவர் பிராரப்தத்தை அனுபவித்துத்தான் தீர்க்க வேண்டும். ஆனால் பெருங்கருணை கொண்ட மகான்கள் பிறரது துன்பத்தை ஏற்றுக் கொள்கிறார்கள்.

ஒருவன் ரயிலுக்குப் போகும்போது தன்னுடன் பெட்டியை எடுத்துப் போகிறான். ரயிலில் ஏறியபின் பெட்டியை அதற்கான இடத்தில் வைத்துவிடுகிறானா அல்லது உள்ளேயும் அதைத் தன் தலைமேலே வைத்துக்கொண்டிருக்கிறானா? அப்படி வைத்துக் கொண்டிருப்பவனைப் பார்த்துச் சிரிக்கமாட்டார்களா? இந்த உதாரணத்தைத் தான் பகவான் சொன்னார். 'குரு என்று ஒருவரை ஏற்றபின் ஏன் எல்லா பாரங்களையும் நீயே சுமந்து கொண்டிருக்கிறாய்? பெட்டியை அதற்கான இடத்தில் வைத்து விட்டுப் பயணம் செய்வதுதானே உன் வேலை!' என்று கூறினார். தன்னிடம் வந்து சரணாகதி அடைந்தவர்களின் முழு பாரத்தையும் தானே ஏற்றார் ரமண பகவான்.

1949-ம் ஆண்டு மார்ச் மாதம் முதலில் அறுவை சிகிச்சை செய்த இடத்திலேயே மீண்டும் பெரிதாகக் கட்டி வந்தது. சென்னையிலிருந்து வந்த ரணசிகிச்சை நிபுணர்கள் இதைப் புற்றுநோய் என்று கண்டு மீண்டும் கத்தியால் அகற்றினர். அந்த இடத்தில் புண் ஆறவே இல்லை. மாறாக வீக்கம் கண்டு, கட்டி பெரிதாய்த் தோன்றி கையின் பிற இடங்களுக்கும் பரவியது.

இப்போது மருத்துவர்கள் சொன்ன வழி கையையே அகற்றுவது. இதற்கு பகவான் உடன்படவில்லை. ஞானியின் அங்கத்தை பின்னப்படுத்தலாகாது என்பது மரபு. பகவான் இதற்கு உடன் படவே இல்லை. 'பயப்படுவதற்கு ஒன்றும் இல்லை. தேகம்

என்பதே ஒரு பிணி. அதன் முடிவை அதன் போக்கிலேயே விட்டுவிடலாமே. ஏன் சிதைக்க வேண்டும்?' என்று கூறினார் பகவான். 'பயப்படுவதற்கு ஒன்றுமில்லை' என்று அவர் கூறியது பக்தர்களுக்கு ஆறுதலளித்தது. ஒரு பெண்மணி விக்கிவிக்கி அழுதார். 'மற்றவர்களையெல்லாம் குணப்படுத்தும் நீங்கள் உங்களுக்குச் செய்துகொள்ளக் கூடாதா?' என்று மன்றாடினார். பகவான் தன் கையை மட்டும் இரண்டு மூன்றுமுறை 'சும்மாயிரு' என்பது போல அசைத்தார். ஆனால் அந்தப் பெண்ணின் உண்மையான அக்கறையைப் பார்த்துவிட்டு 'இந்த உடல்மீது இத்தனை பற்று எதற்கு? அது போகட்டும், விடு' என்றார்.

இந்தச் சந்தர்ப்பத்தில் பாகவத புராணத்தில் இருக்கும் 'கள்வெறி கொண்டவன் தன் மீது ஆடையிருக்கிறதா இல்லையா என்றே அறியமாட்டான். அதுபோலத் தன்னை உணர்ந்த சித்தன் தன் உடல் இருக்கிறதா என்று உணரக்கூட மாட்டான். ஏனெனில் நிலையற்ற இந்த உடல் கிடந்தாலும் இயங்கினாலும் அது வினைப் பயனில் கொண்டு போய் முடியும்' என்று பொருள்படும் பாடலைத் தமிழில் கலிவிருத்தத்தில் அமைத்தார்:

தனு நிலைஇலதாம்; தங்கினும் எழினும்
வினையினால் அடுத்து விடுத்திடுமேனும்
புனை துகிலினைக் கள்வெறிக் குருடனைப்போல்
தனையுணர் சித்தன் தனு உணர்கிலனே

(தனு - உடல்; புனை துகில் - அணியும் ஆடை)

'உங்களுக்குச் சிந்திக்காமலிருப்பது எவ்வளவு கஷ்டமோ, எனக்குச் சிந்திப்பது அவ்வளவு கஷ்டம்' என்று பகவான் கூறியதுண்டு. மனம் இருந்தால்தானே சிந்திப்பதற்கு. வலியை உணர்வதும் மனம்தான். ஆகவே வலியில்லை என்று பொருளல்ல, அதை ஞானி உணர்வதில்லை, அவ்வளவே. முழங்கை கனத்து வீங்கி புற்றுக் கட்டி பெரிதான போதும் கூட 'வலி இருக்கிறது' என்று சொன்னாரே தவிர 'எனக்கு வலிக்கிறது' என்று கூறவில்லை.

ஒரு மூலிகை வைத்தியர் தன்னாலியன்ற எல்லாம் செய்தும் எதுவும் முடியாமல் போகவே வேறொரு நாட்டு வைத்தியரின் கைக்குப் பொறுப்பு மாறிற்று. அப்போது பகவான் 'இவ்வளவு சிரமப்பட்டு வைத்தியம் செய்தும் பயனில்லையே என்று வருந்தாதீர்!' என்று அவருக்கு ஆறுதல் கூறினார். அந்த

வைத்தியர் இதை ஒரு தோல்வியாக எண்ணி மனம் நோகக் கூடாதே என்பதில் பகவானுக்கு அவ்வளவு அக்கறை. 'போகப் போக எல்லாமே சரியாகிவிடும்' என்று பகவான் கூறினார். அவருக்குத் தெரியாதா என்ன?

1949 டிசம்பர் மாதத்துக்குள் நான்கு முறை அறுவை சிகிச்சை நடந்துவிட்டது. ஒரு நிலையில் இந்த வைத்தியப் பரிசோதனை களை நிறுத்த விரும்பினார். 'போதும், இனி எந்தச் சிகிச்சையும் தேவையில்லை' என்று சொல்லிவிட்டார்.

உடல் நலிந்து மிகப் பலகீனமாய் இருந்தபோதும் பக்தர்கள் தன்னைப் பார்ப்பதைத் தடைசெய்ய ஒப்பவில்லை. தரிசனக் கூடத்தின் முன்புறம் குளியலறையோடு கூடிய ஒரு சிறிய அறை கட்டப்பட்டது. அவ்வறையின் முன்புறம் ஒரு மஞ்சம் போட்டு அதிலே அமர்ந்துகொண்டு வந்தவர்களுக்கு தரிசனம் கொடுத்தார். 1950-ம் ஆண்டு ஜனவரியில் அவரது பிறந்தநாள் அன்று கோவில் யானை வந்து அவரை வணங்கிச் சென்றது. 'அந்தக் காலத்தில் யானை கட்டும் மண்டபத்தில் இத்தோடு இருந்திருக்கிறேன். பழைய நண்பனைப் பார்க்க வந்திருக்கிறது யானை' என்று பகவான் ஒருமுறை சொன்னதுண்டு.

அவரைப் பார்த்தவர்களுக்கு இன்னும் அதிகநாள் இந்தத் தேகம் தாங்காது என்று புரியத் தொடங்கியது.

அவரது அறைக்கு வெளியே உட்கார்ந்து பக்தர் குழாம் ஒன்று பக்திப்பாடல்களைப் பாடியது. அதனால் பயன் உண்டா என்று கேட்டதற்கு 'நல்ல காரியங்களில் ஈடுபடுவது நல்லதுதானே. பாடட்டும்' என்று சொன்னார்.

அறுவை சிகிச்சை செய்த புண்ணுக்கு அருகே வேறொரு கட்டி தோன்றித் தோளின் அருகேவரை பரவியது. உடலில் ரத்த சோகை வந்தது. மிதமிஞ்சிய வலி இருக்கும் என்று டாக்டர்கள் கூறினர். ஆனால் அப்படி எதுவும் இருப்பதாக பகவானைப் பார்த்தால் தெரியவில்லை. சோர்வுதான் தெரிந்தது. ஆனாலும் வந்தவர் களிடம் 'சாப்பிட்டீர்களா? சரியாக உங்களைக் கவனித்துக் கொள்கி றார்களா?' என்பது போன்ற உபசரிப்புகளை பகவான் விட வில்லை.

'எல்லாத்துக்குமே மத்தவா உதவி தேவைப்படறது. இந்த தேக பாரத்தை யார் சுமப்பா? நாலுபேர் தூக்கிண்டு போற பளுவை

நானே சுமக்கணுமா?' என்று தொண்டர்களிடம் கேட்டார். உடல் தான் வந்ததற்கான வேலையை முடித்துவிட்டது. 'உடம்பு வாழை இலை மாதிரி. எத்தனை விதமாப் பரிமாறிச் சாப்பிட்டாலும் கடைசியிலே தூக்கிப் போடத்தானே வேணும். மடிச்சுக் கையிலே பத்திரமா வச்சுக்க முடியுமா?' என்று டாக்டர் டி.என். கிருஷ்ணசாமியிடம் சொல்லியிருக்கிறார்.

உடலைப் பற்றியும் மோட்சத்தைப் பற்றியும் சாதாரண நேரத்தில் தத்துவம் பேசுகிறவர்கள் தமது வயோதிகத்தில் தளர்ந்து மனம் நொந்துவிடுவதுண்டு. ஆனால் எல்லாம் கடந்த ஞானியான பகவான் தனது இறுதி நாள்களைக்கூடப் பிறருக்குப் படிப்பினையாகத்தான் செய்தார். 'மோட்சம்னா என்ன தெரியுமோ, இருக்கற மாதிரி தோணற, இல்லாத துன்பத்தைத் தொலைச்சு, எல்லாத்தையும் கடந்து, எப்போதும் சாசுவதமான மெய்யுணர்வை எட்டறதுதான் மோட்சம்' என்றார் தானே ஒருநாள்.

'நான் எங்கும் போகவில்லை. எங்கும் போகமுடியாது. இங்கேதான் உள்ளேன்' என்றும் அவர் உறுதியளித்தார்.

ஏப்ரல் 13, வியாழக்கிழமை. மூச்சடைப்பு ஏற்படுகிறது. அதைச் சற்றே எளிதாக்குவதற்கான மருந்தை ஊசிமூலம் செலுத்த ஒரு மருத்துவர் முன்வந்தார். 'அது அவசியமில்லை. இரண்டு நாளில் எல்லாம் சரியாகிவிடும்' என்று தடுத்து மறுத்துவிட்டார் பகவான். இரவில் எப்போதும் தன்னுடனே இருக்கும் பணியாளரை 'நீங்கள் போய் தியானம் செய்யுங்கள், அல்லது தூங்குங்கள்' என்று கூறி அனுப்பிவைத்தார்.

ஏப்ரல் 14, 1950, வெள்ளிக்கிழமை. அன்று காலையிலேயே தொண்டர்களை தியானம் செய்யும்படிப் பணித்தார். நடுப் பகலில் வழக்கம்போல நீராகாரம் கொண்டுவந்தனர். எப்போதும் நேரம் தவறாதவராகிய பகவான் 'மணி என்ன?' என்று கேட்டார். பிறகு தனக்குத்தானே 'இனிமே காலம் நேரம் எல்லாம் என்ன கணக்கு' என்று சொல்லிகொண்டார்.

அவரைச் சுற்றித் தொண்டர்கள் நின்றிருந்தனர். தனக்கே உரிய பாணியில் 'இங்கிலீஷ்காரா 'தாங்ஸ்'னு சொல்லுவா. நாம 'சந்தோஷம்'னே சொல்வோம்' என்று மிக நயமாக அவர்களுக்குத் தன் நன்றியறிதலைச் சொல்லிக்கொண்டார்.

இதற்குள் பல நகரங்களுக்கும் பகவானின் நிலை குறித்த செய்தி பரவிவிடவே ஏராளமான பேர் வரிசையாகத் தரிசனம் செய்தபடி, சோகமயமாய் நகர்ந்தவண்ணம் இருந்தனர். வற்றி எலும்புக் கூடான பகவானின் உடலைப் பார்த்து மனம் வெதும்பாதவர் இல்லை. ஆனாலும் அமைதி காத்தனர். சிலருக்கு அவரது பார்வையின் ஒளிவீச்சில் பிரியாவிடை கிட்டியது.

மாலை தரிசனம் முடிவு பெற்றது. ஆனால் யாரும் ஆச்ரமத்தி லிருந்து நகரவில்லை. சூரியன் மறையும் நேரம், தன்னைத் தூக்கி மஞ்சத்தில் சாய்ந்து உட்காரவைக்கச் சொன்னார். தொட்டாலே நோவெடுக்கும் நிலையில் இருந்தது உடல். அதைப்பற்றிக் கவலைப்பட வேண்டாமென்று சொல்லிவிடவே, ஒருவர் தலையைப் பிடித்துக்கொண்டு மெல்ல உட்கார வைத்தனர். மருத்துவர் ஒருவர் பிராணவாயு செலுத்த முற்பட்டார், அதையும் மறுதலித்துவிட்டார்.

வெளித்தாழ்வாரத்தில் ஒரு பக்தர் குழாம் எதிர்பாராதவிதமாக 'அருணாசல சிவ' என்று பாடத் தொடங்கியதும் பகவானின் கண்கள் சற்றே திறந்து ஜொலித்தது. கனிவே உருவான உதட்டில் ஒரு சிறு புன்னகை அரும்பியது. விழி ஓரத்தில் ஓரிரு ஆனந்தக் கண்ணீர்த் திவலைகள் உருண்டு கன்னத்தில் இறங்கின. ஆழ்ந்த மூச்சு ஒன்று வந்தது. அவ்வளவுதான், அடுத்த மூச்சு வரவில்லை. வழக்கமாக ஏற்படும் எந்த மரண அறிகுறிகளும் கிடையாது.

வெளியே குறுக்கும் நெடுக்குமாய் நடந்துகொண்டிருந்த பிரெஞ்சுச் செய்திப் புகைப்படக்காரர் ஒருவர் வானத்தில் பிரகாசமான எரிநட்சத்திரம் பகவான் அறையிலிருந்து கிளம்பி அருணாசல மலையை நோக்கி வடக்குப் புறமாகச் சென்றதைப் பார்த்துவிட்டுத் தன் கைக்கடியாரத்தைப் பார்க்கிறார். இரவு மணி 8.47. அதுதான் பகவான் மஹாசமாதியடைந்த நேரம்.

தன் இறுதிமூச்சை பகவான் விட்ட அந்த அறையில் இன்றும் அவர் பயன்படுத்திய மஞ்சம், கமண்டலம், கடிகாரம், கைத்தடி போன்ற பொருட்கள் வைக்கப்பட்டிருக்கின்றன. பகவான் அங்கே கம்பீரமாக உட்கார்ந்து நம்மைப் பார்த்துப் புன்னகைப்பது போன்ற பிரமை ஏற்படுகிறது. எது பிரமை? எது நிஜம்? அவர் இல்லாத இடமும் காலமும் ஏது?

பின்இணைப்பு

ரமணரின் வாழ்க்கையில் சில முக்கியக் கட்டங்கள்:

1879   டிச. 30, திங்கட்கிழமை மார்கழி 16, பிரமாதி வருடம், புனர்வசு நட்சத்திரம்ஆருத்ரா தரிசன நாள்இரவு 1.30க்குத் திருச்சுழியில் பிறந்தார்.

1891   திருச்சுழியில் தொடக்கக் கல்விக்குப் பின் திண்டுக்கல் போகிறார்.

1892   பிப். 18: தந்தையார் சுந்தரமய்யர் மறைவு; மதுரைக்குப் போகிறார்.

1895   நவ.: பெரியவர் ஒருவர் 'அருணாசலம்' என்று சொல்லக் கேட்கிறார்.

1896   ஜூலை மாத நடுவில் 'மரண அனுபவம்' ஞானத்தைத் தருகிறது.

ஆக. 29, சனிக்கிழமை: மதுரையிலிருந்து திருவண்ணா மலை புறப்படுகிறார்.

செப். 1, செவ்வாய்க்கிழமை: திருவண்ணாமலை சேர்ந்து கோவிலில் தங்குகிறார். ஆயிரங்கால் மண்டபம், இலுப்பை மரம், பாதாள லிங்கம், கோபுரம் ஆகியவற்றில் இருந்தார்.

1897   ஊருக்கு வெளியே குருமூர்த்தத்துக்குப் போகிறார். கோவிலிலும் மாந்தோப்பிலும் இருந்தார்.

1898   மே: சிற்றப்பா நெல்லையப்பய்யர் வருகை; மாந் தோப்பில் சந்திப்பு.

செப்.: பவழக்குன்றுக்குப் போகிறார்.

டிச.: தாயார் அழகம்மாள் வருகை.

1899 பிப்.: அருணாசல மலைமேல் குடியேறல். பல குகைகளில் இருந்தாலும், விருபாட்ச குகையிலே அதிகம் இருந்தார். வெயில்நாள்களில் மாமரக் குகையில் இருந்தார்.

1900 விருபாட்ச குகையில் கம்பீரம் சேஷய்யாவின் கேள்வி களுக்குப் பதிலளிக்கிறார்.

1902 ஆன்ம விசாரம் என்ற பெயரில் இது புத்தகமாக வெளி வருகிறது.

சிவப்பிரகாசம் பிள்ளை கேட்ட கேள்விகளுக்கான பதில் 'நானார்?' என்ற புத்தகமாக வெளிவருகிறது.

1905 பிளேக் நோய் பரவவே ஆறு மாதங்களுக்குப் பச்சை யம்மன் கோவிலில் தங்குகிறார். பின்னர் மலைக்குத் திரும்புகிறார்.

1907 நவ. 18: பகவான் காவ்யகண்ட கணபதி சாஸ்திரிக்கு உபதேசம் செய்கிறார்.

1908 ஜன. முதல் மார். வரை கணபதி முனி மற்றும் சிலரோடு பச்சையம்மன் கோவிலில் தங்குகிறார். மீண்டும் மலைக்குச் செல்கிறார்.

ஆதிசங்கரரின் 'விவேக சூடாமணி', 'திருக்கு திருஸ்ய' விவேகம் ஆகியவற்றைத் தமிழாக்குகிறார்.

1911 நவ.: முதல் மேற்கத்தியரான எப்.எச். ஹம்ஃப்ரீஸ் பகவானைச் சந்திக்கிறார்.

1912 ஆமைப்பாறையில் இரண்டாவது மரண அனுபவம். வாசுதேவ சாஸ்திரி அருகிலிருக்கிறார்.

1914 அம்மாவுக்காக அப்பளப்பாட்டு எழுதுகிறார். விருபாட்சி யில் பின்கண்டவற்றையும் எழுதினார்: அருணாசல அக்ஷரமணமாலை, அருணாசல பதிகம், அருணாசல அஷ்டகம், தேவிகாலோத்தரம் (தமிழாக்கம்), தக்ஷிணா மூர்த்தி ஸ்தோத்திரம், குரு ஸ்துதி, அத்தாமலகம்.

1916 ஸ்கந்தாச்ரமம் செல்கிறார்.

1917 சம்ஸ்கிருதத்தில் அருணாசல பஞ்சரத்னம் எழுதுகிறார்.

தாயார் ஸ்கந்தாச்ரமத்தில் தங்குகிறார்.

கணபதிமுனி சம்ஸ்கிருதத்தில் ஸ்ரீ ரமண கீதை எழுதுகிறார்.

1922 மே. 19, வெள்ளிக்கிழமை: அழகம்மாளின் மஹாசமாதி.

டிச. நடுவில் தற்போதைய ஸ்ரீ ரமணாச்ரம இடத்துக்கே வந்துவிடுகிறார்.

1927 'உபநிஷத் சாரம்' நூலைத் தமிழ், தெலுங்கு, சம்ஸ்கிருதம், மலையாளம் ஆகிய மொழிகளில் எழுதுகிறார்.

ஏப். 24: ஆன்ம வித்தை பாடல் எழுதுகிறார்.

1928 தமிழில் 'உள்ளது நாற்பது' என்றும் அதையே மலையாளத்தில் 'சத் தர்சனம்' என்றும் எழுதுகிறார்.

1930 கணபதி முனி சத் தர்சனம் நூலை சம்ஸ்கிருதத்தில் மொழிபெயர்க்கிறார்.

1933 'சர்வஞானோத்தர ஆன்மசாட்சாத்காரப் பிரகரணம்' என்ற சமஸ்கிருத நூலைத் தமிழில் மொழிபெயர்க்கிறார்.

1939 செப். 1, வியாழக்கிழமை: மாத்ருபூதேஸ்வரர் கோவிலுக்கு அடிக்கல் நாட்டுகிறார்.

1940 ஸ்ரீ பகவத் கீதையின் 42 சுலோகங்களைத் தமிழில் மொழிபெயர்க்கிறார்.

1947 பிப்.: ஏகான்ம பஞ்சகம் என்ற தலைப்பிலான ஐந்து சுலோகங்களை தமிழ் மற்றும் தெலுங்கில் எழுதுகிறார்.

1948 ஜுன் 18: பசு லட்சுமி முக்தியடைகிறது.

1949 மார். 17, வியாழக்கிழமை: மாத்ருபூதேஸ்வரர் கோவில் கும்பாபிஷேகம்.

1950 ஏப். 14, வெள்ளிக்கிழமை: இரவு 8.47 மணிக்கு பகவான் மஹாசமாதி அடைகிறார். அவர் இருந்த அறையிலிருந்து ஒளிபொருந்திய எரிநட்சத்திரம் ஒன்று கிளம்பி வானத்தில் வடக்கு நோக்கி நகர்ந்து, அருணாசல மலைக்குப்பின் மறைவதை இந்தியாவின் பல பாகங்களிலிருந்தும் பலர் பார்க்கின்றனர்.

நூற்பட்டியல்

கீழ்க்குறிப்பிட்ட நூல்கள் ரமணரின் வாழ்க்கை மற்றும் உபதேசங் களை அறிவதிலும், தொகுப்பதிலும் பெரும் உதவியாய் இருந்தன:

சாதுவின் நினைவுகள்:
ஏ.டபிள்யூ. சாட்விக் (சாது அருணாசலா); ஸ்ரீ ரமணாச்ரமம்.

குருரமண திருவடி வாழ்வு:
எஃப்.எச். ஹம்ஃப்ரீஸ், டி.கே. சுந்தரேச ஐயர், கே.கே. நம்பியார்; ஸ்ரீ ரமணாச்ரமம்.

ஸ்ரீ ரமணமணம்:
ரா. கணபதி; ஸ்ரீ ரமணாச்ரமம்.

ரமண நூற்றிரட்டு:
ஸ்ரீ ரமணாச்ரமம்.

ஸ்ரீ ரமண மஹர்ஷி நூற்றாண்டு மலர்:
ஸ்ரீ ரமணாச்ரமம்.

அருள்நிறை அமுதக்கடல்:
குர்ரம் சுப்பராமய்யா; ஸ்ரீ ரமணாச்ரமம்

தாயும் நீயே, தந்தையும் நீயே:
தேவராஜ முதலியார்; ஸ்ரீ ரமணாச்ரமம்

ரமண மாமுனிவர் வாழ்வும், வாக்கும்:
கி.வா. ஜகந்நாதன்; ஸ்ரீ ரமணாச்ரமம்

ரமண வழி:
ஸ்ரீ சாது ஓம்; ஸ்ரீ ரமண சன்மார்க்க சங்கம், மலேசியா

ஸ்ரீ ரமண விஜயம்:
சுவாமி சுத்தானந்த பாரதியார்; ஸ்ரீ ரமணாச்ரமம்

அருணாசல மகிமை:
பரணீதரன்; ஆனந்தவிகடன் தொடர்

உள்ளது நாற்பது (அனுபந்தத்துடன்):
லக்ஷ்மண சர்மா விளக்கவுரை; ஸ்ரீ ரமணாச்ரமம்

A Search in Secret India:
Paul Brunton; B.I. Publications, New Delhi

Bhagavan Sri Ramana - a pictorial biography:
Sri Ramanasramam

Self Realization:
B.V. Narasimha Swami; Sri Ramanasramam

Ramana Maharshi and the Part of Self Knowledge:
Arthur Osborne; Jaico Publishers

Talks with Sri Ramana Maharshi:
Munagala Venkataramiah, Sri Ramanasramam

Day by Day with Bhagavan:
A. Devaraja Mudaliar, Sri Ramanasramam

Surpassing Love and Grace:
Several Devotees, Sri Ramanasramam

Guru Ramana:
S.S. Cohen, Sri Ramanasramam

Timeless in Time - Sri Ramana Maharshi:
A.R. Natarajan, Ramana Maharshi Centre for Learning, Bangalore

Also
www.davidgodman.org